'परिणामकारक भाष्य... ही मानवी व्यक्तिमत्त्वाची पारदर्शी उकल आहे'

सदरच्या पुस्तकाची ही आवृत्ती डेल कार्नेगी यांनी त्यांच्या अभ्यासक्रमासाठी लिहिलेल्या टिपणांच्या आणि कल्पनांच्या संग्रहाचा अविष्कार आहे. या पुस्तकाचे नावसुद्धा माझ्या पतींनीच निवडलेले आहे.

आपले व्यवसायातील, सामाजिक आणि व्यक्तिगत जीवनातील समाधान हे ती व्यक्ती आपल्या सभोवतालच्या लोकांशी कसा सुसंवाद साधू शकते यावर बरेचसे अवलंबून असते. आपण स्वत: काय आहोत, आपल्या इच्छा-आकांक्षा काय आहेत आणि आपल्या श्रद्धा आणि विश्वास कोठे आहेत हे आपल्याला ठामपणे सांगता आले पाहिजे. आता सध्याच्या काळात यापूर्वी कधीही न अनुभवल्या गेलेल्या ताणतणाव, भीती आणि असुरक्षितता या भावना ज्या संपूर्ण जगभरात आहेत त्याबद्दल आपण इतर लोकांशी बोलून त्यांची तीव्रता कमी केली पाहिजे.

मला अशी आशा आहे की, 'परिणामकारक संभाषणाचा झटपट मार्ग' हे पुस्तक अशा सगळ्याच लोकांना उपयोगी पडेल की ज्यांना रोजच्या व्यवहारात आत्मविश्वास संपादन करायचा आहे आणि ज्यांना आपले विचार आम जनतेपर्यंत पोहोचवून वैयक्तिक यश संपादन करायचे आहे.

- डोरोथी कार्नेगी

आपल्या स्नेहीजनांना पुस्तके भेट द्या

'The Quick & Easy Way to Effective Speaking'
या इंग्रजी पुस्तकाचा मराठी अनुवाद

प्रभावशाली संभाषणाचा झटपट व सोपा मार्ग

चैतन्यपूर्ण संभाषणासाठी आधुनिक तंत्रे

डेल कार्नेगी

अनुवाद
ॲड. शुभदा विद्वांस

मेहता पब्लिशिंग हाऊस

✆ +91 020-24476924 / 24460313 / Mob. No. 9545000513
Email : production@mehtapublishinghouse.com
Website : www.mehtapublishinghouse.com

- *या पुस्तकातील लेखकाची मते, घटना, वर्णने ही त्या लेखकाची असून त्याच्याशी प्रकाशक सहमत असतीलच असे नाही.*

THE QUICK & EASY WAY TO EFFECTIVE SPEAKING
by DALE CARNEGIE

Translated into Marathi Language by Adv. Shubhada Vidwans

प्रभावशाली संभाषणाचा झटपट व सोपा मार्ग / मार्गदर्शनपर

अनुवाद : ॲड. शुभदा विद्वांस
Email : author@mehtapublishinghouse.com
मराठी अनुवादाचे व प्रकाशनाचे सर्व हक्क : मेहता पब्लिशिंग हाऊस प्रा. लि., पुणे.
संस्थापक : सुनील अनिल मेहता
प्रकाशक : मेहता पब्लिशिंग हाऊस प्रा. लि.,
१९४१, सदाशिव पेठ, माडीवाले कॉलनी, पुणे ४११०३०.
मुद्रक : पार्कसन्स ग्राफिक्स
मुखपृष्ठ : मेहता पब्लिशिंग हाऊस
प्रकाशनकाल : ऑक्टोबर, २०१९ / पुनर्मुद्रण : मार्च, २०२३
किंमत : ₹ २८०
P Book ISBN 9789353173265
E Book ISBN 9789353173272
E Books available on : amazonkindle Apple Books Google Play Books

अनुवादिकेचे मनोगत

दरदरून घाम फुटलाय, घशाला कोरड पडली आहे, हातपाय थरथर कापतायेत असे काहीसे तुम्ही तुमच्या आयुष्यात कधी अनुभवले आहे का? जर कधी तुम्हाला व्यासपीठ चढायची पाळी आली असेल तर नक्कीच तुम्ही अशा जीवघेण्या प्रसंगाला सामोरे गेले असाल.

मला माझ्या वकिलीच्या कारकिर्दीत पहिल्या अर्ग्युमेंटच्या वेळी हा अनुभव आला. 'इट इज ऑलवेज फर्स्ट टाइम इन लाइफ' ही म्हण खरी आहे. मला तर तो दिवस अजून आठवतो. अर्ग्युमेंटची तयारी करून मी शिणून गेले होते. तरी त्या दिवशी जज्ज गैरहजर राहावेत अशी माझी मनोमन प्रार्थना होती.

खरोखर लोकांसमोर आपल्या पायावर उभे राहून चार वाक्ये बोलणे म्हणजे खूप मोठी कसरत असते. तुमची आमची तर बात सोडा पण कै. आचार्य अत्रे जे व्यासपीठावरील अनभिषिक्त सम्राट मानले जातात त्यांच्याही लहानपणीचा त्यांच्या पहिल्या स्टेजपरफॉर्मन्सचा मजेशीर किस्सा आहे. शाळेत असताना आचार्य अत्रे वर्गात ऑफ पिरियडला गोष्ट सांगायला उठले. सुरुवात तर चांगली केली होती 'एक होता सिंह' पण पुढे त्यांना काही केल्या आठवेना. मग ते म्हणाले, 'झाली'. मग पुन्हा म्हणाले, 'एक होता सिंह' - पुन्हा 'झाली'. असे २/३ वेळा झाल्यावर मागची काही टारगट मुले म्हणाली, 'मग धुवा आता.' आचार्य अत्र्यांच्या बाबतीत हे घडले तर आपल्यासारख्या पामरांची काय कथा?

असाच एक बाका प्रसंग माझा मुलगा बारावीत जिल्ह्यात प्रथम आला तेव्हा माझ्यावर आला. सत्कारसमारंभात शेवटी 'माझे मनोगत' सांगण्याचा प्रेमळ आग्रह मला झाला. मला त्या गोष्टीचे एवढे संकट वाटले की माझ्या तोंडून सहज निघून गेले, 'आज माझ्या मुलाने माझ्यावर जी वेळ आणली ती मी माझ्या आई-वडिलांवर कधीच नाही आणली.'

चारचौघांमध्ये बोलणे आणि चारचौघांसमोर बोलणे हे वरवर पाहता सारखे दिसत असले तरी त्यामध्ये फार फरक आहे. जेव्हा चारचौघांसमोर उभे राहून आपल्याला बोलायचे असते तेव्हा फार विचारपूर्वक व अचूक बोलावे लागते. कोणावर टीका करताना समोरून त्याचे उत्तर मिळणार हे गृहीत धरावे लागते.

शिवाय या विषयाची माहिती आणि अभ्यास हे तर अत्यंत गरजेचे आहे.

जे लोक भाषण लिहून आणतात त्यांची तर अशी काही त्रेधातिरपीट होते, त्याबद्दल काय बोलावे? 'थ्री इडियट्स' हा अमिर खानचा सिनेमा तुम्हाला आठवतच असेल. त्यातील चतुर रामलिंगमने लिहून आणलेले भाषण ऐकून लोक आजही आठवून आठवून गडबडा लोळतात. भाषण करताना कोणत्या चुका करू नयेत याचा तो आदर्श नमुना आहे.

वयाच्या १५ व्या/१९व्या महिन्यापासून आपण एक-एक शब्द उच्चारायला सुरुवात करतो. म्हणजे आपल्या संभाषणाची करिअर ही जवळपास आपल्या संपूर्ण आयुष्याइतकी असते. त्यातून बायका जास्त वाचाळ असतात, पण तरीही बायका मुद्देसूद भाषण करू शकत नाहीत असे सर्व्हे सांगतात. श्रोत्यांना खिळवून ठेवणारे भाषण करणे ही कला आहेच, पण ही कला आत्मसात करण्यासाठी जी कौशल्ये डेल कार्नेगी यांनी शिकवली आहेत ती फार फलदायी आहे. जी व्यक्ती प्रभावीपणे संवाद साधू शकते ती यशाच्या पायऱ्या फार लवकर चढत जाते हे एक त्रिकालबाधित सत्य आहे.

मला स्वत:लासुद्धा व्यासपीठाची भीती वाटते आणि या पुस्तकाचा अनुवाद करण्याची संधी मला श्री. सुनील मेहता यांनी दिली. त्यामुळे माझ्यासारख्या कित्येकांना आपल्यातील न्यूनगंड दूर करण्यास मदत होईल याची खात्री वाटते. तसेच राजश्री देशमुख व तिच्या सहकाऱ्यांनी सर्वतोपरी कष्ट घेतले त्याबद्दल त्यांचीही मी आभारी आहे.

तुमच्या दैनंदिन जीवनात या पुस्तकातील सूचना पाळल्याने तुमचा आत्मविश्वास वाढणार आहे, तुमची लोकप्रियता वाढणार आहे. तुमचा राजकारणात शिरकाव होण्याची शक्यता आहे, तुमची मते पटवून देण्याची ताकद वाढणार आहे, तुम्हाला मिळणारे नकार होकारात बदलणार आहेत. मुख्य म्हणजे तुमचे व्यक्तिमत्त्व खुलून येणार आहे. मग चला म्हणा, 'माननीय व्यासपीठ...'

– ॲड. शुभदा विद्वांस

या पुस्तकात तुम्ही काय वाचाल?

या पुस्तकाची प्रस्तावना कै. डेल कार्नेगी यांच्या सुविद्य पत्नी डोरोथी कार्नेगी यांनी सहजसोप्या भाषेत केली आहे. पुस्तकाचा जन्म डेल कार्नेगी यांच्या आंतरिक तळमळीतून कसा झाला व त्यांच्या वाढत्या अनुभवानुसार व ज्ञानानुसार त्यामध्ये काळानुरूप ७ वेळा बदल केले गेले. त्याबद्दलची रोमांचक माहिती दिली आहे.

पुस्तक एकूण ५ भागांमध्ये विभागले गेलेले आहे. त्यामध्ये एकूण १४ प्रकरणे आहेत. प्रत्येक भागामध्ये वक्तृत्व कलेच्या वेगवेगळ्या अंगांचा अभ्यास केला आहे.

पहिल्या भागात परिणामकारक संभाषणाची काही मूलभूत तत्त्वे दिली आहेत. आता वक्तृत्व ही कलेपेक्षा कौशल्य या सदरात मोडते, हे मार्मिकपणे सांगितले आहे. तुमची ध्येये तुमची मेहनत घेण्याची तयारी आणि अनुभवातून शिकण्याची जिद्द यामधून तुम्ही ही कौशल्ये अंगिकारू शकता.

या भागात आत्मविश्वासाचे अनन्यसाधारण महत्त्व सांगितले आहे. व्यासपीठाबद्दलची भीती काढून टाकण्यासाठी कळकळीचा उपदेश केला आहे व सराव करण्याची एकही संधी सोडू नका हे सांगितले आहे.

तुम्हाला वास्तव जीवनात येणारे अनुभव जर तुम्ही श्रोत्यांबरोबर शेअर केले तर तुमच्यात आणि श्रोत्यांमध्ये एक पूल तयार होईल आणि जे प्रेमाचे नाते तयार होईल त्यामुळे तुम्हीसुद्धा उत्तेजित होऊन श्रोत्यांना अधिकाधिक देण्याचा प्रयत्न कराल.

दुसऱ्या भागात भाषण, वक्ता व श्रोते या त्रिकोणाबद्दल सांगितले आहे. तुमच्या भाषणाचा विषय निवडताना त्या विषयाबद्दल तुम्हाला आस्था हवी. तुमच्या भाषणात श्रोत्यांचा सहभाग हवा. तुमच्या श्रोत्यांचे तुम्ही प्रामाणिकपणे कौतुक केले पाहिजे व त्यांना आवडेल तेच बोलले पाहिजे. आपण श्रोत्यांपेक्षा फार श्रेष्ठ आहोत असा दर्प तुमच्या वागण्यात नको. त्यांना तुमच्या भाषणात सहभागी करून घ्या; असा मोलाचा उपदेश या भागात आहे.

तिसऱ्या भागात पूर्ण तयारीनिशी करायचं भाषण व तयारीशिवाय ऐन वेळी करायचे भाषण याबद्दल बरेच विवेचन आहे. तसेच श्रोत्यांकडून एखादी कृती कशी

घडवून घ्यावी याचे मार्गदर्शन आहे. तसेच काही भाषणांचा उद्देश फक्त माहिती देणं हाच असतो, अशा वेळी समयोचित विषय निवडा. काही भाषणे श्रोत्यांची मने वळवण्यासाठी केली जातात. या वेळी तुमच्या आत्मविश्वासाची पातळी खूप वरती हवी. तुम्हाला श्रोत्यांमध्ये उत्साह पसरवता आला पाहिजे. भाषणाची सुरुवात ही मैत्रीपूर्ण हवी. काही वेळेस प्रत्युत्तर म्हणून भाषण करावे लागते. अर्थात त्या वेळी तसे बोलायला सुचणे यालाच हजरजबाबीपणा म्हणतात.

चौथ्या भागात खूप महत्त्वाचे आणि प्रत्येकाला दैनंदिन जीवनात उपयुक्त असणारे संवाद कौशल्य शिकवले आहे. तुम्ही इतरांची नक्कल करू नका, तुम्ही तुम्हीच असा हे खूप आग्रहाने सांगितले आहे.

पाचव्या भागात अनेक विनोदी किश्श्यांची रेलचेल आहे. लिकॉक, गुंथेर, नॉर्मन व्हिन्सेंट, पेले यांसारख्या बड्या वक्त्यांवर सर्वसामान्य हौशी वक्त्यांनी किती नामुष्कीची वेळ आणली याचे खास कार्नेजींच्या मिश्किल ढंगातील वर्णन तुम्हाला नक्कीच आवडेल. शेवटच्या प्रकरणामध्ये आत्तापर्यंत दिलेल्या सूचनांचे आचरण कसे करायचे, ते ही योग्य पद्धतीने सांगितले आहे.

– ॲड. शुभदा विद्वांस

अनुक्रमणिका

प्रास्ताविक

डेल कार्नेगी यांनी जाहीर भाषणाचा अभ्यासक्रम इ. स. १९१२ मध्ये वाय.एम.सी.ए., रोड नं. १२५. न्यू यॉर्क येथे प्रथम सुरू केला. त्या काळामध्ये जाहीर भाषण हे कौशल्यापेक्षा कला या सदरात मोडत होते आणि त्या काळातील जे प्रसिद्ध वक्ते होते ते लोकशिक्षणाचे काम करत, ते व्यासपीठ गाजवत आणि त्यांच्या जिभेवर साक्षात सरस्वती नाचत असे. सर्वसामान्य व्यावसायिक किंवा धंदेवाईक यांची गरज एवढीच होती की ते भोवतालच्या लोकांसमोर स्वत:ला आत्मविश्वासपूर्वक आणि अचूकपणे व्यक्त करू शकतील. त्यांना ठरावीक साच्यातील अलंकारिक बोलणे, आवाजाचा चढउतार, नाटकी हावभाव या तांत्रिक बाबींमध्ये वेळ घालवणे मान्यही नव्हते व परवडणारेही नव्हते. म्हणूनच डेल कार्नेगी यांचा 'परिणामकारक संभाषणकला' नावाचा अभ्यासक्रम ताबडतोब यशस्वी झाला. कारण त्या अभ्यासक्रमाने लोकांची दुखरी नस पकडली, त्यांना हवा असलेला परिणाम दिला. डेल कार्नेगी यांनी हा अभ्यासक्रम केवळ काही मूठभर बुद्धिमान लोकांच्या दृष्टिकोनातून तयार केला नाही तर सर्वसामान्यपणे कोणताही हुशार माणूस हे कौशल्य सहजपणे प्राप्त करू शकेल यावर भर दिला.

आज डेल कार्नेगी अभ्यासमंडळे संपूर्ण जगभर पसरली आहेत आणि डेल कार्नेगी यांची विचारसरणी हजारो, लाखो शिष्यांनी आत्मसात केली आहे. त्यांच्या या शिष्यगणांमध्ये समाजातल्या विविध स्तरांमधील अशा स्त्री-पुरुषांचा समावेश आहे की ज्यांनी सुसंवाद कसा साधावा हे शिकून घेऊन आपले व्यक्तिगत नातेसंबंध तर सुधारलेच, पण जाहीर भाषणकलासुद्धा आत्मसात करून आपल्या समाजजीवनात स्वतंत्र ठसा उमटवला.

त्या अभ्यासक्रमासाठी डेल कार्नेगी यांनी जे क्रमिक पुस्तक लिहिले त्याचे नाव होते, 'पब्लिक स्पीकिंग ॲन्ड इन्फ्लुएन्सिंग मेन इन बिझिनेस'. या पुस्तकाच्या ५० आवृत्त्या झाल्या आणि ते ११ भाषांमध्ये भाषांतरित झाले. स्वत: डेल कार्नेगी यांनी त्यांच्या वाढत्या अनुभवानुसार व ज्ञानानुसार त्यामध्ये काळानुरूप ७ वेळा बदल केले. प्रत्येक वर्षी मोठमोठ्या विद्यापीठातील विद्यार्थ्यांची हे पुस्तक वापरण्याची संख्या वाढतच गेली.

या पुस्तकाच्या चौथ्या आवृत्तीमध्ये माझ्या पतींनी स्वत: काढलेली टिपणे व त्यांच्या स्वत:च्या कल्पना समाविष्ट आहेत. या पुस्तकाचे नावसुद्धा त्यांनी निवडलेले आहे आणि त्यांच्या कामात त्यांच्या मृत्यूनंतर कुठलीही ढवळाढवळ झालेली नाही. मीसुद्धा सतत माझ्या मनाला हे बजावत राहिले की डेल कार्नेगी यांचे जाहीर भाषणाबद्दलचे हे तत्त्वज्ञान की 'जाहीर भाषण' हे काही शब्द उच्चारण्यापेक्षा खूप अधिक काही तर असते. त्याला कोणताही धक्का पोहोचू द्यायचा नाही. मानवी व्यक्तिमत्त्वाच्या उकलीला बाधा होईल असं काही करायचे नाही.'

आपल्या आयुष्यातील प्रत्येक कृती ही एकप्रकारचा संवादच असते. फक्त ती शब्दांच्याद्वारे होते एवढेच! आणि त्या शब्दांच्याद्वारेच तो आपले वेगळेपण जपत असतो. सर्व प्राण्यांमध्ये फक्त मनुष्यप्राण्यालाच ही शब्दांची दैवी देणगी निसर्गाने बहाल केली आहे आणि केवळ या दैवी देणगीमुळेच माणूस स्वत:ला व्यक्त करू शकतो, स्वत:ची वैशिष्ट्ये इतरांना दाखवून देऊ शकतो. जो माणूस आपल्याला पाहिजे ते योग्य शब्दात मांडू शकत नाही - कधी भीतीमुळे तर कधी नैराश्यामुळे, कधी घाबरल्यामुळे तर कधी धूसर विचारसरणींमुळे! अशा माणसाचे व्यक्तिमत्त्व काळवंडून जाते आणि त्याच्याबद्दल गैरसमजच अधिक पसरतात.

आपले व्यवसायातील, सामाजिक आणि व्यक्तिगत जीवनातील समाधान हे ती व्यक्ती आपल्या सभोवतालच्या लोकांशी कसा सुसंवाद साधू शकते, यावर बरेचसे अवलंबून असते. आपण स्वत: काय आहोत, आपल्या इच्छा-आकांक्षा काय आहेत आणि आपली श्रद्धा आणि विश्वास कोठे आहेत हे आपल्याला ठामपणे सांगता आले पाहिजे. आता सध्याच्या काळात यापूर्वी कधीही अनुभवाला न आलेली भीती, ताणतणाव आणि असुरक्षितता ज्या संपूर्ण जगभरात आहेत त्याबद्दल आपण इतरांशी बोलून त्यांची तीव्रता कमी केली पाहिजे. मला अशी आशा आहे की, 'परिणामकारक संभाषणकलेचा झटपट मार्ग' हे पुस्तक अशा सगळ्याच लोकांना उपयोगी पडेल की ज्यांना रोजच्या व्यवहारात आत्मविश्वास संपादन करायचा आहे आणि ज्यांना आपले विचार आम जनतेपर्यंत पोहोचवून स्वत:चा विशिष्ट ठसा समाजात उमटवायचा आहे.

— डोरोथी कार्नेगी

भाग १

परिणामकारक संभाषणाची काही मूलभूत तत्त्वे

प्रत्येक कलेमध्ये काही तत्त्वे आणि बरीचशी तंत्रे असतात.

या पुस्तकाच्या पहिल्या भागातील प्रकरणांमध्ये आपण परिणामकारक भाषणकलेच्या तत्त्वांबद्दल आणि या तत्त्वांना साकार करणाऱ्या दृष्टिकोनाबद्दल चर्चा करणार आहोत.

आपण सर्व जाणते आहोत त्यामुळे निश्चितच आपल्याला ही भाषणकला लवकरात लवकर अवगत व्हावी यामध्येच रुची आहे. ही कला लवकरात लवकर आत्मसात करण्याचा एक हमखास मार्ग म्हणजे आपली ध्येये साध्य करण्यामागचा आणि मजबूत पाया उभारण्यासाठी तत्त्वे अंगिकारण्यामागचा आपला योग्य दृष्टिकोन.

प्रकरण १

मूलभूत कौशल्ये अंगिकारणे

इ. स. १९१२ मध्ये उत्तर अटलांटिकातील बर्फाळ पाण्यामध्ये जेव्हा टायटॅनिक बुडाली त्याच वर्षी मी माझ्या जाहीरभाषण कलेचा अभ्यासक्रम शिकवण्यास सुरुवात केली. तेव्हापासून आत्तापर्यंत सुमारे ७,५०,००० विद्यार्थी माझ्या क्लासेसमधून पदवीधर होऊन बाहेर पडले आहेत.

डेल कार्नेगी कोर्सच्या पहिल्या सत्राची सुरुवात होण्यापूर्वी प्रात्यक्षिके करण्यासाठी एक सभा भरते व त्यामध्ये लोकांना हे सांगण्याची संधी दिली जाते की या अभ्यासक्रमासाठी त्यांनी कोणत्या उद्देशाने नावनोंदणी केली आहे आणि या प्रशिक्षणाकडून त्यांच्या काय अपेक्षा आहेत. साहजिकच प्रत्येकाची शब्दरचना जरी वेगळी असली तरी त्यांची मध्यवर्ती इच्छा, आकांक्षा, मूलभूत गरज ही आश्चर्यकारकरीत्या बहुतांशी सारखीच असते. जसे की, 'जेव्हा मला प्रथम व्यासपीठावर बोलावून बोलण्यास सांगितले तेव्हा माझी त्रेधातिरपीट उडाली, मी लाजलो, घाबरलो, इतका विचलित झालो की मला काय बोलायचे होते ते सुचेना, मला काही आठवेना, माझे चित्त एकाग्र होईना! आता मला यातून सुटका हवी आहे. मला माझा आत्मविश्वास हवा आहे आणि स्वत:च्या पायांवर उभे राहून विचार करायचा आहे. मला माझे विचार तर्कशुद्ध क्रमाने संकलित करून मांडायचे आहेत आणि मला माझ्या समव्यावसायिकांमध्ये किंवा इतर कोणत्याही सामाजिक क्षेत्रात, माझे विचार सुसंगतपणे व स्पष्टपणे इतरांपर्यंत पोहोचवायचे आहेत.'

हे सगळे तुम्हाला तुमच्यासुद्धा परिचयाचे वाटत नाही का? तुम्हालाही कधी तुमच्यातील या अपुरेपणाबद्दल हळहळ वाटली असेल ना? आत्तापर्यंत तुम्ही कधी तुमच्यातील हे न्यूनत्व काढून टाकून जाहीर भाषणांमध्ये सहभागी होण्यासाठी कधी पैसे खर्च केले आहेत का? मला खात्री आहे, तुम्ही नक्कीच असा प्रयत्न केला असणार. खरे सांगायचे तर या पुस्तकातील काही पाने उघडून तुम्ही

चाळायला सुरुवात केली, हाच याबद्दलचा मोठा पुरावा आहे की तुम्हाला जाहीर भाषणकला अवगत करून घेण्यामध्ये रुची आहे.

याच्यावर तुम्ही काय म्हणणार हे पण मला माहिती आहे. तुम्ही जर माझ्याशी बोलू शकलात तर तुम्ही असे म्हणणार, ''पण मि. कार्नेगी, खरेच तुम्हाला असे वाटते का की, माझ्यात एवढा आत्मविश्वास येईल की मी एखाद्या गटासमोर उभे राहून त्यांच्याशी अस्खलितपणे संयुक्तिक बोलू शकेन?''

आत्तापर्यंत जवळपास मी माझे संपूर्ण आयुष्य अशाच लोकांना मदत करण्यासाठी खर्ची घातले आहे की ज्यांना भीतीमुक्त व्हायचे होते आणि स्वत:मध्ये धाडस आणि आत्मविश्वास आणायचा होता. माझ्या क्लासेसमध्ये घडलेल्या अनेक चमत्काराबद्दलच्या गोष्टी लिहून मी अनेक पुस्तके भरवू शकतो. म्हणूनच सांगतो की हा माझ्या वाटण्याचा प्रश्न नाही. मला खात्री आहे की तुम्ही हे करू शकता पण त्यासाठी तुम्ही या पुस्तकात दिलेल्या सूचनांचा व मार्गदर्शनाचा सराव करायला पाहिजे.

तुमच्या मनात अशी पुसटशीसुद्धा शंका आहे का की खाली प्रेक्षकांमध्ये बसून तुम्ही जसे विचार करू शकता तसा विचार व्यासपीठावर प्रेक्षकांशी काटकोनात उभे राहून तुम्ही करू शकत नाही? तुम्हाला असे वाटते का की तुम्ही व्यासपीठावर उभे राहिलात की तुमच्या पोटात फुलपाखरांचा थवा बागडेल, तुमच्या हातापायांचा थरकाप होईल, होईलही कदाचित! पण खात्री बाळगा, जेव्हा तुम्ही आमच्या या प्रशिक्षणाचा लाभ घ्याल आणि आमच्या मार्गदर्शनानुसार सराव कराल तेव्हा तुमची भीती कोठल्याकोठे पळून जाईल आणि तुम्ही आत्मविश्वासाने भारून जाल!

तुमचे ध्येय पूर्ण करण्यासाठी हे पुस्तक कटिबद्ध आहे. हे सर्वसाधारण क्रमिक पुस्तक नाही. यांत्रिकपणे भाषण करण्यासाठीचे नियम सांगणारे हे पुस्तक नाही आवाजाची घनता, तीव्रता, निर्मिती, स्पष्ट शब्दोच्चार याची माहिती देणारे शरीरशास्त्राविषयचे पुस्तक नाही. मी परिणामकारक भाषणकलेचे शिक्षण देण्यामध्ये जे आयुष्य वेचले, त्याचा हा परिपाक आहे. तुम्ही जसे आहात तसे तुम्हाला घेऊन मी माझ्या कामाला सुरुवात करतो आणि अखेरीस तुम्हाला तुम्ही जसे हवे आहात तेथे तुम्हाला नेऊन ठेवतो. तुम्हाला फक्त काय करायचे आहे तर मला सहकार्य करायचे आहे, माझ्या सूचना पाळायच्या आहेत आणि जेव्हा कधी समोर उभे राहून बोलायची वेळ येईल तेव्हा त्या वापरायच्या आहेत, चिकाटी धरायची आहे!

या पुस्तकाचा अधिकाधिक लाभ घेऊन लवकरात लवकर स्वत:ला सक्षम

बनवण्यासाठी पुढील चार मार्गदर्शक तत्त्वांचा लाभ घ्या.

* * *

पहिले / इतरांच्या अनुभवावरून आपण शिकू या!

संपूर्ण जगात असा कोणताच प्राणी नाही की जो जन्मजात आपल्या जाहीर व्याख्यानांनी सगळ्यांना मंत्रमुग्ध करून सोडेल. अगदी तो ऐतिहासिक सुवर्णकाळ आठवून पाहिला की जेव्हा वक्ते अगदी नेटकेपणाने अलंकारिक भाषेत, सौंदर्याने नटलेल्या वाक्यांची मोठ्या कलात्मकतेने श्रोत्यांवर अचूक पखरण करायचे तेव्हाही जन्मजात व्याख्याता असणे अवघड होते. आता काळ बदलला आहे. आता आपण जाहीर भाषणांकडे विस्तारीत संभाषण म्हणूनच बघतो. गेले ते दिवस जेव्हा वक्ते त्यांची वक्तृत्वपूर्ण भाषणे, मोठ्या कलात्मकतेने आणि खणखणीत आवाजात श्रोत्यांपर्यंत पोहोचवत. आता आपल्याला आपल्या जेवणांच्या मैफिलीत, चर्चमध्ये किंवा टीव्ही-रेडिओत काय ऐकायला आवडते तर साधी, सरळ, सोपी भाषणे; जी आपल्या सद्सद्बुद्धीला पटतील आणि ज्या वक्त्यांशी आपल्यालाही बोलायला आवडेल, आपल्याला असे आवडणार नाही की कोणीतरी आपल्या काहीतरी गळी उतरवेल!

तरीसुद्धा अनेक शाळांमध्ये पुस्तकांमधून असे शिकवले जाते व विश्वास ठेवायला भाग पाडते की जाहीर भाषणकला आत्मसात करण्यापूर्वी अनेक वर्षे आपल्याला आपल्या आवाजावर नियंत्रण आणले पाहिजे आणि अलंकारिक भाषा शिकून घेतली पाहिजे. मी माझी विद्यादानाची अनेक वर्षं लोकांना हे सिद्ध करून दाखवण्यात घालवली आहेत की जाहीर भाषण करणे हे सोपे आहे. फक्त काही साधेच पण महत्त्वाचे नियम पाळावे लागतात. जेव्हा मी इ. स. १९१२ मध्ये रोड नं. १२५, वाय.एम.सी.ए., न्यूयॉर्क येथे शिकवायला सुरुवात केली तेव्हा मलासुद्धा हे माहिती नव्हते, जे माझ्या सुरुवातीच्या विद्यार्थ्यांना माहिती होते. माझ्या सुरुवातीच्या काळात मी माझ्या विद्यार्थ्यांना असेच शिकवत होतो जसे मला वॉरेन्सबर्ग, मिसुरी येथे शिकवले गेले. पण थोडेच दिवसात मला त्यातील फोलपणा समजला आणि माझ्या लक्षात आले की मी चुकीच्या मार्गावर आहे. व्यावसायिक जगतातील प्रौढांना असे समजून शिकवत होतो की ते जणू ताजेतवाने कॉलेजवीर आहेत. त्यांना मी वेबस्टर, बुर्के, पिट आणि बशेकोनेल यांची उदाहरणे देऊन निष्फळ प्रयत्न करत होतो. माझ्या वर्गातल्या लोकांना खरे तर कसली गरज होती तर त्यांना त्यांच्या स्वतःच्या पायावर उभे राहून धाडसाने त्यांच्या बिझिनेस मीटिंगमध्ये अहवाल सादर करायचे होते. मग थोड्याच दिवसात

मी माझ्या हातातील क्रमिक पुस्तके खिडकीबाहेर फेकून दिली, व्यासपीठावर उभा राहिलो आणि त्यांनी त्यांचे अहवाल यशस्वीपणे सादर करावे म्हणून माझ्या स्वत:च्या कल्पना लढवल्या. त्यांनाही त्या पटल्या व त्यांना त्यापासून फायदाही झाला म्हणूनच ते माझ्याकडे परत परत आले.

खरेच मला जर अशी संधी मिळाली असती की माझ्या घरातील किंवा माझ्या ऑफिसमधील औपचारिक पत्रे मी तुम्हाला तुमच्या मनोरंजनासाठी वाचायला देऊ शकलो असतो तर किती बरे झाले असते. ही पत्रे औद्योगिक क्षेत्रातील अशा काही प्रसिद्ध व्यक्तींची आहेत ज्यांची नावे 'न्यू यॉर्क टाईम्स' आणि 'वॉलस्ट्रीट जर्नल'मध्ये सतत झळकत असतात. ते राज्यपाल आहेत, संसदपटू आहेत, कॉलेजचे प्रेसिडेंट आहेत आणि मनोरंजनाच्या क्षेत्रातील प्रसिद्ध व्यक्ती आहेत. काही हजारो गृहिणींची, मंत्र्यांची, शिक्षकांची, तरुण स्त्री-पुरुषांची पण पत्रे आहेत, जे अजून उद्योन्मुख नाहीयेत. काही उच्चपदस्थ, काही शिकाऊ उमेदवार, कामगार - कुशल आणि अकुशलसुद्धा, कॉलेज विद्यार्थी, युनियन लिडर, व्यावसायिक महिला अशांचीसुद्धा पत्रे आहेत आणि त्यांना स्वत:ला लोकांनी स्वीकारले जाण्यासाठी योग्य प्रकारे व्यक्त होण्याची गरज वाटते. त्या सगळ्यांनी कृतज्ञता व्यक्त करण्यासाठी मला प्रशंसेची पत्रे लिहिण्यासाठी वेळ काढला आहे.

आत्तापर्यंत मी हजारो विद्यार्थ्यांना शिकवले, पण त्यापैकी एक आठवण मी कधीच विसरू शकलो नाही. आत्तासुद्धा हे लिहिताना त्या गोष्टीचा नाट्यपूर्ण परिणाम माझ्या मनावर कोरला गेला आहे. काही वर्षांपूर्वी डी. डब्ल्यू. घेंट नावाचा फिलाडेल्फिया येथील एक यशस्वी व्यावसायिक माझ्या क्लासमध्ये नुकताच दाखल झाला होता. त्याने मला दुपारी जेवणाचे निमंत्रण केले. टेबलवर ओणवे होऊन तो मला म्हणाला, ''आत्तापर्यंत जेव्हा केव्हा माझ्यावर श्रोत्यांच्या जमावापुढे बोलण्याची वेळ आली तेव्हा मी ती जाणूनबुजून टाळली; पण मि. कार्नेगी आता मी कॉलेज ट्रस्टी बोर्डाचा अध्यक्ष झालो आहे. आता प्रत्येक मीटिंगमध्ये माझे भाषण गरजेचे आहे. तुम्हाला असे वाटते का, की आता एवढे वय झाल्यानंतर मी जाहीर भाषणकला शिकू शकेन?''

मी त्यांना तत्काळ आश्वासन दिले की हे सहज शक्य आहे, कारण आत्तापर्यंत माझ्या क्लासमध्ये अशाच मोठ्या पदांवरची माणसे यशस्वी होऊन गेली होती म्हणून मला जराही शंका नव्हती.

त्यानंतर तीन वर्षांनी पुन्हा आमचा एकत्र जेवण्याचा योग आला. तो 'मॅन्युफॅक्चरर्स क्लब' होता. आम्ही एकाच खोलीत एकाच टेबलावर जेवत होतो. ही तीच जागा होती जेथे आम्ही पूर्वी जेवलो होतो आणि जेव्हा मि. घेंटने विचारले होते, ''मला हे जमेल ना?'' म्हणून मी मि. घेंटना विचारले, ''माझे भाकित खरे ठरले की

नाही?'' ते हसले. खिशातून एक लाल-काळ्या रंगाची डायरी बाहेर काढली आणि पुढील काही महिन्यांमध्ये किती ठिकाणी भाषणे द्यायला जायचे आहे याची यादी दाखवली. त्यांनी कबूल केले की, 'जाहीर भाषण देण्याची कला अवगत झाल्यापासून भाषण देण्यात काय मजा असते ते मला जाणवले, ही समाजाला देऊ शकेन अशी सेवा करण्यास मला सक्षम केल्याबद्दल मी आयुष्यभर आपला ऋणी राहील.'

पण फक्त एवढ्यावरच भागले नव्हते. मि. घेंटला स्वत:बद्दल वाटणारा अभिमान औचित्यपूर्णच होता. नंतर मि. घेंटच्या या मानाच्या तुऱ्यात आणखी एक पिस रोवले गेले. त्यांच्या चर्चमधील मित्रमंडळींनी इंग्लंडच्या पंतप्रधानांना फिलाडेल्फियातील पदवीदान समारंभासाठी पाचारण केले आणि फिलाडेल्फियामधील लोकांनी मि. डी. डब्ल्यू. घेंट यांचीच पंतप्रधानांची ओळख करून देण्यासाठी निवड करून त्यांचा मोठा सन्मान केला.

हाच तो माणूस, ज्याने फक्त ३ वर्षांपूर्वी टेबलावर ओणवे होऊन मला विचारले होते की, मला असे वाटते का की ते जाहीर भाषणकला शिकू शकतील?

आता मी तुम्हाला आणखी एक उदाहरण देतो. एके दिवशी कै. डेव्हिड एम. गुडरिच, जे. गुडरिच कंपनीचे अध्यक्ष होते. ते माझ्या ऑफिसमध्ये आले. त्यांनी अशी सुरुवात केली की, ''माझ्या संपूर्ण आयुष्यात मी कधीच असे भाषण करू शकलो नाही की जेव्हा मी भीतीने गारठून गेलो नाही. मी बोर्ड चेअरमन असल्यामुळे आमच्या मीटिंगमध्ये बोलण्याचे काम माझ्यावरच असे. खरे तर सर्व बोर्डमेंबर्सना मी अनेक वर्षांपासून ओळखतो, अगदी जवळून ओळखतो! आणि जेव्हा आम्ही टेबलाभोवती एकत्र गप्पा मारतो तेव्हा मला काहीच अवघड वाटत नाही. पण ज्या क्षणी मी व्यासपीठावर उभा राहून बोलायला सुरुवात करतो तेव्हा मी गर्भगळीत होतो. मी फार कष्टाने एखादा शब्द उच्चारू शकतो. अनेक वर्षांपासून हे असेच चालले आहे. मला नाही वाटत की तुम्ही माझ्यासाठी काही करू शकाल. माझी केस फारच गंभीर आहे. हे फार वर्षांपासूनचे जुने दुखणे आहे.''

मी म्हणालो, ''ठीक आहे, तर मग! जर तुम्हालाच असे वाटत नाही की मी काही करू शकेन, तर मग तुम्ही मला इथे भेटायला का आलात?''

ते उत्तरले, ''फक्त एका गोष्टीसाठी! माझ्याकडे एक अकाउंटंट कामाला आहे. तो माझे हिशेब ठेवतो, त्यातल्या अडचणी सोडवतो. तो अत्यंत लाजाळू आहे आणि त्याला त्याच्या केबिनमध्ये जाण्यासाठी माझी केबिन ओलांडून पुढे जावे लागते. गेले कित्येक वर्षं तो हळूच, पावलांचा आवाज न करता माझी केबिन ओलांडून जातो. त्याची नजर जमिनीकडे असते आणि क्वचितच तो

एखादा शब्द बोलतो. पण अलीकडे त्याच्यात मोठा बदल झाला आहे. आता माझ्या केबिनवरून जाताना त्याची मान ताठ असते, त्याचे डोळे चकाकत असतात आणि तो मला म्हणतो, ''सुप्रभात मि. गुडरिच.'' त्याचे स्वर आत्मविश्वासपूर्ण आणि जोशपूर्ण असतात. त्याच्यातील हा बदल पाहून मी चकित झालो, म्हणून मी त्याला म्हटले, ''तुला कोणी गुरू भेटला आहे का?'' तेव्हा त्याने मला तो तुमच्याकडे प्रशिक्षण घेत असल्याचे सांगितले. ''त्या भित्र्या कोकरातील हा प्रचंड बदल मी प्रत्यक्ष माझ्या डोळ्यांनी पाहिला म्हणून मी तुम्हाला भेटण्यासाठी आलो.''

मी मि. गुडरिचना हे सांगितले की, 'जर त्यांनी आमचे क्लासेसमध्ये नियमितपणे हजेरी लावली, आमच्या सूचना पाळल्या तर काही आठवड्यांमध्येच मोठ्या श्रोतृवर्गापुढे भाषण करण्याचा आनंद ते लुटू शकतील.'

त्यावर ते उत्तरले, ''जर तुम्ही हे करू शकलात तर या देशातील आनंदी लोकांपैकी मी एक असेन.''

मि. गुडरिच आमच्या क्लासमध्ये दाखल झाले आणि त्यांनी नजरेत भरेल अशी प्रगती केली. त्यानंतर ३ महिन्यांनी मी त्यांना ॲस्टर हॉटेलच्या बॉलरूममध्ये जेथे ३००० लोक जमले होते तेथे मीटिंगला बोलावले व त्यांना या अभ्यासक्रमामधून काय मिळाले याबद्दलचा अनुभव लोकांना सांगायला सांगितला; पण त्या वेळी त्यांना काही काम असल्यामुळे ते येऊ शकणार नाही, असे त्यांनी सांगितले. पण दुसऱ्याच दिवशी त्यांचा फोन आला की, त्यांची ज्यांच्याबरोबर भेट ठरली होती ती रद्द झाली आहे; त्यामुळे ते आता त्या मीटिंगला येऊ शकणार होते. ते म्हणाले, ''मी तुमचा आभारी आहे. मी प्रेक्षकांना सांगीन की या प्रशिक्षणामुळे मला काय मिळाले; मला अशी आशा वाटते की माझ्या उदाहरणामुळे अनेकांना प्रोत्साहन मिळेल आणि ज्या श्रोत्यांचे भीतीमुळे आयुष्य उद्ध्वस्त झाले आहे, त्यांना भयमुक्त होण्यास मदत होईल.''

मी त्यांना फक्त २ मिनिटे बोलण्यासाठी दिली होती, पण ते ३००० लोकांसमोर सुमारे अकरा मिनिटे बोलले.

मी माझ्या कोर्सेसमध्ये असे हजारो चमत्कार पाहिले आहेत. मी अशा अनेक स्त्री-पुरुषांना पाहिले आहे ज्यांची आयुष्ये या अभ्यासक्रमामुळे बदलून गेली आहेत. कित्येकांना त्यांच्या स्वप्नांपेक्षा अधिक मोठे यश मिळाले आहे, कित्येकांना त्यांच्या उद्योगधंद्यात अपेक्षेपेक्षा मोठा फायदा झाला आहे. नोकरदारांची उच्चपदावर बढती झाली आहे. काहींना समाजात मानाचे स्थान मिळाले आहे. अनेकांना योग्य क्षणी योग्य ते बोलल्यामुळेच हे यश प्राप्त झाले आहे. आता मी तुम्हाला मारिओ लाझोची गोष्ट सांगणार आहे.

काही वर्षांपूर्वी मला क्युबाहून एक तार आली ज्यामुळे मला खूप आश्चर्य वाटले. त्यामध्ये असे लिहिले होते की, 'तुम्ही मला केबल करून जर नकार दिला नाही तर मी ताबडतोब न्यू यॉर्कला तुमचे जाहीर भाषणकलेसाठीचे प्रशिक्षण घेण्यास येत आहे.' खाली सही होती, 'मारिओ लाझो.' कोण होता हा? मला आश्चर्य वाटले. कारण यापूर्वी हे नाव मी कधीच ऐकले नव्हते.

जेव्हा मि. लाझो न्यू यॉर्कला दाखल झाले तेव्हा त्यांनी सांगितले, "हवाना कंट्री क्लबच्या संस्थापकाला यंदा ५० वर्षे पूर्ण होत आहेत. त्यानिमित्त क्लबने जो समारंभ आयोजित केला आहे, त्या समारंभात मला त्या संस्थापकाला चांदीचा कप भेट म्हणून द्यायचा आहे आणि संध्याकाळचे मुख्य भाषण करायचे आहे. अशा प्रकारचे आमंत्रण मला आले आहे. मी जरी वकील असलो तरीसुद्धा मी अशा प्रकारचे जाहीर भाषण कधीच केले नाही. भाषण देण्याच्या कल्पनेने मी गर्भगळीत झालो आहे. जर मी अपयशी झालो तर माझ्या बायकोसाठी आणि माझ्या स्वत:साठीसुद्धा ते लज्जास्पद असेल, माझी सामाजिक अप्रतिष्ठा तर होईलच, पण माझ्या अशिलांमध्येसुद्धा माझी नाचक्की होईल. म्हणूनच मी तुमच्याकडे मदतीसाठी, एवढ्या लांबून - क्यूबाहून आलो आहे. मी फक्त ३ आठवडे येथे राहू शकेन."

या ३ आठवड्यांमध्ये मारिओ लाझोला मी एका वर्गातून दुसऱ्या वर्गात नेत होतो. रात्रीतूनसुद्धा ३/४ वेळा त्याला सराव करावा लागत होता. ३ आठवड्यानंतर हवाई कंट्री क्लबमध्ये मारिओने असे काही जोरकस भाषण ठोकले की, 'टाईम' मासिकानेसुद्धा त्याची दखल घेतली, परदेशी बातम्यांच्या मथळ्याखाली ती एक बातमी झाली आणि मारिओ लाझोचे वर्णन 'सिल्व्हर टंग्ड ओरेटर' या शब्दात केले.

खरोखर चमत्कार वाटतो ना? हो, खरेच चमत्कारच आहे - भीतीवर विजय मिळविण्याचा विसाव्या शतकातील चमत्कार!

दुसरे / **तुमची ध्येये तुमच्यासमोर ठेवा**

जेव्हा मि. घेंट यांनी त्यांच्या जाहीर भाषणकलेतील यश व त्यायोगे मिळालेला आनंद याबद्दल सांगितले तेव्हा माझा त्यामध्ये असलेला मोलाचा वाटा त्यांनी पुनः पुन्हा उद्धृत केला व ते भारावून गेले. ही गोष्ट खरी की त्यांनी मी दिलेल्या सूचना तंतोतंत पाळल्या आणि दिलेला गृहपाठसुद्धा श्रद्धेने केला. पण मला खात्री आहे की हे सगळे त्यांनी का केले असावे? तर ते त्यांना स्वत:ला करावेसे वाटले आणि त्यांना ते करावेसे का वाटले? तर त्यांनी आपण एक उत्तम वक्ता बनलो आहोत असे चित्र मनश्चक्षुंपुढे आणले. त्यांनी भविष्यातली आपली प्रतिमा

जशी रंगवली तशी ती साकार करण्यासाठी मेहनत घेतली आणि तुम्हीसुद्धा हेच करावे असे मला वाटते.

आता तुमच्या मते आत्मविश्वास आणि अधिक परिणामकारक बोलणं तुम्ही कशाला म्हणणार आहात यावर संपूर्ण लक्ष केंद्रित करा. आता ज्या गोष्टीचा तुम्ही समाजकारणात किंवा मित्रांमध्ये वावरताना किंवा एखाद्या स्वयंसेवी संस्थेत काम करताना तुमचा प्रभाव कसा पाडणार आहात किंवा तुमच्या उद्योगधंद्यात याचा वापर कसा करणार आहात, याचा विचार करा. थोडक्यात यामुळे तुमच्यातील नेतृत्वगुण वाढणार आहेत.

युनेस्को आणि नॅशनल कॅश रजिस्टर कंपनीचे अध्यक्ष एस. सी. ॲलीन यांनी 'स्पीच ॲन्ड लिडरशीप इन बिझिनेस' या आपल्या लेखामध्ये असे म्हटले आहे की, 'उद्योगधंद्याच्या इतिहासाची पाने उलगडून पाहिली तर असेच लक्षात येते की ज्या लोकांनी व्यासपीठे गाजवली, त्यांनीच सगळ्यांचे लक्ष वेधून घेतले. खूप वर्षांपूर्वी कनसासमधील एका छोट्याशा शाखेत काम करणाऱ्या एका तरुणाने एक छोटेसे पण इतरांपेक्षा वेगळे व परिणामकारक भाषण केले आणि तो कंपनीचा व्हाईस प्रेसिडेंट झाला आणि आता नुकतेच मला असे समजले की तो आता 'नॅशनल कॅश रजिस्टर' कंपनीचा प्रेसिडेंट आहे.

तुमच्यामध्ये जर स्वत:च्या पायांवर उभे राहून चार शब्द बोलण्याची क्षमता आली तर तुमचे आयुष्य तुम्हाला कोठे नेईल याचा अंदाज लावता येत नाही. आमच्या कोर्समधील ग्रॅज्युएट हेन्री ब्लॅकस्टोन जे अमेरीकेतील सर्व्हो कॉर्पोरेशनचे प्रेसिडेंट आहेत ते म्हणतात, "इतरांबरोबर सुसंवाद साधण्याची मला आणि इतरांकडून सहकार्य मिळविण्याचे कौशल्य हे गुण पुरुषांना व्यवसायात फार मोठ्या उंचीवर नेऊन ठेवतात."

जेव्हा तुम्ही व्यासपीठावर उभे राहता आणि तुमचे विचार व तुमच्या भावना तुमच्या प्रेक्षकांबरोबर शेअर करता त्या वेळी तुम्हाला जे समाधान आणि आनंद मिळेल त्याबद्दल काय बोलावे? आत्तापर्यंत अनेक वेळा मी संपूर्ण जगभर प्रवास केला आहे, पण खरे सांगतो प्रेक्षकांसमोर भाषण करून मला जो आनंद मिळाला तेवढा खचितच इतर काही गोष्टींमुळे मिळाला. जमावापुढे भाषण करण्याने तुम्हाला तुमच्या सामर्थ्याची जाणीव होते, तुम्हाला सत्ता मिळते. माझा एक विद्यार्थी म्हणतो, "भाषणाला सुरुवात करण्याच्या दोन मिनिटे आधी सुरुवात करू नये असे वाटते पण भाषण संपवण्याच्या दोन मिनिटे आधी ते संपूच नये असे वाटते."

आता तुम्ही झटपट कामाला लागा, असे चित्र डोळ्यांसमोर आणा की तुम्हाला कोठेतरी भाषण करायला बोलावले आहे. तुम्ही अतिशय आत्मविश्वासाने

व्यासपीठाच्या पायऱ्या चढत आहात, तुम्ही भाषणाला सुरुवात करत आहात, सभागृहात प्रचंड उत्सुकता आहे, प्रेक्षक तुमचे बोलणे अत्यंत लक्षपूर्वक ऐकत आहेत. तुमच्या एकेक मुद्द्याशी ते सहमत होत आहेत आणि सरतेशेवटी तुमचे भाषण संपवून तुम्ही व्यासपीठावरून प्रचंड टाळ्यांचा कडकडाटात खाली उतरत आहात. प्रेक्षकांमध्ये काही तुमचे चाहते बसले आहेत ते व्यक्तिश: तुमचे कौतुक करण्यास पुढे सरसावले आहेत. माझ्यावर विश्वास ठेवा, यामध्ये जादू आहे, चमत्कार आहे, कधीही न विसरता येण्याजोगे साहस आहे.

विल्यम जेम्स हे हॉवर्ड विद्यापीठातील एक मानसशास्त्राचे नामवंत प्रोफेसर होते. त्यांनी अशी सहा वाक्ये लिहून ठेवली आहेत, ज्याचा तुमच्या आयुष्यावर खोलवर परिणाम होईल. ही सहा वाक्ये म्हणजे, 'तिळा तिळा दार उघड' हा आलिबाबाचा गुहेचा दरवाजा उघडणाऱ्या मंत्राप्रमाणेच आहे. तुमच्या साहसाच्या गुहेचा दरवाजा उघडणारी ही सहा वाक्ये अशी : 'कोणत्याही विषयामध्ये तुमचे त्या विषयाचे झपाटलेपणच तुम्हाला यश देते; तुम्ही जर परिणामांची चिंता केली तर तुम्ही तुमच्या ध्येयापर्यंत पोहोचू शकता. तुमची जर चांगले बनण्याची इच्छा असेल तर तुम्ही चांगलेच बनता! जर तुमची श्रीमंत बनण्याची इच्छा असेल तर तुम्ही श्रीमंत बनता! तुम्हाला विद्वान बनण्याची इच्छा असेल तर तुम्ही विद्वान बनता. फक्त अट एकच की तुम्हाला मनापासून तसे घडावे असे वाटले पाहिजे; आणि तुम्ही त्या ध्येयाने पूर्णपणे पछाडले गेले पाहिजे! आता तुमच्या मनात त्या गोष्टीला बाधा आणेल असे दुसरे कोणतेही विचार नकोत!

गटागटांशी परिणामकारक छाप पडेल असे बोलण्याची कला अवगत झाल्याने फक्त भाषण देता येते एवढेच नव्हे तर यापेक्षा इतरही काही फायदे होतात. कदाचित या अभ्यासक्रमासाठी प्रवेश घेऊनही तुमच्यावर कधी भाषण करण्याची वेळच येणार नाही असेही घडू शकेल. पण तरीसुद्धा भाषणकला शिकण्याचे इतरही अनेक फायदे आहेत. अगदी महत्त्वाचा पहिला फायदा म्हणजे जाहीर भाषणकला अवगत करून घेणे हा आत्मविश्वास मिळवण्याचा राजमार्ग आहे. एकदा का तुम्हाला या गोष्टीची जाणीव झाली की तुम्ही तुमच्या पायावर उभे राहून जनसमुदायाशी बौद्धिक मुद्द्यांवर बोलू शकता, की मग हे तर्कशुद्ध विधान असून शकेल की, तुम्ही कोणत्याही व्यक्तीशी अधिक आत्मविश्वासाने व खात्रीपूर्वक बोलू शकता. आत्तापर्यंत माझ्याकडे असे अनेक स्त्री-पुरुष येऊन गेले की ज्यांना समाजात वावरताना बावरलेपण येत असे. केवळ हा लाजाळूपणा काढून टाकण्यासाठी त्यांनी माझे प्रशिक्षण घेतले आहे. जेव्हा त्या लोकांना हे जाणवले की ते स्वत:च्या पायांवर उभे राहून व्यासपीठावरून आपल्या मनातल्या चार गोष्टी श्रोत्यांशी बोलू शकतात व त्या वेळी कोणताही अपघात होत नाही तेव्हा त्यांना

स्वत:च्या लाजाळूपणावर हासू आले. आता त्यांनी इतरांवर म्हणजे कुटुंबावर, मित्र-मैत्रिणींवर, उद्योगधंद्यातील सहकाऱ्यांवर, ग्राहकांवर, आपल्या अशीलांवर आणि नव्याने ओळख झालेल्यांवर पण जाणून-बुजून प्रभाव पाडण्याचा प्रयत्न केला. मि. गुडरिच सारखे आमच्या कोर्समधून पदवी घेऊन गेलेले गृहस्थ तर त्यांच्या अकाउंटमधील प्रशंसनीय बदल पाहून आमच्याकडे आले.

ज्या लोकांचे व्यक्तिमत्त्व चटकन लक्षात येत नाही अशा लोकांच्याबाबतीतसुद्धा अशा प्रकारचे प्रशिक्षण उपयोगी ठरते. मी डॉ. डेव्हिड ऑलमन जे अटलांटिक सीटी सर्जन आणि पूर्वीचे अमेरिकन मेडिकल असोसिएशनचे अध्यक्ष होते. त्यांना नुकताच मी असा प्रश्न विचारला होता की जाहीर भाषणकलेच्या प्रशिक्षणाने मानसिक व शारीरिक आरोग्यावर काय परिणाम होतो? त्यावर ते माझ्याकडे बघून हसले व म्हणाले, ‘‘मी याचे उत्तर प्रिस्क्रिप्शन लिहूनच अधिक चांगले देऊ शकेन. हे कोणत्याही दुकानात मिळणार नाही. हे ज्याने त्याने स्वत:च तयार करायचे आहे आणि ज्याला असे वाटेल की हे जमणार नाही तर तो चुकीचा ठरेल.’’

आत्ता माझ्या टेबलवर प्रिस्क्रिप्शन ठेवलेले आहे. जेव्हा जेव्हा मी ते वाचतो तेव्हा तेव्हा मी भारावून जातो. त्यावर जे लिहिले आहे ते डॉ. ऑलमनने केलेली नोंद आहे.

इतरांना तुमच्या हृदयात आणि मेंदूत डोकावून बघता येईल एवढी क्षमता तुमच्यामध्ये यावी म्हणून जास्तीत जास्त प्रयत्न करा. आपले विचार, आपल्या भावना इतरांना स्पष्टपणे समजतील इतक्या पारदर्शक करायला शिका. मग भले ते एखाद्या व्यक्तीशी बोलणे असू दे किंवा जाहीर भाषण असू दे! तुमच्या असे लक्षात येईल की जसजसे तुम्ही हा प्रयत्न कराल तसतसे तुमचा त्यांच्यावर असा काही प्रभाव पडेल जो यापूर्वी तुम्ही कधीच पाडू शकला नाहीत.

या प्रिस्क्रिप्शनमुळे तुमचा दुहेरी फायदा होईल. इतरांशी बोलताना तुमचा आत्मविश्वास बळावेल आणि तुमचे संपूर्ण व्यक्तिमत्त्वच झळाळून निघेल. याचा अर्थ तुमचा भावनांक वाढेल. त्याचा फायदा तुम्हाला तुमचे शारीरिक आरोग्य वाढण्यासाठी होईल. सध्याच्या आधुनिक युगात प्रत्येकालाच म्हणजे स्त्री-पुरुष, तरुण-प्रौढ या सगळ्यांनाच जाहीर भाषणकलेची आवश्यकता आहे. मी स्वत: उद्योजक किंवा धंदेवाईक नाही त्यामुळे त्यांना या कलेचा कसा उपयोग होतो हे व्यक्तिश: मला माहिती नाही. पण उपयोग होतो हे मी ऐकले आहे. पण आरोग्याच्या दृष्टीने याचा काय उपयोग होतो हे मी सांगू शकतो. तुम्हाला जेव्हा शक्य असेल तेव्हा थोड्या लोकांसमोर किंवा अधिक मोठ्या समुदायासमोर बोला. प्रत्येक वेळी तुमच्या वक्तृत्वामध्ये अधिक चांगला बदल होईल. माझ्या स्वत:चा

हा अनुभव आहे आणि तुम्हाला खूप उल्हासित वाटेल, हलके होऊन तरंगल्यासारखे वाटेल, तुम्ही सर्वगुण संपन्न आहात अशी तुमची भावना होईल आणि यापूर्वी इतके सुखद तुम्हाला कधीच वाटले नसेल!

असे जे वाटणे आहे ते इतके रोमांचकारी आहे की कोणत्याही औषधाच्या गोळीने ही अनुभूती तुम्हाला मिळणार नाही.

दुसरी मार्गदर्शनसूची तुम्हाला हे सांगेल की आपण यशस्वी झालो आहोत असे चित्र डोळ्यांसमोर आणा. ज्याची भीती वाटते आहे तेच करा, तुम्हाला भरघोस यश मिळाले आहे आणि त्यापासून तुम्हाला जो फायदा झाला त्यावर चित्त एकाग्र करा, तुम्ही एका मोठ्या जमावाशी किती आश्वासक स्वरात बोललात! इतके की त्यानी तुम्हाला स्वीकारले! विल्यम जेम्सचे शब्द लक्षात ठेवा. ''तुम्ही जर परिणामांची क्षिती बाळगली तर तुमचा हेतू सफल होईल.''

तिसरे / **यशासाठी तुमच्या मनाची पूर्वतयारी करा**

एकदा एका रेडिओ कार्यक्रमात मला असे विचारण्यात आले की, आत्तापर्यंतच्या आयुष्यात तुम्ही जो सगळ्यात महत्त्वाचा धडा शिकलात तो ३ वाक्यांमध्ये सांगा. त्यावर मी जे सांगितले ते असे, ''मी आत्तापर्यंत शिकलेला सगळ्यात महत्त्वाचा धडा हा की आपण जो विचार करतो त्याचे महत्त्व विस्मयजनक असते. मला जर समजले की तुम्ही काय विचार करता तर तुम्ही कसे आहात ते मला समजते; कारण तुमचे विचारच तुमचे व्यक्तिमत्त्व घडवत असते. तुमच्या विचारांमध्ये बदल करून तुम्ही तुमचे आयुष्य बदलू शकता.''

तुम्ही आता तुमची नजर आत्मविश्वास वाढीच्या आणि अधिक परिणामकारक संवाद साधण्याच्या ध्येयावर स्थिर केली आहे. आता या क्षणापासून तुम्ही तुमच्या मनातले नकारात्मक विचार काढून टाकणार आहात आणि फक्त सकारात्मक विचारांनाच मनात थारा देणार आहात आणि तुमच्या प्रयत्नांना यश कसे मिळेल याचा विचार करणार आहात. एखाद्या जमावापुढे यशस्वीपणे बोलण्याचा दुर्दम्य आशावाद तुम्ही मनात जागवणार आहात. आता इथून पुढचा तुमचा प्रत्येक शब्द आणि प्रत्येक कृती ही निश्चयपूर्ण असेल जी तुमची वक्तृत्वकौशल्ये वाढवेल.

आता मी तुम्हाला जी गोष्ट सांगणार ती एक नाट्यपूर्ण पुरावा आहे; ज्या कोणाला अधिक प्रभावशाली भाषणकला अवगत करायची आहे त्याला ही आव्हान स्वीकारण्यासाठी प्रेरणा देणारी अशी ही गोष्ट आहे. मी ज्या माणसाबद्दल लिहीत आहे त्याने व्यवस्थापनाच्या अनेक शिड्या चढूनच तो आज औद्योगिक जगतातली एक आख्यायिका बनला आहे. पण जेव्हा त्याच्या कॉलेजजीवनात तो व्यासपीठावर प्रथम उभा राहिला तेव्हा त्याला शब्द सुचेनात. त्याच्या शिक्षकांनी त्याला जी

पाच मिनिटे दिली होती त्याच्या अर्धीसुद्धा तो वापरू शकला नाही. त्याचा चेहरा भीतीने पांढराफटक पडला आणि अश्रूपूर्ण नयनांनी तो घाईने व्यासपीठावरून खाली उतरला.

त्या माणसाने आपल्या तारुण्यात हा अनुभव घेतला होता, त्यामुळे तो निराश झाला नाही. अपयशानं खचून गेला नाही तर त्याने त्याच वेळी एक चांगला वक्ता बनण्याचा निश्चय केला आणि जोपर्यंत देशाचा अर्थशास्त्रातील सल्लागार अशी आंतरराष्ट्रीय ख्याती मिळाली नाही तोपर्यंत त्याने त्याचे प्रयत्न थांबवले नाहीत. त्या माणसाचे नाव आहे क्लॅरोस बी रॅन्डॉल. 'फ्रीड्म्स फेथ' नावाच्या एका विद्वत्तापूर्ण पुस्तकात त्याने जाहीर भाषण कल्याबद्दल असे म्हटले आहे की, ''माझ्या शर्टच्या एका बाहीवर शासकीय अधिकाची बिरुदे होती तर माझी दुसरी भूमिका अत्यंत वेगळी होती. रोज मला उद्योजकांच्या संघटनांकडून जेवणाची व भाषणांची आमंत्रणे येत. व्यापारी संघटनांकडून माजी विद्यार्थ्यांच्या स्नेहसोहळ्याची, रोटरी क्लब, निधी गोळा करणाऱ्या संस्था या सगळ्यांना भाषणांसाठी मीच हवा असे. एकदा मिशिगनमध्ये पहिल्या महायुद्धाबद्दल मी स्वतः देशभक्तीपर भाषण स्वयंस्फूर्तपणे केले होते. मिकी रुनीबरोबर धान्याची कोठारे आम्ही गरिबांसाठी खुली केली होती. हॉवर्ड विद्यापीठाचे प्रेसिडेंट जेम्स कोनंट आणि शिकागो विद्यापीठाचे रॉबर्ट हचकिन्स यांच्याबरोबर शैक्षणिक प्रचारासाठी भाषणे केली होती. एकदा तर मी माझ्या तोडक्या-मोडक्या फ्रेंचमध्येसुद्धा भाषण दिले होते.

" मला असे वाटते की मला श्रोत्यांना काय ऐकायला आवडते आणि कशाप्रकारे ते बोलले गेले पाहिजे याची थोडीफार समज आहे आणि सगळ्याच बाबतीत थोड्याफार प्रमाणात तसेच असते. एखाद्या व्यावसायिकाची जबाबदारी घेण्याची इच्छा असेल तरच तो यशस्वी व्यावसायिक बनू शकतो.''

मी मि. रॅन्डॉलशी सहमत आहे. जर तुम्हाला प्रभावी भाषणकला अवगत करायची असेल तर 'मी यशस्वी होईनच' अशी तुमची स्वतःची धारणा असणे हे सगळ्यात महत्त्वाचे आहे. जर मी तुमच्या मनात डोकावू शकलो आणि तुमच्या अंतरिक इच्छेचा, विचारांच्या दिशेचा, तुमच्या ज्ञानाचा अंदाज घेऊ शकलो तर निश्चितच तुमच्या संवाद कौशल्याबद्दलच्या तुमच्या ध्येयपूर्तीच्या भविष्याबद्दल मी तुम्हाला जातीने सांगू शकेन.

एकदा मध्य पश्चिमेतील माझ्या एका वर्गामध्ये पहिल्याच रात्री एक माणूस उठून उभा राहिला आणि न लाजता त्याने असे सांगितले की, तो गृहप्रकल्पांच्या बांधकाम व्यवसायात होता आणि तरीही जोपर्यंत त्याला 'अमेरिकन होम बिल्डर्स संघटनेचा' व्याख्याता म्हणून ओळखले जाणार नाही, तोपर्यंत त्याला समाधान

मिळणार नाही. त्याची माफक इच्छा होती की त्याला अमेरिकेतील सर्व देशांमध्ये त्याच्या व्यवसायात आलेल्या अडचणी आणि त्यावर मात करून त्याने मिळवलेले यश, याबद्दल सांगायचे होते. जो हॅवरस्ट्रीकला जे काही म्हणायचे होते ते सुस्पष्ट होते. कोणताच संभ्रम नव्हता. तो अशा प्रकारचा विद्यार्थी होता की जो त्याच्या शिक्षकांना खूप आनंद द्यायचा, त्याचा उत्साह वाखाणण्यासारखा होता. त्याला फक्त आसपासच्या मुद्द्यांवर बोलायचे नव्हते; तर त्याला संपूर्ण देशाविषयी बोलायचे होते आणि त्याच्या इच्छा-आकांक्षांविषयी त्याच्या मनात कोणताच संदेह नव्हता. तो त्याच्या भाषणावर खूप मेहेनत घ्यायचा; ते अभ्यासूपणे तयार केलेले असायचे, तो वर्गात कधीही गैरहजर राहत नसे. खरे तर व्यावसायिकांच्या दृष्टीने तो अत्यंत धामधुमीचा काळ होता, पण त्याची हजेरी लक्षणीय होती आणि अशा विद्यार्थ्याला जसे यश मिळते तसे त्याला भरघोस यश मिळाले. दोनच महिन्यात वर्गातील इतर विद्यार्थ्यांपेक्षा त्याची प्रगती लक्षणीय होती. तो अध्यक्ष म्हणूनसुद्धा निवडून आला.

त्याला शिकवणारा प्रशिक्षक, व्हर्जिनिया येथील नॉरफ्लॉकमध्ये होता. एक वर्षाने त्याने त्याच्याबद्दल जे लिहिले ते असे 'मी ऑटिओमध्ये भेटलेल्या जो हॉवरस्ट्रीकला विसरूनसुद्धा गेलो होतो. पण एके दिवशी सकाळी नाश्ता करताना मी जेव्हा *'व्हर्जिनिया पायलट'* नावाचा पेपर उघडला तेव्हा मी काय पाहिले? तर तो हॅवरस्ट्रीकचा यात मोठा फोटो होता आणि सोबत त्याचे कौतुक करणारा लेख होता. आदल्या दिवशी रात्री त्याने त्या ठिकाणच्या बांधकाम व्यावसायिकांची मोठी सभा भरवली होती आणि तो फक्त 'राष्ट्रीय होम बिल्डर्स असोसिएशन'चा वक्ता नव्हता, तर त्याचा अध्यक्ष होता.'

म्हणून तुम्हाला तुमच्या कामात यशस्वी होण्यासाठी काही आवश्यक गुणांची जोपासना करायला हवी. अशी प्रबळ इच्छा की जी तुमच्यातील उत्साहाला तेवत ठेवेन. अशी चिकाटी की जी पर्वतांएवढ्या संकटांनासुद्धा भेदून जाईल आणि असा आत्मविश्वास की जो तुमच्या यशाची खात्री बाळगेल.

जेव्हा ज्युलिअस सिझर त्याच्या सैन्याबरोबर शॉलची खाडी जहाजातून पार करून गेला. जो प्रदेश आज इंग्लंड म्हणून ओळखला जातो, त्या वेळी त्याच्या सैन्याने यशस्वी व्हावे म्हणून त्याने काय केले असेल? तो अत्यंत हुशारीने वागला. त्याने त्याच्या सैन्याला डोव्हर येथील उंच कड्यावर नेले आणि २०० फूट खाली असलेल्या पाण्यातील ते ज्या जहाजातून आले होते त्या जहाजातून पेटलेल्या लाल ज्वाळा दाखवल्या. शत्रूच्या देशात, आता आपल्या देशात नेणारा शेवटचा दोरही कापलेला बघून सैन्याकडे पुढे झेपावून लढण्याशिवाय आणि विजयी होण्याशिवाय दुसरा पर्याय होता का? नाईलाजाने सैन्यानेही तेच केले.

अमर्त्य सिझरने जे धैर्य दाखवले तसेच धैर्य तुम्ही प्रेक्षकांबद्दलची तुमच्या मनातली प्रत्येक नकारात्मक विचार पळवून लावा आणि तुमच्या मनाचे दरवाजे भूतकाळासाठी धाडकन् बंद करा.

चौथे / **सराव करण्याची एकही संधी सोडू नका**

पहिल्या महायुद्धापूर्वी रस्ता क्र. १२५, वाय.एम.सी.अे. मध्ये मी जो अभ्यासक्रम शिकवत असे. त्यामध्ये त्यानंतर आमूलाग्र बदल केला. प्रत्येक वर्षी काही नवीन संकल्पना अभ्यासक्रमात सामावल्या जात व प्रभावहीन ठरलेल्या जुन्या कल्पना काढून टाकल्या जात असत. पण या अभ्यासक्रमाचे एक वैशिष्ट्य मात्र कधीच बदलले नाही. प्रत्येक वर्गातल्या प्रत्येक विद्यार्थ्याला किमान एकदा तरी क्वचित दोनदासुद्धा स्वतःच्या पायावर उभे राहून त्यांच्या वर्गमित्रांसमोर भाषण ठोकावे लागत असे का? कारण जाहीर भाषणकला श्रोत्यांच्या समुदायासमोर भाषण केल्याशिवाय कशी अवगत होणार? जसे पाण्याशिवाय पोहणे कसे शिकणार? जाहीर भाषणकलेसंबंधी लिहिलेले प्रत्येक पुस्तक तुम्ही वाचू शकाल, अगदी लिहिलेले हे प्रकरणसुद्धा, पण तरीही तुम्हाला भाषण करता येईलच असे नाही. हे तुम्हाला संपूर्ण मार्गदर्शक म्हणून उपयोगी पडेल. पण या मधील सूचना तुम्हाला प्रत्यक्षात अमलात आणाव्या लागतील.

जेव्हा जॉर्ज बनर्ड शॉ ला हे विचारले गेले की श्रोत्यांना इतके मंत्रमुग्ध करणारे भाषण तुम्ही कुठे शिकलात? त्यावर ते उत्तरले, 'मी ज्याप्रमाणे स्केटींग शिकलो, त्याप्रमाणेच हे पण शिकलो. खूप चिकाटी ठेवली. जोपर्यंत संपूर्ण यश मिळाले नाही, तोपर्यंत स्वतःला मूर्खात काढत राहिलो.' शॉ त्याच्या तरुणपणी लंडनमधला सर्वांत लाजाळू तरुण होता. एम्बॅकमेंट येथे कोणाच्या घरी जायचे असले तरी त्या दरवाजावर टकटक करण्यापूर्वी किमान २० मिनिटे आधी तरी त्याला धैर्य गोळा करावे लागत असे. त्याने स्वतःच एकदा अशी कबुली दिली की, 'काही पुरुषांना त्यांच्या केवळ भित्रेपणामुळे आयुष्यात फार काही सोसावे लागले आहे किंवा क्वचितप्रसंगी फार भयंकररीतीने खजील व्हावे लागले आहे.'

सरतेशेवटी त्याने स्वतःच एक खात्रीचा, उत्तम आणि त्वरित उपाय करणारा मार्ग शोधून काढला. त्याने असा निश्चय केला की आता तो त्याच्यातील न्यूनत्वालाच त्याचे बलस्थान बनवेल. त्याने वादविवाद मंडळात नाव घातले. लंडनमध्ये होणाऱ्या प्रत्येक जाहीर सभांना तो उपस्थित राहिला आणि प्रत्येक वेळी उभे राहून तो आपला मुद्दा पटवून देऊ लागला. सामाजिक जीवनात रुची दाखवून आणि एक जबाबदार नागरिक म्हणून सर्वसामान्य लोकांची बाजू मांडून जॉर्ज बर्नार्ड शॉने स्वतःची प्रतिमा एक अत्यंत हुषार, आत्मविश्वासू वक्ता

म्हणून विसाव्या शतकाच्या मध्यापर्यंत उजळून टाकली.

बोलण्याच्या संधी चोहो बाजूंनी येत असतात. अनेक संघटनांचे सभासदत्व घ्या, ऑफिसेसमध्ये स्वयंस्फूर्तीने जबाबदारी घ्या, ज्यामुळे तुम्हाला बोलण्याची संधी मिळेल. जाहीर सभांमध्ये उभे राहून आपला मुद्दा पटवून द्या किंवा वादविवाद पुढे नेण्यास मदत करा; कधीही मागे राहू नका, बोलते व्हा! रविवारच्या अभ्यास वर्गात शिकवा, स्काऊटचे नेतृत्व करा, अशा कोणत्याही गटात सामील व्हा जेथे तुम्हाला सभांमध्ये बोलण्याची संधी मिळेल. फक्त एका गोष्टीचे पथ्य पाळा की जेव्हा तुम्ही पुढे सरसावून बोलणार असाल तेथे एखाद्या विशिष्ट व्यवसायावर, जाती-जमातींवर, राजकारण्यांवर, व्यावसायिकांवर आणि अगदी शेजाऱ्यांवर अशी कोणतीही टिप्पणी करू नका की ज्यामुळे तुम्ही त्यांचा रोष ओढवून घ्याल. तुम्ही बोलल्याशिवाय आणि पुन: पुन्हा बोलल्याशिवाय तुम्ही कोणती प्रगती केली आहे हे तुम्हाला समजणार नाही.

एकदा एक उच्च पदस्थ अधिकारी मला म्हणाला, "मला हे सगळे समजते पण ते शिकून घेण्यासाठी ज्या अग्निदिव्यातून जावे लागते ते करायला मी धजावत नाही."

"अग्निदिव्य?" मी म्हणालो, "हा गैरसमज तू डोक्यातून काढून टाक. तू आत्तापर्यंत योग्य दिशेने विचार केला नाहीस. हा विजयाचा मार्ग आहे. ही एक अनुभूती आहे."

"कसली अनुभूती?" त्याने विचारले.

"साहसांची अनुभूती." मी त्याला सांगितले आणि मग मी त्याला जाहीर भाषणकला ही यशाचा मार्ग कसा बनू शकते याबद्दल सांगितले. त्यामधून होणाऱ्या व्यक्तिमत्त्वाच्या उन्नतीबद्दल सांगितले.

शेवटी तो म्हणाला, "ठीक आहे! मी प्रयत्न करून बघेन. हे धाडस मी एकदा करूनच बघेन."

जसजसे तुम्ही हे पुस्तक वाचत जाल आणि यातील तत्त्वे आचरणात आणाल तसतसे तुम्हालाही या धाडसाची नशा चढत जाईल. मग तुमच्या असे लक्षात येईल की हे एक असे धाडस आहे ज्यामध्ये तुमची दृष्टी विशाल होत जाईल आणि तुम्ही स्वत:मधील चुका शोधून काढून त्या दुरुस्त कराल. तुमच्या असे लक्षात येईल की हे एक असे धाडस आहे ज्याने तुम्हाला अंतर्बाह्य बदलून टाकले आहे.

प्रकरण २

आत्मविश्वास वाढवा

''मि. कार्नेगी ५ वर्षांपूर्वी मी त्या हॉटेलमध्ये आलो होतो जेथे तुमचे 'जाहीर भाषणकला' या अभ्यासक्रमाचे प्रात्यक्षिक चालू होते. मी तेथील सभागृहाच्या दरवाजापर्यंत आलो होतो. पण तेथेच थबकलो. कारण मला माहिती होते की जर मी या अभ्यासक्रमाला प्रवेश घेतला तर आज ना उद्या, कधीतरी मला भाषण करावेच लागेल. त्यामुळे दरवाजाच्या मुठीवर ठेवलेला माझा हात या भीतीने गारठला. मी आत पोहोचू शकलो नाही. मी तसाच पाठीमागे फिरलो आणि त्या हॉटेलमधून निघून गेलो.

''जर मला हे त्या वेळी माहिती असते की भीतीवर विजय मिळवणे तुम्ही किती सोपे करून शिकवता. प्रेक्षकांबद्दलची ही भीती जी जणू काही अर्धांगवायू झाल्याप्रमाणे हतबल बनवते त्या भीतीवर मात करणे इतके सोपे आहे हे जर त्या वेळी मला कोणी सांगितले असते तर माझ्या आयुष्यातील ही ५ वर्षे वाया गेली नसती.''

जो माणूस हे प्रामाणिकपणे बोलत होता तो काही एखाद्या कॉफी टेबलवर बसलेला नव्हता. तर तो त्याची ही विधाने २०० लोकांच्या समुदायासमोर व्यासपीठावर उभे राहून बोलत होता. पदवी प्राप्त करणाऱ्या विद्यार्थ्यांचा तो आमचा न्यू यॉर्क येथील वर्ग होता. मला त्याच्या भाषणातले प्रामुख्याने काय भावले असेल तर त्याचा समतोलपणा आणि आत्मविश्वास! मला या माणसाबद्दल नेहमीच असे वाटले की त्याच्याकडे त्याचा कार्यभार पेलून नेण्याची उत्तम कौशल्ये तर आहेतच, पण आता नव्याने त्याने जे स्वत:ला व्यक्त करण्याचे नवीन तंत्र आणि आत्मविश्वास संपादन केला आहे त्यामुळे तो खूप मोठी प्रगती करेल. मी त्याचा प्रशिक्षक होतो त्यामुळे साहजिकच त्याने त्याच्या भीतीवर ज्या पद्धतीने मात केली हे पाहून मला खूप आनंद झाला आणि एवढेच नाही तर तो आता आयुष्यात प्रचंड यश मिळवणार हे नि:संशय होते. पण ही त्याची भीती ५/१० वर्षे आधीच गायब झाली असती तर तो नक्कीच यापेक्षाही अधिक आनंदी झाला

असता, असे मला वाटल्याशिवाय राहिले नाही.

इमरसन म्हणतो, 'जगातील इतर गोष्टींपेक्षा भीतीच माणसाचा अधिक वेळा पराभव करते.' खरेच या कटू सत्याची मला फार लवकर जाणीव झाली म्हणून मी आयुष्यभर देवाचा ऋणी राहीन आणि म्हणूनच मी इतर लोकांची भीतीपासून सुटका करू शकलो. मी हा माझा अभ्यासक्रम जेव्हा इ. स. १९१२ मध्ये शिकवण्यास सुरुवात केली तेव्हा मला याची पुसटशीसुद्धा कल्पना नव्हती की हा अभ्यासक्रम लोकांना भीतीमुक्त करण्यात व त्यांचा न्यूनगंड घालवण्यात किती मोलाची कामगिरी करणारा उपक्रम आहे! टोचणी देणाऱ्या मनावर नियंत्रण करून धाडस आणि आत्मविश्वास निर्माण करणारी निसर्गाचीच एक स्वत:ची पद्धत म्हणजे जाहीर भाषणकला याचा मला साक्षात्कार झाला कसे म्हणता? कारण जाहीर सभांमध्ये बोलण्याने आपल्या भीतींवर आपण पकड ठेवू शकतो.

अनेक वर्षांपासून स्त्री आणि पुरुषांना जाहीर भाषणकला शिकवण्यामुळे माझ्या डोक्यात काही कल्पना ठामपणे रुजल्या आहेत. ज्यांचा उपयोग तुमची व्यासपीठावरील भीती कमी करून तुमच्यामध्ये आत्मविश्वास जागवण्यासाठी होणार आहे. फक्त काही आठवड्यांच्या सरावाची गरज आहे.

पहिली / **जाहीर भाषण करतानाच्या भीतीबद्दलची सत्ये जाणून घ्या**

सत्यकथा नंबर १

तुम्हाला जाहीरपणे भाषण करण्यात भीती वाटते यामध्ये फारसे वावगे काही नाही. आम्ही कॉलेजेसमधून जो सर्व्हे केला त्याच्या अहवालानुसार ज्या विद्यार्थ्यांनी या अभ्यासक्रमाला प्रवेश घेतला त्यांच्यापैकी ८० ते ९० टक्के विद्यार्थ्यांना अगदी पहिल्यापासून व्यासपीठाची भीती वाटत होती आणि माझी खात्री आहे की माझ्या अभ्यासक्रमाला येणाऱ्या प्रौढांमध्ये तर ते प्रमाण १०० टक्के आहे.

सत्यकथा नंबर २

व्यासपीठाची थोडीशी भीती मनात असणे हे उपयुक्तच आहे. मनातल्या या माफक भीतीमुळे सभोवतालच्या वातावरणातून आपल्यावर काही विपरीत संकटे ओढवू शकतील, याची आपल्याला जाणीव असते आणि त्यामुळेच त्या संकटांशी दोन हात करण्याची आपण तयारी करू शकतो. अशी काही प्रमाणात मनातल्या मनात आपण तयारी ठेवली तर आपली विचारक्षमता वेगाने वाढते, आपण अधिक अस्खलितपणे बोलू शकतो आणि सामान्य परिस्थितीपेक्षा आपण अधिक चांगल्याप्रकारे भावनांशी समरसून बोलू शकतो.

सत्यकथा नंबर ३

अनेक व्यावसायिक वक्त्यांनी मला हे खात्रीपूर्वक सांगितले आहे की त्यांनासुद्धा व्यासपीठावर जाण्यापूर्वी काही प्रमाणात भीती वाटतेच. ते जेव्हा बोलायला सुरुवात करतात त्यापूर्वी काही सेकंद त्यांना अशी भीती वाटते आणि ही भीती भाषणातील पहिल्या काही वाक्यांपर्यंत टिकते. मात्र ही भीती फक्त अशाच स्त्री-पुरुषांना वाटते की जे व्यासपीठावर चढून थोड्याच वेळात चौखूर उधळलेल्या घोड्यावर स्वार होतात, विचारांची फटकेबाजी करतात. जे एखाद्या कागदावर भाषण लिहून ते पाठ करून बोलतात, त्यांच्याबाबतीत हे संभवत नाही. जे वक्ते म्हणतात की ते काकडीप्रमाणे थंड असतात ते बहुधा काकडीच्या सालाप्रमाणेच टणक म्हणजे बेदरकार असतात आणि काकडीप्रमाणेच उत्साहवर्धक असतात.

सत्यकथा नंबर ४

जाहीर भाषण करण्याबाबत तुमच्या मनात इतकी भीती असण्याचे मुख्य कारण हेच की तुम्हाला लोकांच्या समुदायासमोर बोलण्याची सवय नसते. प्रोफेसर रॉबिनसन यांनी *'दि माईंड इन दि मेकिंग'* या पुस्तकात असे म्हटले आहे की, 'अज्ञान आणि अनिश्चितता यांच्यामुळे भीतीचा अनाठायी जन्म होतो.' काही लोकांसाठी तर जाहीर भाषण करणे ही कोणत्याही मर्यादेपर्यंतची काळजीने भरलेली अशी भीती असते जी त्याला आपण भयगंड असेच म्हणू शकतो. नवशिक्या विद्यार्थ्यांसाठी तर टेनिस खेळायला किंवा गाडी चालवायला शिकण्यापेक्षाही अवघड गोष्ट असते. या परिस्थितीतीला सोपे करण्यासाठी आणि भीतीवर मात करण्यासाठी तुम्ही फक्त एकच गोष्ट करायची ती म्हणजे सराव! सराव!! सराव!!! तुमच्या असे लक्षात येईल की हजारो-लाखो लोकांनी फक्त आमच्या विद्यार्थ्यांचे यशस्वी अनुभवांचे रेकॉर्ड तपासून आपल्या भीतीवर मात केली आणि जाहीर भाषणकला आत्मसात करून भाषण करण्यातली मजा अनुभवली.

लोकप्रिय व्याख्याता आणि प्रसिद्ध मानसोपचारतज्ज्ञ अल्बर्ट एडवर्ड विगॅम याने आपल्या भीतीवर कशी मात केली याची मनोरंजक कहाणी मी जेव्हा प्रथम वाचली तेव्हा ती मला फार प्रेरणादायी वाटली. आपण जेव्हा हायस्कूलमध्ये होतो तेव्हा पाच मिनिटांच्या त्या पाठांतर केलेल्या छोटेखानी भाषणाचा आपल्यावर किती ताण पडत असे व त्या विचारांनी आपण कसे गर्भगळीत होत असू, याचे मजेदार वर्णन विगॅम यांनी केले आहे.

ते लिहितात, ''तो दिवस जवळ येत चालला की मी आजारी पडत असे. जेव्हा जेव्हा भाषण करण्याचा भयंकर विचार माझ्या मनात येत असे तेव्हा तेव्हा जणू काही कोणी माझ्या डोक्यात हातोडीने घाव घालत आहे, असे मला वाटे

आणि माझे गाल इतके लाल होऊन दुखायचे की मी शाळेच्या पाठीमागे असलेल्या विटांच्या थंड भिंतीजवळ जाऊन त्या भिंतीला गाल घासायचो, जेणेकरून तेथील सूज आणि लाली कमी होईल. कॉलेमध्येसुद्धा मला असाच अनुभव यायचा.

"मला एक प्रसंग अजूनही आठवतो! मी अगदी मन लावून पाठांतर करून भाषण तयार केले होते. त्याची सुरुवात अशी होती की, 'ॲडम आणि जेफरसन आता जिवंत नाहीत.' पण जेव्हा मी प्रेक्षकांसमोर उभा राहिलो तेव्हा भीतीने इतका गळाठून गेलो की जेमतेम कसेबसे मी तोंड उघडले आणि म्हणालो, 'ॲडम्स् आणि जेफरसन स्वर्गवासी झाले.' त्याच्यापुढे मला एक अक्षरही आठवेना. म्हणून मी प्रेक्षकांकडे पाठ फिरवली आणि गंभीरपणे पायऱ्या उतरून चालू लागलो. पण टाळ्यांचा प्रचंड कडकडाट होत होता. अध्यक्ष उठून उभे राहिले व म्हणाले, 'हं! एडवर्ड, आत्ता तू जी दु:खद बातमी सांगितलीस त्यामुळे आम्हाला फार मोठा धक्का बसला आहे. पण हा धक्का पचवण्याचा आम्ही आटोकाट प्रयत्न करू.' त्याबरोबर प्रेक्षकांमध्ये हास्याची प्रचंड लाट उसळली. लोक अक्षरश: गडबडा लोळत होते आणि मला मात्र आता धरतीमाय दुभंगून मला पोटात घेईल तर बरे होईल असे वाटले. त्यानंतर कित्येक दिवस मी आजारी होतो.

"त्यानंतर निश्चितच मी फक्त एकाच गोष्टीचा ध्यास घेतला. ती म्हणजे मला एक उत्तम वक्ता व्हायचे होते."

कॉलेजचे शिक्षण संपल्यानंतर एक वर्षांनी अल्बर्ट विगॅम डेनव्हर येथे होते. इ. स. १८९६ मध्ये राजकीय वर्तुळात चांदीच्या मुक्त बाजारपेठेबद्दलची चर्चा रंगत होती. एके दिवशी त्यांनी एक पुस्तिका वाचली की ज्यामध्ये मुक्त चांदीची योजना पुढे ठेवण्यात आली होती. त्यामुळे ते इतके रागावले की बशयन आणि त्यांच्या सहकाऱ्यांच्या पोकळ वचनांच्या विरोधात त्यांनी आवाज उठवायचे ठरवले. त्यांनी आपले घड्याळ गहाण ठेवून इंडियानाला आपल्या मायदेशी परतण्याचे ठरवले. इंडियानाला आल्यावर त्यांनी हाच विषय निवडून जाहीर भाषणे देण्यात आपले तन-मन-धन वेचले. त्या वेळी श्रोत्यांमध्ये काही त्यांचे शाळेतील जुने मित्रसुद्धा होते. त्यांनी असे लिहिले आहे की, 'जेव्हा मी भाषणाला सुरुवात केली तेव्हा ॲडम्स् ॲन्ड जेफरसनचे माझे कॉलेजमधले भाषण माझ्या डोळ्यांसमोर तरळून गेले. पुन्हा माझा गळा दाटून आला आणि मी आता अडखळून पुन्हा माझा सगळा डाव उधळला जातो की काय असा क्षण आला. पण नाही! चॉन्से डेप्यू नेहमी म्हणतो तसे प्रास्ताविकातच मी व प्रेक्षकांना सांभाळत माझी नैय्या मी पार केली आणि या छोट्याशाच यशाने मला खूप मोठा धीर दिला. माझे १५ मिनिटांचे भाषण होते! पण माझाच स्वत:वर विश्वास बसत नव्हता की मी सुमारे दीड तास बोलत   होतो!

'आणि याचाच परिणाम म्हणून की काय पुढील काही वर्षांत मी जगातील सर्वांत अचंबित झालेला पुरुष होतो कारण मी उत्तम वक्ता म्हणून नाव कमावले व तेच माझ्या चरितार्थाचे साधन झाले.'

''विल्यम जेम्सना यशाची नशा म्हणजे जे म्हणायचे होते ते मी प्रत्यक्ष अनुभवले होते.''

होय खरे आहे ते! अल्बर्ट एडवर्ड विगॅम हेच शिकले की आपल्याला उद्‌ध्वस्त करणाऱ्या भीतीवर मात करण्याचा एक खात्रीचा मार्ग म्हणजे आपल्याच यशस्वी अनुभवांचे उच्चांक आपल्या मागे सोडून पुढे जायचे.

तुमची जाहीर भाषणं करण्याची जी आकांक्षा आहे तिच्याबरोबर भीती ही तिच्या अनुषंगाने येणारी भावना असणे हे साहजिकच आहे आणि तुमचे भाषण अधिक प्रभावशाली होण्यासाठी माफक प्रमाणात मनात भीती बाळगणे हे तुमच्या भल्यासाठीच आहे.

जरी व्यासपीठाबद्दलची तुमची भीती प्रमाणापेक्षा जास्त असली आणि त्यामुळे तुमच्या भाषणावर त्याचा वाईट परिणाम होत असला किंवा भाषणाच्या मध्यावरच तुम्हाला काहीच सुचेनासे झाले. तुमच्या हातापायांची प्रमाणापेक्षा जास्त थरथर झाली तरीसुद्धा निराश होण्याचे कारण नाही. अननुभवी व्यक्तींच्या बाबतीत असे होणे साहाजिक आहे. पण तुम्ही स्वतःच जर या भीतीवर मात करायचे ठरवले तर निश्चितच काही प्रमाणात तुम्ही यशस्वी व्हाल आणि लक्षात ठेवा, थोड्या प्रमाणात तुमच्या मनात असणारी भीती ही उपयुक्तच आहे. ती तुमच्या यशात बाधा आणणार नाही.

दुसरी / **योग्य पद्धतीने तयारी करा**

खूप वर्षांपूर्वीची गोष्ट आहे. एकदा न्यू यॉर्कमधील रोटरी क्लबच्या दुपारच्या जेवणाच्या वेळी एका सरकारी अधिकाऱ्याचे भाषण ठेवले होते. तो अधिकारी त्याच्या विभागातील योजना समजावून सांगणार होता आणि त्या ऐकायला आम्ही उत्सुक होतो.

आमच्या हे लक्षात आले होते की, अचानक बोलण्याचा प्रसंग आल्यामुळे त्याने भाषणाची फारशी तयारी केली नव्हती. त्यानेही सुरुवातीला उत्स्फूर्तपणे बोलण्याची तयारी दाखवली, परंतु तो त्याचा प्रयत्न अयशस्वी ठरला. मग त्याने त्याच्या खिशात हात घालून काहीतरी लिहिलेल्या चिटोऱ्या बाहेर काढल्या. पण त्याच्यावर भलतेच काहीतरी लोखंडी भंगारमालासंबंधी लिहिलेले होते. मग तो ते चिटोरी खालीवर करत राहिला आणि आता तो भलताच शरमिंदा झाला. कारण तो प्रसंगानुरूप एक वाक्यही उच्चारू शकत नव्हता. घड्याळातील मिनिट काटा

जसजसा पुढे जात होता तसतसा तो खजील होत होता. पण अजूनही तो चाचपडत होता. लोकांची क्षमा मागत होता आणि त्याच्या त्या टिपणांमधून काहीतरी उपयोगी माहिती मिळेल अशी त्याला आशा वाटत होती. थरथरत्या हातांनी ग्लास उचलून त्यातील पाण्याने सुकलेले ओठ ओले करत होता. भयभीत झालेल्या व्यक्तीचे ते अत्यंत दु:खद चित्र होते आणि हे केवळ कशामुळे घडले होते तर त्याने भाषणाची योग्य तयारी केली नव्हती. शेवटी तो खाली बसला. माझ्या आत्तापर्यंतच्या आयुष्यात इतका खजील झालेला वक्ता मी अजून पाहिला नव्हता. त्याचे भाषण रूसोने म्हटल्याप्रमाणे 'एखाद्या प्रेमपत्राप्रमाणे झाले. त्याने सुरुवात काय केली हे त्याचे त्यालाच कळले नाही आणि शेवटही त्याच्या नकळतच झाला.'

१९१२ सालापासून दर वर्षी सुमारे ५००० भाषणांचे मूल्यमापन करणे हे माझे व्यावसायिक कर्तव्यच आहे. त्या अनुभवांवरून मी एक फार मोठा धडा शिकलो. फक्त तयारीनिशी व्यासपीठावर चढणारा वक्ताच सगळ्यात जास्त आत्मविश्वासू असू शकतो. तो माऊंट एव्हरेस्टप्रमाणे शोभून दिसतो. कोणताही माणूस शस्त्रांशिवाय किंवा चुकीची शस्त्रं घेऊन रणभूमीवर गेला तर तो अपयशीच होणार ना? अशा प्रकारे शस्त्रांशिवाय तो भीतीचा किल्ला कसा भेदू शकेल? लिंकन म्हणतो, 'माझा असा विश्वास आहे की मी इतका म्हातारा कधी होऊ नये की जेव्हा माझ्याकडे बोलण्यासारखे काही नसेल.'

तुम्हाला जर तुमच्यामध्ये आत्मविश्वास जागवायचा असेल तर तुम्ही एक काम का नाही करत ज्यामुळे तुम्हाला सुरक्षित वाटेल. अपोस्टल जॉन लिहितात की, 'फक्त प्रेमच तुमची भीती बाहेर काढू शकेल. मला वाटते की भाषणाची संपूर्ण तयारीच तुमची भीती बाहेर काढू शकेल.' डॅनिअल वेब्स्टर तर असे म्हणतात की, 'प्रेक्षकांसमोर अर्धवट तयारी करून जाणे म्हणजे मला प्रेक्षकांसमोर अर्धेनागडे होऊन जाण्यासारखे आहे.'

भाषणाचा शब्दन्‌शब्द पाठ करून जाऊ नका

'परिपूर्ण तयारी' असे म्हटलो का मी? म्हणजे मला असे म्हणायचे आहे का की तुम्ही तुमचे भाषण तोंडपाठ करून जा? या प्रश्नाचे उत्तर मी ऊर बडवून म्हणेन 'नाही'. स्वत:चा अहम् जपण्याच्या नादात आणि आपल्याला काहीच सुचणार नाही या भीतीमुळे अनेक उत्तम वक्तेसुद्धा भाषण पाठ करण्याच्या सापळ्यात सापडतात. अशा प्रकारे पाठांतराच्या सवयीच्या सापळ्यात एकदा का वक्ता सापडला की साहजिकच त्याची भाषणाची तयारी ही ठरावीक वेळेत बद्ध होते आणि मग व्यासपीठावरील श्रोत्यांच्या प्रतिसादातील रंगलेले भाषण त्याच्या

कधीच वाटण्यास येत नाही.

अमेरिकन न्यूज कॉमेन्ट्रेटरचे डीन, एच.व्ही. काल्टेनबॉर्न हे हॉवर्ड विद्यापीठाचे विद्यार्थी होते. त्यांच्या विद्यार्थिदशेत त्यांनी भाषण स्पर्धेत भाग घेतला होता. त्यांनी जी गोष्ट सांगायची ठरवली होती तिचे नाव होते 'जंटलमेन दि किंग'. त्यांनी ती गोष्ट १०० वेळा आधी म्हणून बघून शब्दन्‌शब्द पाठ केली होती. भाषणाच्या दिवशी व्यासपीठावर त्यांनी गोष्टीचे नाव 'जंटलमेन दि किंग' असे नाव जाहीर केले तेव्हा त्यांच्या मनाची पाटी पूर्ण कोरी झाली. त्यांना काहीच आठवेना. एवढेच नाही तर त्यांच्या समोर पूर्ण अंधार पसरला. ते भयभीत झाले आणि आता दुसरा काही इलाजच नव्हता म्हणून त्यांनी त्यांच्याच शब्दात गोष्ट सांगायला सुरुवात केली आणि आश्चर्याची गोष्ट अशी की त्या दिवशी त्या सभागृहातील सर्वांत चकित झालेला मुलगा काल्टेनबॉर्न होता. कारण जजेसनी त्याला पहिले बक्षीस जाहीर केले. त्या दिवसापासून ते आजतागायत काल्टेनबॉर्नने कधीही आपले भाषण पाठ केले नाही किंवा १०० वेळा वाचून काढले नाही. हेच त्याच्या नभोवाणीवरील प्रक्षेपणाच्या कारकिर्दीतील यशामागचे गुपित आहे. तो काही टिपणे करतो आणि अगदी सहजपणे त्याच्या श्रोत्यांशी संवाद साधतो, कोणत्याही हस्तलिखित तयारीशिवाय!

जो माणूस त्याचे भाषण आधी लिहून काढतो आणि ते पाठ करत बसतो तो त्याचा वेळ आणि शक्ती नाहक वाया घालवतो आणि स्वत:वर संकट ओढवून घेतो. आपल्या संपूर्ण आयुष्यभर आपण सतत अव्याहतपणे बोलतच आलेलो असतो, पण आपण कधी शब्दांचा विचार करत नाही; तर आपण आपल्या कल्पनांबद्दल किंवा हेतूंबद्दल बोलतो. जर आपले हेतू किंवा कल्पना स्पष्ट असतील तर नैसर्गिकपणे आपोआपच आपले शब्दसुद्धा सहजपणे उमटतील. इतके सहजपणे जितके सहज आपण श्वासोच्छ्वास करतो.

विन्स्टन चर्चिललासुद्धा हे शहाणपण सहज मिळाले नाही. जेव्हा चर्चिल तरुण होता तेव्हा तो त्याचे भाषण पाठ करीत असे. पण एके दिवशी ब्रिटिश पार्लमेंट समोर भाषण करताना अचानक तो पुढची एक ओळही बोलू शकला नाही. त्याचा काही काळासाठी स्मृतिभ्रंश झाला. तो अत्यंत शरमिंदा झाला, खजील झाला! तो त्याचे शेवटचे वाक्य पुन: पुन्हा उच्चारू लागला पण काही केल्या त्याला पुढचे आठवेना. त्याचा चेहरा लाजेने चूर झाला. शेवटी तो खाली बसला. त्या दिवसापासून विन्स्टन चर्चिलने कधीच भाषण पाठ केले नाही.

जेव्हा आपण आपले भाषण शब्दन्‌शब्द पाठ करून जातो तेव्हा अशी शक्यता असते की श्रोत्यांसमोर आपण उभे राहिल्यावर आपल्याला ते आठवत नाही आणि जरी आपण विसरलो नाही आणि सगळेच्या सगळे भाषण पोपटपंची

केल्याप्रमाणे धडाधडा म्हटले तरी ते अत्यंत यांत्रिक पद्धतीचे वाटते. का? कारण ते थेट हृदयापासून येत नाही. त्यामध्ये भावनांचा लवलेश नसतो. आपण खासगीमध्ये जेव्हा इतर लोकांशी बोलतो तेव्हा आपल्याला जे काही बोलायचे आहे त्याचा विचार करून मगच आपण शब्दांचा फारसा विचार न करता बोलतो. आपण आयुष्यभर हेच करत आलेलो असतो आणि पुढेही हेच करणार असतो. मग आत्ताच त्याच्यात बदल का करायचा? आपण जर असे आपले भाषण लिहून काढले आणि मग पाठ करत बसलो तर कदाचित आपल्यालासुद्धा व्हान्स बुशनेल याला जो अनुभव आला तो येईल.

व्हान्स हा पॅरिसमधील बऊ आर्ट्स स्कूलचा पदवीधर होता आणि नंतर तो जगातील खूप मोठ्या इन्श्युअरन्स कंपन्यांपैकी एक असलेली 'इक्विटेबल लाइफ अॅश्युअरन्स सोसायटी'चा व्हाईस प्रेसिडेंट बनला. फार वर्षांपूर्वी त्याला इक्विटेबल अॅश्युअरन्स कंपनीचा एक प्रतिनिधी म्हणून २००० लोकांच्या एका सभेत भाषण करण्यास सांगितले गेले. व्हर्जिनिया मधील व्हाईट सल्फर स्प्रिंग्ज येथे संपूर्ण अमेरीकेतून अनेक प्रतिनिधी आले होते. त्या वेळी व्हान्सला नोकरीला लागून केवळ दोनच वर्षे झाली होती. पण तो खूप यशस्वी होता म्हणून त्याच्यावर २० मिनिटे बोलण्याची जबाबदारी टाकण्यात आली.

आपल्यावर एवढी मोठी जबाबदारी टाकली याचा साहजिकच व्हान्सला खूप आनंद झाला. त्याला वाटले आता त्याचा कंपनीत रूबाब वाढेल. पण दुर्दैवाने त्याने मोठी घोडचूक केली. त्याने त्याचे भाषण लिहून काढले आणि ते पाठ केले. आरशापुढे उभे राहून ४० वेळा त्याने भाषण सगळ्या हातवाऱ्यांसह आणि चर्चेवरील हावभावांसह म्हणून पाहिले आणि तो स्वत:वरच खूष झाला कारण त्याचे भाषण संपूर्णपणे निर्दोष होते.

तथापि जेव्हा तो भाषण करण्यासाठी व्यासपीठावर उभा राहिला तेव्हा तो खूप घाबरला. त्याने अशी सुरुवात केली की, 'या कार्यक्रमातील माझी भूमिका...' आणि अचानक त्याच्या मनाची पाटी कोरी झाली. त्याच्या मनात संभ्रम उडाला. तो दोन पावले मागे गेला व पुन्हा एकदा भाषणाला सुरुवात केली, पण छे! वाक्‌देवी बहुधा त्याच्यावर नाराज होती. त्याला पुढचे शब्द पुन्हा आठवेनात. पुन्हा तो दोन पावले मागे गेला. पुन्हा त्याने भाषणाला सुरुवात केली. प्रयत्नांची शर्थ करूनही त्याची गाडी पुढे जात नव्हती. शब्द जणू रुसून बसले होते. त्याने तीन वेळा पहिलेच एक वाक्य उच्चारले. व्यासपीठ ४ फूट उंचीचे होते आणि पाठीमागे कठडाही नव्हता. व्यासपीठ आणि मागची भिंत यांच्यात ५ फुटाचे अंतर होते. म्हणून चौथ्या वेळेस जेव्हा तो २ पावले मागे गेला तेव्हा तो व्यासपीठावरून खाली कोसळला आणि बघताबघता व्यासपीठावरून गायब झाला.

प्रेक्षकांची हसता-हसता पुरेवाट झाली. एक प्रेक्षक तर इतका हसला की तो हसता-हसता खुर्चीवरून खाली पडला. आत्तापर्यंतच्या इतिहासात इतका विनोदी प्रयोग कोणीच केला नव्हता. सगळ्यात अचंबित करणारी गोष्ट ही होती की लोकांना वाटले की हा प्रयोगाचा एक भाग आहे. त्या काळातील इक्विटेबल लाइफ कंपनीतील जुनी लोकं अजूनही या प्रसंगाची आठवण काढतात.

पण वक्त्याचे काय? व्हान्स बुशनेलला काय वाटले असेल? व्हान्स बुशनेलने मला स्वत: हे सांगितले की त्याच्या संपूर्ण आयुष्यातील तो सर्वांत लाजिरवाणा प्रसंग होता. त्याला इतके अपमानित वाटले की त्याने राजीनामा खरडला.

व्हान्स बुशनेलचे वरिष्ठ अधिकारी संवेदनशील होते. त्यांनी त्याची खूप समजूत घातली आणि त्याचा राजीनामा फाडून टाकला. त्यांनी त्याच्यामधील आत्मविश्वास जागवला आणि मग पुढील काही वर्षांमध्ये व्हान्स बुशनेल हा त्याच्या संस्थेतील एक उत्तम वक्ता म्हणून ओळखला जाऊ लागला. पण त्यानंतर त्याने कधीही भाषण पाठ केले नाही. आपणही व्हान्स बुशनेलच्या अनुभवावरून हाच धडा गिरवू. आत्तापर्यंत मी अगणित स्त्री-पुरुषांचे भाषण ऐकले आहे. ज्यांनी त्यांचे भाषण पाठ करून म्हटले पण मी हेच पाहिले आहे की ज्यांनी त्यांचे पाठांतर केलेले भाषण चोळामोळा करून कचऱ्याच्या पेटीत भिरकावून दिले, त्यांचेच भाषण अधिक चैतन्यपूर्ण, अधिक प्रभावशाली आणि अधिक नैसर्गिक वाटले आहे. कदाचित असे पाठांतर न केल्यामुळे तो काही मुद्दे विसरला असेल, तो कदाचित अडखळला असेल, पण एक मात्र नक्की की त्याचे भाषण अधिक नैसर्गिक आणि चैतन्यपूर्ण वाटले.

ॲबी लिंकन एकदा म्हणाला होता, 'मला कोरडे उपदेश केलेले आवडत नाहीत. जेव्हा एखादा माणूस उपदेश करत असतो तेव्हा तो असा दिसला पाहिजे की जणू काही तो माशांना हाकलत आहे.' लिंकनला असे म्हणायचे होते की वक्त्याने कसे मोकळे-ढाकळे बोलले पाहिजे आणि स्वत: उत्तेजित होऊन लोकांनाही उत्तेजित केले पाहिजे. कोणताच पाठांतर करून झालेला वक्ता माशांना हाकलत असल्याचा अभिनय करू शकत नाही.

तुमच्या विचारांचे एकत्रिकरण व जुळणी भाषणापूर्वीच करून ठेवा

मग भाषणाची तयारी करण्याची सुयोग्य पद्धत कोणती? फारच सोपे आहे. तुम्हाला तुमच्या गतकाळातील सच्च्या अनुभवांनी जे काही महत्त्वपूर्ण शिकवले असेल त्याची पार्श्वभूमी तयार करा आणि मग तुमचे विचार, तुमच्या कल्पना, तुमचा विश्वास या सच्च्या अनुभवांवर कसा आधारलेला आहे याची जुळणी करा. भाषणाची योग्य तयारी तुम्ही तुमच्या विषयावर मंथन करण्यानेच होईल.

येल विद्यापीठात काही वर्षांपूर्वी जेव्हा एक व्याख्यानमाला आयोजित केली होती तेव्हा डॉ. चार्ल्स रेनॉल्ड बशऊन यांनी असे म्हटले होते की, तुम्ही आधी तुमच्या विषयावर मंथन करा. अशाप्रकारे की तुमचे विचार परिपक्व झाले पाहिजे व त्यांच्या कक्षा रूंदावल्या पाहिजेत. नंतर तुमचे हे विचार शब्दांमध्ये उतरवा - अगदी थोडक्या शब्दांत, जेणेकरून तुम्हाला ते मुद्दे विस्तार करायला उपयोगी पडतील - नंतर कच्च्या कागदांवर ते मांडा. अशाप्रकारे की हे सुटे तुकडे तुम्हाला सुनियोजितपद्धतीने क्रम लावून मांडता येतील. "तुम्हाला काय वाटते असे करणे काही अवघड आहे? नक्कीच नाही!" त्यासाठी फक्त आपले उद्देश तपासून पाहिले पाहिजेत व त्यावर लक्ष केंद्रित केले पाहिजे.

तुमच्या भाषणाची तालीम तुमच्या मित्रांबरोबर करा!

एकदा का तुमचे भाषण क्रमवार मुद्द्यांनुसार मांडून झाले की तुम्हाला त्याची तालीम करून बघावीशी वाटेल ना? हो नक्कीच! इथे तुमचे भाषण सोपे व प्रभावी होण्यासाठी खात्रीची पद्धत तुम्हाला सांगतो. तुम्ही तुमच्या व्यवसायबंधूंबरोबर आणि मित्रमैत्रिणींबरोबर आत्ता तेच बोलणार आहात जे तुम्ही तुमच्या भाषणासाठी निवडले आहे. एखाद्या बॉलरूममध्ये जाण्यापेक्षा दुपारच्या जेवणाच्या टेबलवर अशा पद्धतीने मित्रांशी बोला, 'जो, तुला माहिती आहे आज मला एक विचित्रच अनुभव आला! त्याबद्दल मला तुझ्याशी बोलायला आवडेल.' जो याला तुमची गोष्ट ऐकायला नक्कीच आवडेल. गोष्ट सांगत असतानाच त्याच्या चेहेऱ्यावरील हावभाव निरखा. तो कशा पद्धतीने प्रतिसाद देतो आहे त्याकडे लक्ष द्या. कदाचित त्याच्याकडे आणखी काही मजेदार कल्पना असतील ज्या तुम्हाला उपयोगी ठरतील. त्याला कळणारही नाही की ही तुमच्या भाषणाची रंगीततालीम चालू आहे. त्याने काहीच फरक पडत नाही. पण कदाचित तो असे म्हणेल की त्याला तुमच्याशी संभाषण केल्यामुळे मजा आली.

ॲलन नेव्हीन्स नावाचा एक प्रसिद्ध इतिहासकार होऊन गेला. त्यानेसुद्धा अशाच प्रकारचा उपदेश लेखकाला केला आहे. तो लिहितो, 'ज्या मित्राला तुमच्या विषयात रुची असेल त्याच्याशी तुम्ही जे काही नवीन शिकलात त्याबद्दल विस्ताराने बोला. यामुळे तुम्ही जे काही मुद्दे विसरलात ते तुमच्या लक्षात येतील. वादविवाद कोणत्या मुद्द्यावर होऊ शकतो ते समजेल. जे तुम्हाला चर्चा न करता लिहिले तर कळत नाही आणि गोष्ट सांगण्याचा कोणता प्रकार लोकांना अधिक आवडू शकतो याचाही शोध तुम्हाला लागेल.

तिसरी / **यशस्वी होईनच असा मनाशी पूर्वनिश्चय करा!**

तुम्हाला आठवतच असेल की हेच वाक्य मी पहिल्या प्रकरणात जाहीर भाषणकला प्रशिक्षणाप्रती योग्य दृष्टिकोन निर्माण करण्यासाठी लिहिले होते; तोच नियम आत्ताही भाषणाची प्रत्येक संधी यशस्वी करून दाखवण्यासाठी लागू होतो. भाषण यशस्वी करण्यासाठी पुढील तीन नियम पाळणे आवश्यक आहे.

तुमच्या विषयात स्वतःला झोकून द्या

तुम्ही आता भाषणाचा विषय निवडला आहे, भाषणाचे नियोजन केले आहे आणि मित्रांबरोबर शेअर करून भाषणाच्या तालमीसुद्धा केल्या आहेत; परंतु एवढ्याने संपले, असे समजू नका. तुम्हाला तुमच्या भाषणाचा विषय किती महत्त्वाचा आहे हे लोकांना पटवून द्यायचे आहे. तुमचा हेतू किती प्रामाणिक आहे आणि इतिहासातील थोर व्यक्तींनासुद्धा या विषयाविषयी किती कळवळा होता हे तुम्हाला पटवायचे आहे. तुम्ही जो संदेश लोकांपर्यंत पोहोचवणार आहात त्याबद्दलची श्रद्धा तुम्ही लोकांच्या मनात कशी जागवणार आहात? त्यासाठी तुम्हाला तुमच्या विषयाचे सखोल ज्ञान हवे; त्याचा गर्भितार्थ तुम्हाला सांगता यायला हवा आणि तुम्ही जे बोलणार आहात ते लोकांच्या भल्यासाठीच आहे याची खात्री पटवून देता यायला हवी.

तुम्हाला अस्वस्थ बनवणाऱ्या निरुत्साही गोष्टींकडे दुर्लक्ष करा

उदाहरणच द्यायचे झाले तर आपण भाषण करताना व्याकरणाच्या चुका करू किंवा आपले भाषण मध्यावर आले असताना आपल्याला काहीच आठवणार नाही आणि भाषण संपेल असे विचार करणे हे निश्चितच नकारात्मक आहे. ज्यामुळे भाषणाची सुरुवात होण्यापूर्वीच तुमचा आत्मविश्वास डगमगेल खास करून तुमची पाळी येण्यापूर्वी तुम्ही स्वतःवरचे लक्ष काढून टाकून संपूर्ण लक्ष दुसरा वक्ता काय बोलतो आहे यावर केंद्रित करायला हवे. तुम्ही जर तुमचे लक्ष समोर बोलणाऱ्या वक्त्याकडे दिले तर त्यामुळे स्टेजबद्दलची तुमची भीती कमी होण्यास मदत होईल.

स्वतःशी उत्साहवर्धक शब्दात बोला

जोपर्यंत कोणत्याही वक्त्याला आपले आयुष्य समर्पित करावे असे कोणतेही उद्दिष्ट सापडत नाही, तोपर्यंत त्याच्या मनात भाषणाच्या विषयाबाबत अनेक संभ्रमाचे क्षण येतात. तो अनेकदा मनाला प्रश्न विचारतो की त्याने निवडलेला विषय त्याच्यासाठी योग्य आहे का? श्रोत्यांना तो विषय आवडेल का? कदाचित

त्याला नाईलाजाने विषय बदलण्याचाही मोह होईल. अशाप्रकारे मनात जेव्हा नकारात्मकतेचे काळे ढग दाटून येतील आणि तुमचा आत्मविश्वास डगमगायला लागेल तेव्हा तुम्हाला स्वत:शी स्वत: उत्साहवर्धक बोलणे आवश्यक होईल. साध्या सोप्या शब्दात सांगायचं तर तुम्ही स्वत:च्या मनाला हे बजावयाचे की तुम्ही तयार केलेले भाषण हे उत्तमच आहे. कारण ते तुमच्या स्वत:च्या अनुभवांतून आलेले आहे आणि आयुष्याबद्दलही ती तुमची विचारप्रणाली आहे. स्वत:ला तुम्ही अशी पण आठवण करून द्या की येथे प्रेक्षकांमध्ये जमलेल्या सगळ्या लोकांपेक्षा तुम्ही अधिक लायक आहात म्हणूनच. तुम्हाला व्यासपीठावरून बोलण्याची संधी देण्यात आली आहे आणि या मिळालेल्या संधीचे तुम्ही सोने करणार आहात, तुम्हाला ही जुनीपुराणी शिकवण वाटते का? असेलही कदाचित! पण आधुनिक काळातील प्रयोगशील मानसोपचारतज्ज्ञांनीसुद्धा हे मान्य केले आहे की, स्वयंसूचनेनी प्रेरित होणे हेच शिकण्याचे जलद साधन आहे. अगदी इतरांनी प्रोत्साहन देण्यापेक्षासुद्धा! मग सत्याच्या पायावर आधारलेले, स्वत:ला उत्तेजन देणारे, स्वत:ला उद्देशून केलेले भाषण किती सामर्थ्यशाली असेल!

चौथी / **आत्मविश्वासाने वागा**

आत्तापर्यंत अमेरिकेत जे मनोवैज्ञानिक होऊन गेले त्यापैकी सर्वांत जास्त सुप्रसिद्ध असलेला मनोवैज्ञानिक काय लिहितो बघा.

'आपल्याला असे वाटते की भावनेला अनुसरून कृती घडते, पण ते तसे नाही. वास्तव असे आहे की कृती आणि भावना एकमेकींच्या हातात हात घालून जातात आणि म्हणूनच कृतीवर ताबा ठेवला तर भावनेवरही ताबा राहतो आणि कृतीवर ताबा ठेवणं हे सर्वस्वी आपल्या इच्छेवर अवलंबून असते. त्यामुळेच कृतीवर ताबा ठेवला तर अप्रत्यक्षपणे आपण भावनांवर पण ताबा ठेवू शकतो.'

अशाप्रकारे आनंदाकडे नेणाऱ्या रस्त्यावर आपलेच स्वयंस्फूर्त सार्वभौमत्व असते. म्हणून जर आपला आनंद कधी हरवलाच तर इतक्या आनंदाने वागायचे आणि बोलायचे की जणू कधी आनंद हारवलाच नव्हता. असे वागूनही जर तुम्ही आनंदी झाला नाहीत, तर कोणतीच गोष्ट तुम्हाला आनंदी करणार नाही.

म्हणून तुम्हाला जर शूरवीर व्हायचे असेल तर असे समजा की तुम्ही शूर आहातच, तुमची सगळी इच्छाशक्ती पणाला लावा. आता तुमच्या लक्षात येईल की तुमच्या मनातील भीतीची जागा धाडसाने घेतली आहे.

प्रोफेसर जेम्सने केलेला उपदेश आचरणात आणा. जेव्हा तुम्ही श्रोत्यांसमोर उभे आहात तेव्हा तुम्हाला अधिक धाडसाची गरज भासेल, अशा वेळी असा अभिनय करा की मुळातच तुम्ही धाडसी आहात. अर्थातच जर भाषणाची तयारी

तुम्ही चांगली केली नसेल तर जगातील सगळा अभिनय फोल आहे. तरीही आपण असे गृहीत धरू की तुम्हाला जे काही बोलायचे आहे त्याची तुम्ही उत्तम तयारी केलेली आहे. तुमच्या श्रोत्यांसमोर जाण्यापूर्वी एक पाऊल पुढे टाका. एक खोलवर श्वास घ्या. खरे तर श्वास २० सेकंदांसाठी रोखून धरा. यामुळे तुम्हाला अधिक प्राणवायूचा पुरवठा होईल आणि त्यामुळे तुमच्या चित्तवृत्ती बहरतील. जीन डी. रेझकी नावाचा उत्तम वक्ता असे म्हणत असे की, जेव्हा तुम्ही श्वास घेता व तो रोखून धरता तेव्हा नैराश्य पळून जाते.

आता स्टेजवर तुम्ही ताठ मानेने व छाती पुढे काढून उभे राहा; आणि तुमच्या श्रोत्यांच्या डोळ्यात डोळे घालून बघा आणि अशा आत्मविश्वासाने बोलायला सुरुवात करा की जणू काही ते श्रोते तुमचे काही पैसे देणे लागतात. फक्त तशी कल्पनाच करायची आहे. अशी कल्पना करा की ते सगळे जण तुमच्यासमोर क्रेडिट वाढवून घ्यायला जमले आहेत. यामुळे तुमच्यावर जो मानसिक परिणाम होईल तो तुमच्यासाठी खूप फायदेशीर ठरेल.

माझे हे तत्त्वज्ञान उपयोगी ठरेल किंवा नाही अशी थोडी जरी तुम्हाला शंका आली, तर या पुस्तकातील तत्त्वांना अनुसरून तुमच्या आधी ज्या लोकांनी यश संपादन केले आहे त्यांच्याशी तुम्ही संवाद साधू शकता. जर त्यांच्याशी बोलणे तुम्हाला शक्य नसेल तर अशा एका अमेरिकन माणसावर विश्वास ठेवा जो साहसाचे प्रतीक आहे. एकेकाळी तो सर्वांत भित्रा पुरुष होता, पण खूप सरावानी, मेहेनतीनं आणि स्वत:ला खात्री देत, श्रोत्यांच्या वाटेवर आरूढ होऊन लोकांच्या विश्वासाला पात्र ठरणारा असा अमेरिकेचा प्रेसिडेंट थिओडर रुझवेल्ट म्हणतोय मी!

थिओडोर रुझवेल्टने त्याच्या आत्मचरित्रामध्ये अशी कबुली दिली आहे की, 'मी माझ्या लहानपणी अत्यंत लाजरा-बुजरा, उदास चर्येचा होतो आणि तारुण्यातसुद्धा अत्यंत निराश आणि स्वत:च्या ताकदीवर विश्वास नसलेला असा मुलगा होतो. स्वत:लाच प्रशिक्षित करण्यासाठी मला खूप कष्ट व वेदना सोसाव्या लागल्या. म्हणजे फक्त शारीरिक कारणासाठी नव्हे तर माझ्या मनाला आणि आत्म्यालाही खंबीर करावे लागले.'

आपल्या सुदैवाने रुझवेल्टने स्वत:मधील परिवर्तन कसे साधले ते सांगितले आहे. तो म्हणतो, 'मी जेव्हा लहान होतो तेव्हा मॅरियटच्या पुस्तकांमधील एक उतारा नेहमी वाचत असे. त्या उताऱ्यामुळे मी प्रभावित झालो होतो. त्या उताऱ्यामध्ये एक ब्रिटिश युद्धाचा प्रसंग आहे. त्यातील कॅप्टन हीरोला निर्भय कसे बनायचे ते समजावून सांगत असतो. तो कॅप्टन सांगतो की तसे पाहिले तर प्रत्येक माणूसच जेव्हा एखादा पराक्रम गाजवायचा असतो तेव्हा मनातून भ्यायलेला असतो. पण अशा वेळी पुरुषाने काय करायला पाहिजे तर स्वत:वर अशी घट्ट पकड ठेवली

पाहिजे की त्याला असा अभिनय करता आला पाहिजे की तो बिल्कुल घाबरलेला नाही, असा अभिनय करणे अधिक काळपर्यंत जमले की तेच सत्यात उतरते - तेच वास्तव बनते आणि तो माणूस निर्भय व्यक्तीचा अभिनय करता करता खरेच निर्भय बनून जातो.

हेच तत्त्वज्ञान की ज्यावर मी पुढील आयुष्याची वाटचाल केली. पूर्वी अशा अनेक गोष्टी होत्या की त्यांना मी घाबरायचो पण हळूहळू मी घाबरणे थांबवले. अनेक लोक हा अनुभव घेऊ शकतात, जर त्यांना हे तत्त्वज्ञान पटले तर!

जाहीर भाषण करण्यासंबंधीच्या भीतीवर मात करणे या गोष्टीला तुमचे व्यक्तिमत्त्व बदलवण्याच्या कामी प्रचंड महत्त्व आहे. जे कोणी ते आव्हान स्वीकारतील त्यांच्या लक्षात येईल की त्यांनी त्यांच्या भीतीवर मात करून मोठी प्रगती साधली आहे. एखाद्या जमावासमोर जर ते आत्मविश्वासाने बोलू शकले तर त्यांना त्यांचे आयुष्य अधिक समृद्ध आणि परिपूर्ण वाटेल.

एका विक्रेत्याने लिहिले, 'मी क्लासमध्ये काही वेळेस स्वतःच्या पायावर उभे राहून बोलल्यापासून आता मला स्वतःबद्दल अशी खात्री वाटते की मी आता कोणाबरोबरही यशस्वीपणे व्यवहार करू शकेन. एके दिवशी सकाळी मी एका आमच्या खाष्ट ग्राहकाकडे गेलो, त्याला 'नको' म्हणायचीही संधी न देता मी त्याच्या टेबलावर माझ्या वस्तू पसरवल्या आणि आत्तापर्यंत कधीही दिली नव्हती अशी मोठी ऑर्डर त्याने मला दिली.'

एका गृहिणीने आमच्या एका प्रतिनिधीला असे सांगितले, 'मी माझ्या शेजारच्यांनासुद्धा घरात घ्यायला घाबरत असे. कारण मला भीती वाटायची की मी त्यांच्याशी संभाषण करू शकणार नाही. पण या क्लासमध्ये नियमित येऊन स्वतःच्या पायावर उभे राहून ४ वाक्ये बोलल्यानंतर मी इतकी धीट झाले की मी माझ्या घरी पार्टी ठेवली. ती अत्यंत यशस्वी झाली. मी सगळ्या पाहुण्यांशी उत्तम संवाद साधू शकले व त्यांना रुची वाटेल असे बोलू शकले.'

पदवी प्राप्त करणाऱ्या विद्यार्थ्यांच्या वर्गातील एक क्लार्क असे म्हणाला की, 'मी ग्राहकांना खूप घाबरत असे. मी त्यांच्याशी इतके लाचारीने बोलत असे की त्यांचा गैरसमज होई की मी जणू त्यांची माफीच मागत आहे. पण या वर्गामध्ये समोर उभे राहून बोलल्यापासून मी आता आत्मविश्वासाने व समतोलपणे बोलू शकतो. आता आमच्या ग्राहकांनी कसला निषेध नोंदवला तर मी समर्थपणे, अधिकारवाणीने त्याचे खंडन करू शकतो. या क्लासमध्ये दाखल होऊन भाषण करायला लागल्यापासून पहिल्याच महिन्यात माझी विक्री ४० टक्क्यांनी वाढली.'

या सगळ्यांच्या असे लक्षात आले की पूर्वी ज्या भीती आणि काळजीमुळे ते अपयशी झाले होते, त्या भीतीवर मात करणे सहज शक्य आहे. तुमच्याही असे

लक्षात येईल की, येणारा रोजचा नवा दिवस आत्मविश्वासाने घालवण्यासाठी जाहीर भाषणकला अवगत करणे खूप गरजेचे आहे. तुम्ही आता रोजच्या समस्यांना आणि संघर्षांना सहज सामोरे जाल. आत्तापर्यंत ज्या न उकलणाऱ्या संकटांची मालिका तुमच्यासमोर होती, त्यांना तुम्ही आता आव्हान म्हणून स्वीकारणार आहात आणि आयुष्यातील आनंद द्विगुणित करणार आहात.

प्रकरण ३

प्रभावशाली बोलणे : झटपट आणि सोपा उपाय

दिवसा मी टेलिव्हिजन फारच क्वचित बघतो. पण नुकतेच मला माझ्या एका मित्राने सांगितले की सध्या टीव्ही वर दुपारी खास बायकांसाठी दाखवण्यात येणारा शो अवश्य बघ. सध्या हा शो खूपच लोकप्रिय झाला होता आणि माझ्या मित्राला असे वाटले की प्रेक्षकांचा त्या कार्यक्रमात असलेला सहभाग मला नक्कीच आवडून जाईल आणि खरेच मला तो शो आवडला. मी तो अनेक वेळा पाहिला आणि मी सगळ्यात कशाने आकर्षित झालो तर त्या शोचा अँकर प्रेक्षकांना मोठ्या खुबीने बोलते करायचा आणि भाषण करायला भाग पाडायचा. अर्थातच हे सगळे लोक काही व्यावसायिक दृष्टीने वक्ते नव्हते हे उघडच आहे. संवाद ही कला असते, असेही यापूर्वी त्यांना कधी कोणी सांगितले नव्हते. त्यांच्यापैकी काहींचे व्याकरण चुकीचे होते, काहींचे शब्दोच्चार चुकीचे होते. पण सगळ्यांना त्या विषयात रुची होती. जेव्हा त्यांनी बोलायला सुरुवात केली तेव्हा कॅमेरा समोर वावरण्यात त्यांना जराही भीती वाटली नाही आणि त्यांनी प्रेक्षकांचे लक्ष वेधून घेतले.

असे का घडले? मला याचे उत्तर माहिती आहे. कारण या कार्यक्रमात त्यांनी जी तंत्रे वापरली होती तीच मीसुद्धा अनेक वर्षांपासून वापरत होतो. ते सगळे स्त्री-पुरुष साधे सरळमार्गी होते. तरी संपूर्ण देशाचे लक्ष त्यांच्याकडे होते. ते त्यांच्या स्वत:बद्दल बोलत होते, त्यांच्या अत्यंत लाजिरवाण्या प्रसंगांबद्दल बोलत होते तर कधी त्यांच्या आयुष्यातील अत्यानंदाचा प्रसंग दिलखुलासपणे सांगत होते; किंवा कधी त्यांचे नवरे किंवा त्यांच्या बायका त्यांना कशा भेटल्या याची रोमहर्षक कहाणी सांगत होते. ते त्यांची स्वत:ची काय ओळख आहे किंवा ते कसे दिसतात आणि या कार्यक्रमाचा शेवट काय होणार आहे याची फिकीर ते करत नव्हते. त्यांची बोली भाषा किंवा त्यांच्या वाक्यांची जुळवाजुळव याची त्यांना चिंता नव्हती आणि तरीही त्यांना प्रेक्षकांकडून प्रचंड दाद मिळत होती. ते काय बोलतायेत याकडे सगळे कान

देऊन ऐकत होते. जाहीर भाषणकला शिकण्याचा झटपट व सोपा मार्ग शिकवण्याचे माझे जे तीन मुख्य नियम होते त्याचाच हा नाट्यमय पुरावा होता.

पहिला / **तुमच्या स्वानुभवाबद्दल किंवा तुम्ही केलेल्या अभ्यासाबद्दल काहीतरी बोला**

हाडामासांनी बनलेल्या उत्साही स्त्री-पुरुषांच्या दूरदर्शनवरील कार्यक्रमातल्या गोष्टी त्यांच्या स्वतःच्या प्रामाणिक अनुभवांवर आधारलेल्या असल्यामुळेच त्या अधिक रंगतदार बनल्या होत्या. त्या कार्यक्रमातील माणसे फक्त तेच बोलत होते जे त्यांना माहिती होते. जरा विचार करा की अशा लोकांना साम्यवादाची व्याख्या विचारली असती किंवा युनायटेड नेशन्सच्या संघटनांचा आराखडा सांगायला लावला असता तर तो कार्यक्रम किती कंटाळवाणा झाला असता. तरीही खेदाने असेच म्हणावे लागते अनेक पार्ट्यांमध्ये किंवा सभांमध्ये अगणित वक्ते हीच चूक अगणित वेळा करतात. ते असे ठरवतात की ज्या विषयाचा गंध नाही तोच विषय बोलणे जणू त्यांच्यावर बंधनकारक आहे. ते देशभक्ती किंवा लोकशाही किंवा कायदा असे गहन विषय निवडतात आणि मग घाईघाईने पुस्तक चाळतात, कोण कधी काय म्हणाले होते ती विधाने शोधून काढतात आणि मग कोणत्याही प्रसंगी वापरता येईल असे एक छोटे पुस्तक कायम जवळ बाळगतात. मग काही वेळेस घाईघाईने मूर्खपणाची सार्वत्रिक विधाने करतात. त्यासाठी ते कॉलेजमध्ये असताना अभ्यासलेल्या राज्यशास्त्राच्या पुस्तकातले दाखले देतात आणि मग ते अशाप्रकारचे भाषण होते की ज्याची फक्त लांबीच जास्त असते. बाकी त्यात काहीच नसते! अशा वक्त्यांच्या हे कधीच लक्षात येत नाही की श्रोत्यांना वास्तववादी, दैनंदिन आयुष्याशी साधर्म्य साधणारे असे काही हवे आहे.

काही वर्षांपूर्वी डेल कार्नेगी कोर्सची एक मीटिंग शिकागो येथील कोनराड हिल्टन हॉटेल येथे झाली होती. त्या वेळी एक विद्यार्थी उठून उभा राहिला व म्हणाला, 'स्वातंत्र्य, समता आणि बंधुभाव या मनुष्यप्राण्याच्या शब्दकोषातील तीन सर्वांत बलाढ्य कल्पना आहेत. स्वातंत्र्याशिवाय आपल्याला काहीच अर्थ नाही. विचार करा सर्व बाजूंनी तुमच्या स्वातंत्र्याची कोंडी केली असेल तर तुमच्या अस्तित्वाला काय अर्थ आहे?'

तो असेच आणखीही पुढे काही तरी बोलत राहिला असता पण एका शहाण्या प्रशिक्षकाने त्याला थांबवले आणि विचारले की, तो हे जे काही बोलतो आहे तसे त्याचे मत का झाले? प्रशिक्षकाने पुढे जाऊन त्याला हे ही विचारले की त्याच्या विधानाला पुष्टी देणारे काही वैयक्तिक अनुभव किंवा पुरावे त्याच्याकडे आहेत का? मग त्याने त्याची उत्कंठावर्धक गोष्ट सांगितली ती अशी की,

तो फ्रेंच भूमिगत चळवळ करणारा लढवय्या होता. नाझीच्या सत्तेच्या काळात त्याला व त्याच्या कुटुंबाला किती अन्याय्य संतापकारक गोष्टींना तोंड द्यावे लागले, हे पण त्याने सांगितले. गुप्त वेषातील पोलिसांना चुकवून शेवटी ते अमेरिकेपर्यंत कसे पोहोचले याची रोमहर्षक कहाणी त्याने विस्तृतपणे सांगितली. त्याच्या कहाणीचा शेवट त्याने असा केला, 'जेव्हा मी मिशिगन ॲव्हेन्यूहून या हॉटेलपर्यंत आलो तेव्हा माझ्या इच्छेप्रमाणे मी मनमोकळेपणाने येऊ जाऊ शकलो. वाटेत मला एक पोलिस भेटला पण त्याने माझी कोणतीच दखल घेतली नाही. मी या हॉटेलपर्यंत येईपर्यंत मला कोणतेही ओळखपत्र दाखवावे लागले नाही आणि ही मीटिंग संपल्यावरसुद्धा मी शिकागो शहरात हवे तेथे जाऊ शकतो. म्हणून सांगतो माझ्यावर विश्वास ठेवा की स्वातंत्र्याचा लढा देणे योग्यच आहे.' या वक्त्याला लोकांनी उभे राहून टाळ्या वाजवून सलाम ठोकला!

आयुष्याने तुम्हाला काय शिकवले ते आम्हाला सांगा

जे वक्ते त्यांनी आयुष्याकडून कोणता धडा घेतला हे सांगतात त्यांचे भाषण श्रोते मन लावून ऐकतात. पण मला माझ्या अनुभवांवरून हे माहिती आहे की वक्ते आपले स्वानुभव, आपल्या चुका, आपले यश लोकांना सांगायला पटकन तयार होत नाहीत. कदाचित त्यांना या गोष्टी क्षुल्लक तरी वाटत असाव्यात किंवा त्याचे जाहीर प्रदर्शन नको असे तरी वाटत असावे. त्यांना त्यापेक्षा सर्वसामान्य विधाने करण्यातच रस वाटतो आणि अवघड, तात्त्विक ज्ञानाचे डोस श्रोत्यांना पाजले की त्यांना धन्य वाटते. पण त्यामुळे सर्वसामन्य जनतेचा जीव गुदमरतो. जेव्हा आपण बातम्यांसाठी तरसत असतो तेव्हा हे वक्ते आपल्यासमोर अग्रलेख ठेवतात. आपल्यापैकी कोणालाच तसे अग्रलेखाचे वावडे नसते, पण अग्रलेख सादर करण्याचा ज्याचा अधिकार असतो त्यानेच हे सादर करावे असे आपल्याला वाटते. तर या सगळ्या विवेचनाचे सार असे की तुम्ही आयुष्याकडून कोणता धडा घेतला त्याबद्दल बोला, आम्ही ऐकायला उत्सुक आहोत.

असे म्हटले जाते की इमर्सन कोणत्याही माणसाचे बोलणे ऐकायला उत्सुक असायचा मग तो माणूस कित्येक कितीही सामान्य असू दे! कारण त्याला असे वाटायचे की त्याला भेटणाऱ्या प्रत्येक माणसाकडून त्याला काहीतरी शिकायला मिळते. मी आत्तापर्यंत अनेक प्रौढांची भाषणे ऐकली आहेत. कदाचित पाश्चिमात्य देशात सगळ्यात जास्त भाषणे ऐकलेला माणूस मीच असेल! आणि मी असे तुम्हाला खात्रीपूर्वक सांगू इच्छितो की जेव्हा वक्ता आपल्या आयुष्यातील सच्चे अनुभव श्रोत्यांबरोबर शेअर करतो, आपण केलेल्या चुकांमधून आपण काय शिकलो हे सांगतो, तेव्हा मग त्या चुका कितीही क्षुल्लक असल्या तरी! तेव्हा

त्याचे भाषण कधीही कंटाळवाणे होत नाही.

उदाहरणासाठी सांगतो काही वर्षांपूर्वी आमच्या प्रशिक्षकांनी न्यू यॉर्क सिटी बँकेतील काही ज्येष्ठ अधिकाऱ्यांसाठी जाहीर भाषणकलेचा वर्ग आयोजित केला होता. साहजिकच या सगळ्या अधिकाऱ्यांना वेळेची कमतरता होती. त्यांना गृहपाठ करण्यासाठी पुरेसा वेळ नव्हता किंवा त्यांना जे करायला सांगितले जात असे ती प्रात्यक्षिके त्यांच्याकडून होत नव्हती. संपूर्ण आयुष्यभर त्यांनी फक्त त्यांच्याच चष्म्यातून जगाकडे पाहिले होते. त्यांच्या स्वत:च्या काही ठाम समजुती होत्या आणि त्या त्यांनी निकराने जपल्या होत्या आणि स्वत:च्या अनुभवातून, शहाणपण शिकले होते. त्यांनी सुमारे चाळीस वर्षे भाषण देण्यासाठी केवढी तरी साधनसामग्री जमवली होती, पण त्यांच्यापैकी फारच थोड्यांना याची जाणीव होती.

एका शुक्रवारी शहरातील बँकेत काम करणारा एक ज्येष्ठ अधिकारी, आपल्या सोयीसाठी आपण त्याला मि. जॅकसन म्हणू. त्यांच्या लक्षात आले, अरेच्या ४.३० वाजले. म्हणूने ते घाईघाईने त्यांच्या ऑफिसमधून बाहेर पडले. त्यांना आज भाषण करायचे होते म्हणून त्यांनी जवळच असलेल्या एका दुकानदाराकडून 'फोर्ब्ज' नावाचे मासिक विकत घेतले आणि फेडरल रिझर्व्ह बँकेत, जेथे वर्ग चालू होता तिथपर्यंत येईपर्यंत त्यांनी तो लेख वाचला, ज्याचे नाव होते 'तुमच्याकडे यश मिळवण्यासाठी फक्त १० वर्षे आहेत'. त्यांना रुची होती म्हणून त्यांनी तो लेख वाचला असे नव्हे, तर खास आपल्यावर भाषण करण्याची सक्ती आहे म्हणून भाषणासाठी काही मिळेल या हेतूने त्यांनी तो लेख वाचला.

एक तासाने ते भाषण करण्यासाठी उभे राहिले. त्या लेखामध्ये त्यांनी जे काही वाचले होते ते त्यांनी जास्तीत जास्त पटवून देण्याचा आणि लोकांना आवडेल अशा प्रकारे सांगण्याचा प्रयत्न केला.

परिणाम काय झाला म्हणून विचारताय? परिणाम अटळ होता. त्यांना स्वत:लाच काही गोष्टी संदिग्ध होत्या. ते जे काही सांगण्याचा प्रयत्न करत होते त्याचे त्यांनाच आकलन झाले नव्हते. 'काय म्हणालो मी?' सांगण्याचा प्रयत्न - होय मला नेमके हेच म्हणायचे आहे. प्रयत्नच होता तो! त्यांना त्यांच्या भाषणाद्वारे नेमका कोणता संदेश लोकांना द्यायचा आहे हेच त्यांच्या भाषणाच्या पद्धतीवरून, त्यांच्या शब्दांवरून, त्यांच्या शब्दफेकीवरून, त्यांच्या विचारांमधून त्यांना स्वत:लाही काही समजल्याचे दिसत नव्हते. अशा वेळी ते श्रोत्यांना समजेल अशी अपेक्षा करणे चुकीचे होते. त्यांना स्वत:लाच त्यांचे भाषण पटले नव्हते तर ते इतरांना कसे पटावे. संपूर्ण भाषणात त्यांनी सतत लेखक असे म्हणतो, तसे म्हणतो हेच सांगितले. हे नक्की की भाषणात 'फोर्ब्ज' मासिक डोकावत होते. पण खेदाने सांगावेसे वाटले की भाषणात मि. जॅकसन कोठेच दिसले नाहीत.

जेव्हा त्यांचे भाषण संपले तेव्हा प्रशिक्षक त्यांना म्हणाला, ''मि. जॅकसन, ज्या कोणी हा लेख लिहिला आहे त्याच्या धूसर प्रतिमेमध्ये आम्हाला रुची नाही. तो आता येथे नाही, आम्ही त्याला पाहू शकत नाही. पण आम्हाला तुमच्यात आणि तुमच्या विचारांमध्ये रुची आहे. ते जाणून घेण्याची आमची इच्छा आहे म्हणूनच व्यक्तिश: तुम्हाला काय वाटते ते सांगा, कोणाला काय वाटते ते आम्हाला सांगू नका. तुमच्या भाषणात मि. जॅकसन काय म्हणतात ते आम्हाला कळू दे. हाच विषय घेऊन पुन्हा पुढच्या आठवड्यात तुम्ही भाषण कराल का? हा लेख पुन्हा वाचा आणि स्वत:ला प्रश्न विचारा की तुम्ही या लेखकाशी सहमत आहात की नाही? जर तुम्ही लेखकाशी सहमत असाल तर तुमच्या सहमतीमागचे मुद्दे तुमच्या स्वानुभवाचे दाखले देऊन विषद करा. जर तुम्ही लेखकाशी सहमत नसाल, तर त्या मागची कारणे आम्हाला सांगा. या लेखाचा आधार तुमचे भाषण सुरू होण्यासाठी होऊन तुम्ही नंतर तुमची स्वत:ची मते मांडणार आहात.''

मि. जॅकसनने पुन: पुन्हा लेख वाचला आणि ते या निर्णयावर आले की ते लेखकाशी जरासुद्धा सहमत नाहीत. मग त्यांनी आपल्या स्मरणशक्तीला ताण देऊन त्यांच्या असहमतीच्या कारणांसाठी स्वत:च्या अनुभवांची जमवाजमव केली. एका प्रथितयश बँकेचा ज्येष्ठ अधिकारी म्हणून आलेल्या अनुभवांची विस्ताराने यथोचित मांडणी केली. पुढच्या आठवड्यात ते वर्गात पूर्ण तयारीनिशी आले आणि त्यांच्या स्वत:च्या आयुष्याशी निगडित असलेल्या अनुभवांच्या शिदोरीवर ठामपणे भाषण केले. 'फोर्ब्ज' मासिकातील सेकंडहॅन्ड ज्ञानापेक्षा त्यांनी स्वत:च्या खाणीतील तळपणाऱ्या धातूपासून स्वत:च्या टाकसाळीत नाणी छापली आणि ती श्रोत्यांना दिली. आता मी ते तुमच्यावर सोडतो की कोणत्या भाषणाने वर्गावर अधिक प्रभाव पाडला असेल!

तुमच्या पार्श्वभूमीनुसार विषय निवडा

एकदा आमच्या प्रशिक्षकांच्या गटाला असे सांगण्यात आले की एका कागदाच्या तुकड्यावर त्या प्रत्येकाच्या मते नवशिक्या वक्त्यांबरोबर सर्वात मोठी भेडसावणारी समस्या कोणती ते लिहा. जेव्हा त्या सगळ्या चिठ्ठ्या तपासल्या गेल्या तेव्हा असे लक्षात आले की, आमच्या अभ्यासक्रमातील नवशिक्या वक्त्यांच्या बाबतीत सर्वांत मोठी समस्या असते ती विषयनिवडीची!

योग्य विषय कोणता? तुम्हाला सगळ्यात जास्त परिचित असणाऱ्या गोष्टी, तुमचे अनुभव आणि त्यावरून तुम्ही काढलेले निष्कर्ष याच्याशी निगडित असलेला विषय तुमच्यासाठी अधिक चांगला याची खात्री बाळगा. तुम्ही विषय कसा निवडणार? तुमच्या भूतकाळातील आठवणींमध्ये जरा डोकवा आणि त्या घटनांचा

तुमच्या आयुष्यावर, तुमच्या व्यक्तिमत्त्वावर जो परिणाम झाला आणि त्या घटनांनी तुम्हाला जो विशिष्ट दृष्टिकोन दिला याचा विचार करा. काही वर्षांपूर्वी आम्ही ज्या विषयांमुळे संपूर्ण वर्गाचे लक्ष खिळून राहते, कान टवकारले जातात त्या विषयांची छाननी केली होती. आमच्या असे लक्षात आले की वक्त्याच्या वैयक्तिक पार्श्वभूमीशी निगडित असलेले विषय श्रोत्यांना अधिक आवडतात.

बालपणाचा काळ आणि संगोपन. कुटुंब, बालपणीच्या आठवणी, शालेय दिवस हे विषय बहुधा नेहमीच सगळ्यांचे लक्ष वेधून घेतात. कारण आपल्या सगळ्यांनाच इतरांच्या वैयक्तिक खासगी आयुष्याबद्दल, त्यांना आलेल्या संकटांबद्दल आणि त्याच्यावर त्यांनी जशी मात केली अशा गोष्टींबद्दल जाणून घेणे आवडते.

जेव्हा केव्हा तुम्हाला शक्य असेल तेव्हा तुमच्या पूर्वीच्या दिवसांमधील घटना, त्यांचा क्रम, त्यातील वैशिष्ट्ये आठवून ती लिहून ठेवा. काही लोकप्रिय सिनेमे, नाटके किंवा कथा-कादंबऱ्या ज्यांचा विषय आपल्या भाषणांतील विषयाशी, त्यातील आव्हानांशी साधर्म्य साधणारा असेल अशी उदाहरणे दिल्याने तुमचे भाषण अधिक प्रभावी व श्रवणीय होते. पण तुमच्या लहानपणी काय घडले हे ऐकण्यात कोणाला रुची वाटेल अशी खात्री तुमची कशी पटावी! त्यासाठी एक सोपी कसोटी आहे. एखादी घटना जी तुमच्या आयुष्यात अनेक वर्षांपूर्वी घडली तरी ती जशीच्या तशी तुमच्या डोळ्यांसमोर वारंवार उभी राहते ती घटना लोकांनासुद्धा ऐकायला आवडेल, याची खात्री बाळगा.

यशस्वी होण्यासाठी केलेला संघर्ष : तुमच्या भाषणातील हा प्रांतसुद्धा तुमचे भाषण समृद्ध करतो, सर्वच लोकांना याविषयी ऐकायला आवडते. या जगात तुमचा ठसा उमटविण्यासाठी तुम्ही काय केले या आठवणी जागवून तुम्ही श्रोत्यांना खिळवून ठेवू शकता. तुम्ही त्या विशिष्ट धंद्यात किंवा व्यवसायात कसे उतरलात? तुमच्या आयुष्यात असे कोणते वळण आले की तुमच्या आयुष्याचा मार्गच बदलून गेला? या प्रचंड स्पर्धा असलेल्या जगात पाय रोवून उभे राहत असताना क्वचित कधीतरी तुमची पीछेहाटही झाली असेल, त्याबद्दल सांगा. तुमच्या आशा-आकांक्षा, तुमचा विजय याबद्दलही बोला. जर आपल्या आयुष्याचे वास्तवचित्रण अतिशय नम्रतेने तुम्ही लोकांसमोर केले तर नक्कीच तुमचे भाषण लोकांना आवडेल अशी खात्री बाळगा.

छंद आणि करमणूक : या प्रांतातील विषय हा वैयक्तिक आवडी-निवडींवर आधारलेला असतो आणि असे विषय नक्कीच श्रोत्यांना खिळवून ठेवतात. तुमच्या आवडीच्या गोष्टी कोणत्या आहेत हे सांगताना तुम्ही कधीच चुका करणे शक्य नाही आणि हे तर साहजिकच आहे की तुमच्या आवडीच्या गोष्टींबद्दल बोलताना तुमचा अमाप उत्साह ओसंडून वाहील. तुमचे असे प्रफुल्लीत झालेले व्यक्तिमत्त्व पाहून

श्रोतेसुद्धा उल्हसित होतील.

तुमच्या ज्ञानाचा खास प्रांत : अनेक वर्षं एकाच क्षेत्रात काम केल्याने आणि अथक परिश्रमाने तुम्हाला तुमच्या क्षेत्रात 'निष्णात' ही पदवी मिळालेली आहे. तुम्ही तुमच्या भाषणात तुमच्या व्यवसायातील अभ्यासपूर्ण अहवालाचे संदर्भ देऊन त्यातील वैशिष्ट्ये सांगून श्रोत्यांचे आदरयुक्त लक्ष वेधून घेऊ शकता.

असामान्य अनुभव : तुम्ही कधी खूप मोठ्या माणसाला भेटला आहात का? युद्धाच्या वेळी तुम्ही आगीच्या भक्षस्थानी होता का? आयुष्यात तुम्हाला कधी दैवी शक्तीचा आभास झाला का? तुमच्याजवळ जर असे काही अनुभव असतील तर तुमच्या भाषणाची रंगत ते वाढवतात.

श्रद्धा आणि विश्वास : कदाचित तुम्ही तुमचे भाषण तयार करण्यासाठी भरपूर वेळ खर्च केला असेल आणि खूप कष्टही घेतले असतील व तुमचे विचार काही महत्त्वाच्या बाबींवर आजच्या जगापेक्षा वेगळेही असतील. जर तुम्ही दिवसातील अनेक तास महत्त्वाच्या मुद्द्यांचा अभ्यास करण्यासाठी खर्च केले असतील तर तुम्हाला भाषण करण्याचा व त्याबद्दल लोकांना सांगण्याचा अधिकारच आहे. पण जेव्हा तुम्ही असे कराल तेव्हा तुमचे असे मत का बनले याच्या पुष्ट्यर्थ निश्चित नावांनिशी उदाहरणे द्या. श्रोत्यांना अनिश्चित स्वरूपात हवेत गोळ्या मारलेल्या फारशा भावत नाहीत. कृपा करून असा गैरसमज करून घेऊ नका की एखादे वर्तमानपत्र वाचून त्यातील लेखाचा संदर्भ दिला की आपल्या भाषणाच्या विषयाची तयारी झाली. जर तुमच्या श्रोत्यांपेक्षा फार थोडी अधिक माहिती तुम्हाला त्या विषयाची असेल तर तो विषय टाळा. त्यापेक्षा तुम्ही ज्या विषयातील अभ्यासासाठी आपले आयुष्य खर्ची घातले आहे तो विषय जणू काही खास तुमच्याचसाठी बनवला गेला असे समजा आणि जरूर त्याचाच वापर करा.

* * *

आपण दुसऱ्या प्रकरणात पाहिल्याप्रमाणे भाषणाची तयारी म्हणजे केवळ काहीतरी यांत्रिक शब्द कागदावर उमटवणे किंवा मोठमोठ्या वाक्प्रचारांची फौज उभी करणे नव्हे! तसेच ते म्हणजे घाईघाईने एखादे मासिक किंवा वर्तमानपत्र वाचून त्यातील दुसऱ्याच्या कल्पना चोरून स्वत:च्या नावावर खपवणेसुद्धा नव्हे! तर भाषणाची तयारी म्हणजे तुमच्या मनात आणि हृदयात खोल डोकावून तुमच्या आयुष्यभरात तुम्ही जे काही साठवून ठेवले आहे ते खोदून मुखोद्गत करणे होय!! तुमच्या मनात चुकूनही अशी शंका येऊ देऊ नका की माझ्या मनात किंवा हृदयात काही साठवलेले असेल का? तेथे नक्कीच भरपूर साठा आहे आणि तो तुम्ही कधी बाहेर काढताय यासाठी उतावीळ झाला आहे. हा साठा खूप खासगी स्वरूपाचा

आहे किंवा श्रोत्यांसाठी फार क्षुल्लक आहे असे समजून बाजूला सारू नका. मी स्वत: तर अशा भाषणांनी हेलावून जातो आणि काही वेळेस ते भाषण मनोरंजकही असते आणि इतर व्यावसायिक वक्त्यांपेक्षा भावनांना हात घालणारे असते.

केवळ तुमच्या हातात माईक मिळाला आहे, समोर श्रोते आहेत आणि व्यासपीठावर उभे आहात म्हणून काहीतरी बोलणार आहात असे करू नका. म्हणूनच जाहीर भाषणकला झटपट आणि सोपी करून शिकवण्यासाठी आम्ही तुम्हाला आणखीही काही गोष्टी शिकवणार आहोत.

दुसरा / **तुम्ही तुमच्या विषयामुळे उत्तेजित झाला आहात याची खात्री असू दे**

तुम्हाला आणि मला भाषणासाठी दिलेल्या विषयांपैकी सगळेच विषय आपल्याला उत्तेजित करतील किंवा आवडतील असे थोडेच आहे! उदाहरणच द्यायचे झाले तर 'डू इट युवरसेल्फ'सारख्या विषयावर जर मला भांडी घासण्याविषयी बोलायला सांगितले तर मला हा विषय बोलायला मुळीच आवडणार नाही. खरे सांगायचे तर या विषयावर बोलायचे म्हटले तर मला काही आठवतच नाही. पण मी अनेक स्त्रियांना - काही उच्चपदस्थ लोकांनाही या विषयावर सुंदर भाषण करताना ऐकले आहे. काहींच्या मते भांडी घासणे हे एक अव्याहतपणे चालणारे आणि कधीही न संपणारे असे काम आहे आणि ते करायला लागल्याबद्दल त्यांच्या मनात अन्यायाची भावना, चीड, तिरस्कारसुद्धा आहे. काहींनी मात्र या अमान्य असलेल्या छोट्याशा कामावर स्वत:च्या बुद्धिमत्तेच्या जोरावर काहीतरी नवीन युक्ती शोधून काढलेली दिसते. कारण ते खूप उत्साहाने या विषयावर बोलू शकतात, कल्पना करा, भांडी घासणे या विषयावर!

इथे मी तुम्हाला असा एक प्रश्न विचारतो, ज्यामुळे तुम्ही लोकांसमोर भाषण करण्यासाठी जो विषय निवडला आहे तो तुमच्यासाठी योग्य आहे की नाही हे कळण्यास तुम्हाला मदत होईल. प्रश्न असा की जर श्रोत्यांमधून कोणीतरी उभे राहून तुम्हाला सरळसरळ विरोध केला, तर तुम्ही त्याच्याशी अधिक खात्रीपूर्वक स्वरात बोलून तुमचा मुद्दा पटवून देऊ शकाल का? आणि तुम्ही तेवढ्याच उत्साहाने समर्थन करू शकाल का? जर तुम्ही हे करू शकलात तर तुम्ही भाषणासाठी योग्य विषय निवडला आहे याची खात्री बाळगा.

मी इ. स. १९२६ साली जेव्हा स्वित्झर्लंडमधील जीनिव्हा येथे लिग ऑफ नेशन्सच्या सातव्या सेशनसाठी गेलो होतो तेव्हा काही गोष्टी लिहून ठेवल्या होत्या. त्या माझ्या नुकत्याच वाचण्यात आल्या. त्यातील एक परिच्छेद असा, तीन/चार प्राणहीन वक्ते आणि त्यांनी हातानी लिहून आणलेले कागद वाचले. पण त्यानंतर

सर जॉर्ज फॉस्टर हे कॅनडाहून आले होते. त्यांनी व्यासपीठाचा ताबा घेतला. मला हे पाहून अत्यानंद झाला की त्यांच्या हातात एकही कागद नव्हता. बोलताना त्यांच्या चेहेऱ्यावरील हावभाव ठळकपणे दिसत होते. ते जे काही बोलत होते ते बोल केवळ तोंडातून न येता ते थेट हृदयापासून येत होते. त्यांना श्रोत्यांना जे काही सांगायचे होते तेच अगदी तंतोतंत तेच ते बोलत होते. ते श्रोत्यांना त्यांचे विचार ज्या उत्साहाने समजावण्याचा प्रयत्न करत होते ते खिडकीतून बाहेर दिसणाऱ्या जीनिव्हातील तळ्याइतकेच संथ होते आणि तेच विचार त्यांनी त्यांच्या हृदयात आत्तापर्यंत तेवत ठेवले होते. मी माझ्या विद्यार्थ्यांना जी तत्त्वे, जे नियम शिकवत असे, नेमके तेच त्यांच्या भाषणातून ठळकपणे दिसून येत होते.

सर जॉर्ज यांचे ते भाषण मी कधीच विसरलो नाही. ते प्रामाणिक होते, ते उत्साही होते, त्यांच्या हृदयाला भिडणारे विषयच फक्त ते निवडत असत आणि त्याच विषयावर चिंतन करून त्यांचे विचार ते श्रोत्यांपर्यंत पोहोचवत. यामधून त्यांच्या प्रामाणिकपणाचे दर्शन होई. अमेरिकेतील अत्यंत बुद्धिमान वक्त्यांपैकी एक असलेले बिशप फुलटन जे. शीन यांनी हा धडा त्यांच्या आयुष्यात फारच लवकर गिरवला.

त्यांनी आपल्या *'लाइफ इज बर्थ लिव्हिंग'* या पुस्तकात असे म्हटले आहे की, 'नोट्रे डेम येथील वादविवाद स्पर्धेच्या आदल्या रात्री आमच्या प्रोफेसरांनी मला त्यांच्या ऑफिसमध्ये बोलावले व तारस्वरात रागावून म्हणाले.

'तू गाढव आहेस. आत्तापर्यंतच्या आमच्या कॉलेजच्या इतिहासात तुझ्याइतका वाईट वक्ता कोणीच कधीच झाला नाही.'

मी स्वत:ची बाजू मांडण्याचा प्रयत्न करत म्हणालो, 'ठीक आहे, पण असा जर मी इतका वाईट आहे तर तुम्ही स्पर्धक म्हणून माझी निवड का केली?'

त्यावर ते उत्तरले, 'कारण... कारण तू चांगला विचार करू शकतोस म्हणून! तू चांगला बोलू शकतोस म्हणून नव्हे. जा त्या कोपऱ्यात जाऊन उभा राहा. तुझ्या भाषणातला एक परिच्छेद घे आणि म्हणून दाखव.' जवळपास तासभर मी पुन:पुन्हा तो परिच्छेद म्हणून दाखवला. त्यावर ते म्हणाले, 'तुला याच्यात काही चूक दिसते का?' मी म्हटले, 'नाही.' पुन्हा मला तो परिच्छेद म्हणायला लावला. तास झाला, दीड तास झाला, दोन तास झाले, अडीच तासानंतर मी खूप दमलो. ते म्हणाले, 'आता तरी तुला तुझी चूक सापडते का?'

शेवटी अडीच तासानंतर मला माझी चूक सापडली. मी म्हणालो, 'होय! मी प्रामाणिक नाही. माझे स्वत्व मी माझ्या भाषणात ओतले नाही. मला जे काही सांगायचे आहे ते माझ्या शब्दांमधून उमटत नाही.'

आत्ता, या क्षणाला बिशप शीन याला जो धडा शिकायला मिळाला तो त्याच्या

आयुष्यभर लक्षात राहिला आणि त्याने तो पाळला. त्यानंतर त्याने अत्यंत समरसून भाषण केले. आपण निवडलेल्या विषयाने तो भारून गेला. तेव्हाच त्याचे प्रोफेसर त्याला म्हणाले, 'आता तू भाषण करण्यासाठी तयार आहेस.'

आमच्या क्लासचे एक सभासद एकदा म्हणाले, 'मी कोणत्याच गोष्टीने उत्तेजित होत नाही. माझे आयुष्य अत्यंत नीरस आहे.' अशा प्रसंगी आमच्या प्रशिक्षकांना हे शिकवलेलेच आहे की, त्यांना विचारायचे की फावल्या वेळात तुम्ही काय करता? एकाने सांगितले की तो सिनेमा बघतो, दुसऱ्याने सांगितले की तो फुटबॉल खेळतो, तर तिसरा म्हणाला की तो गुलाबांची लागवड करतो. एका माणसाने मात्र त्याच्या प्रशिक्षकाला सांगितले की तो सामन्यांविषयीची पुस्तके गोळा करतो. प्रशिक्षकालाही त्याच्या या हटके छंदाबद्दल कुतूहल वाटले म्हणून मग त्याने त्याच्या प्रश्नांची सरबत्ती चालूच ठेवली. मग हळूहळू तो खुलला. मग त्याने त्याची ही पुस्तके कोठे ठेवली आहेत, त्या खोलीबद्दल हावभाव करून वर्णन करायला सुरुवात केली. त्याने त्या प्रशिक्षकाला सांगितले की त्याच्या जवळ जगातील जवळपास सगळ्या देशांमधल्या मॅचबुक्सचा संग्रह आहे. प्रशिक्षकाच्या लक्षात आले की, हा विषय त्याच्या भलताच आवडीचा आहे. म्हणून त्याने त्याला थांबवले व म्हणाला, 'तू या विषयावर आम्हाला नाही काही सांगत? मला तर हे ऐकताना खूप मजा येत आहे.' त्यावर तो उत्तरला की, त्याला नाही वाटत की या विषयात फारशी कोणाला गोडी असेल. इथे असा एक माणूस होता की ज्याने त्याचा छंद एखाद्या वेडाप्रमाणे जपला होता तरीही आपल्या भाषणाचा हा विषय असू शकतो याबद्दल त्याच्या नकारात्मक भावना होत्या. मग प्रशिक्षकाने त्याची खात्री पटवली की लोकांना त्यामध्ये गोडी असेल का या प्रश्नाचे उत्तर तपासून पाहण्यासाठी आपल्याला त्या विषयात कितपत गोडी आहे ते तपासून पाहावे. त्या रात्री तो प्रशिक्षकाशी अतिशय उत्साहाने त्याच्या छंदाबद्दल बोलला आणि त्यानंतर काही दिवसातच मी त्याच्याबद्दल असे ऐकले की अनेक क्लब्ज मधून त्याला या विषयावर भाषण देण्यासाठी, जेवणाची आमंत्रणे येत होती व मानधनही मिळत होते.

हे उदाहरण तुम्हाला सरळसरळ 'जाहीर भाषणकलेचा झटपट व सोपा मार्ग' या अभ्यासक्रमाचे तिसरे मार्गदर्शन तत्त्व शिकवते.

तिसरा / **तुमचे बोलणे तुमच्या श्रोत्यांबरोबर वाटून घेण्यास तत्पर राहा**

प्रत्येक भाषणाच्या संदर्भात तीन घटक फार महत्त्वाचे असतात. ते म्हणजे वक्ता, भाषण किंवा जो काही सल्ले द्यायचा आहे तो आणि तिसरा म्हणजे श्रोता या प्रकरणातील पहिले दोन नियम वक्ता आणि भाषण यांच्यामधील संबंधांवर प्रकाश टाकतात. पण आत्तापर्यंत आपण प्रत्यक्ष भाषणापर्यंत आलेलो नाही. जेव्हा

वक्ता त्याचे भाषण हाडामांसाच्या श्रोत्यांना संबोधून करतो तेव्हा खरे भाषण सजीव होते. भाषणाची तयारी कदाचित परिपूर्ण झाली असेल, भाषणाचा विषयसुद्धा वक्त्यासाठी रुचिपूर्ण असेल पण हे वर्तुळ पूर्ण होण्यासाठी आणखी एका घटकाची उपस्थिती भाषणामध्ये गरजेची आहे. वक्त्याने त्याच्या श्रोत्यांना ही जाणीव करून देणे महत्त्वाचे आहे की तो जे काय सांगतो आहे ते त्याच्यासाठी किती महत्त्वाचे आहे. आपल्या भाषणाच्या विषयाबद्दल फक्त स्वत:च उत्तेजित होतो यापेक्षाही त्याने त्याच्या श्रोत्यांपर्यंत ही उत्सुकता पोहोचवणे अधिक गरजेचे आहे. वक्तृत्वाच्या इतिहासात ज्यांची दखल घ्यावी, अशा प्रत्येक वक्त्यामध्ये हा गुण अचूकपणे असायला हवा, मग या गुणाला तुम्ही विक्रीकौशल्य म्हणा किंवा शुभवार्ताउपदेश म्हणा! काय तुम्हाला हवे ते म्हणा. जो वक्ता प्रभावशाली असेल तो मन:पूर्वक ही इच्छा धरतो की त्याला आत्ता जे वाटते आहे तेच त्याच्या श्रोत्यांनाही वाटावे, त्यांनी त्याच्या मताशी सहमत व्हावे, त्याला त्यांनी जे करावेसे वाटते तेच त्यांनी करावे आणि त्याला जे अनुभव येतात त्याचा आनंद त्याच्या श्रोत्यांनीसुद्धा घेऊन त्याच्याबरोबर निश्चिंत व्हावे. चांगल्या वक्त्यांनी स्वत:ला मध्यभागी न ठेवता श्रोत्यांना मध्यभागी ठेवून विचार करावा. त्याला माहिती असते की त्याचे भाषण यशस्वी झाले की अपयशी झाले हे सांगणारा तो कोण? या भाषणाचे मूल्यमापन तर त्याचे श्रोतेच करणार.

न्यू यॉर्क शहरात 'अमेरिकन इन्स्टिटयूट ऑफ टॉकींग' येथे मी अनेक पुरुषांना छोट्या-छोट्या कार्यशाळांमधून बोलायला शिकवले. त्यापैकी एक गृहस्थ काही केल्या व्यासपीठावर उभे राहून बोलू शकत नव्हते. त्यामुळे या गृहस्थांच्या शिक्षणातील पहिली पायरी ही होती की त्यांच्या मनात आणि हृदयात त्यांनी निवडलेल्या विषयांबद्दल उत्कंठा निर्माण करणे गरजेचे होते. मी त्यांना सांगितले की एका कोपऱ्यात जाऊन तुमच्या विषयाचे इतका वेळ चिंतन करा जोपर्यंत तुमच्यामध्ये त्याविषयी बोलण्याचे स्फुरण चढेल. मी त्याला हे सुद्धा सांगितले की, न्यू यॉर्क मधल्या 'प्रोबेट कोर्टी'चा अहवाल हेच सांगतो की जवळपास ८५ टक्के पेक्षा अधिक लोक मृत्यूच्या वेळेपर्यंत आपल्या मागे काहीच सोडून जात नाहीत. फक्त ३.३ टक्के लोक जेमतेम १०,००० डॉलर्स इतकी संपत्ती मागे ठेवून जातात; त्या गृहस्थांना मी हे पण सांगितले की त्यांच्या भाषणातून ते लोकांना त्यांच्यावर काही दया करायला सांगत नाहीत की जे करणे त्यांना परवडणार नाही, तर उलटपक्षी ते त्यांना स्वत:साठी काहीतरी करायला सांगत आहेत. म्हणून स्वत:च्या मनाला हे बजावून सांगा की, मी या लोकांना त्यांची रोजीरोटी, कपडे आणि आराम व सुख त्यांच्या म्हातारपणातसुद्धा कशी मिळेल याबद्दलच्या चार हिताच्या गोष्टी सांगणार आहे आणि त्यांच्या बायकोला व कुटुंबालाही सुरक्षिततेची

भावना जाणवेल यासाठी प्रयत्न करणार आहे. त्याने हे लक्षात ठेवले पाहिजे की या भाषणाद्वारे तो एक मोठे सामाजिक कार्य करतो आहे. थोडक्यात त्याला धर्मयोद्धा बनायचे आहे.

त्या गृहस्थांनी या गृहीतकांचा विचार केला. त्याने हे विचार त्याच्या मनात ठसवले, स्वत:ची उत्सुकता जागवली, त्याच्यात गोडी निर्माण केली आणि मग त्याच्या लक्षात आले की खरोखर हे एक व्रत आहे. मग जेव्हा तो भाषण करायला गेला तेव्हा त्याचे शब्द आत्मविश्वासाने भारलेले होते व तो जे काय सांगत होता ते खात्रीपूर्वक सांगत होता. त्याने त्याच्या श्रोत्यांना काटकसरीचे महत्त्व समजावून सांगितले. तो हे कळकळीने सांगत होता कारण त्याला मनापासून त्यांना मदत करायची होती. तो आता ठरावीक तयारी करून आलेला वक्ता राहिला नव्हता तर सामाजिक बांधीलकीने भारावून गेलेला, समाजसेवेचे व्रत घेतलेला एक मिशनरी बनला होता.

माझ्या या शिकवणीच्या कारकिर्दीत एक काळ असा होता की जाहीर भाषणकलेच्या क्रमिक पुस्तकांच्या नियमांवरच मी अधिक भर देत असे. त्यांच्यातून काय दिसले तर माझ्या शिक्षकांनी भाषणकलेतील यांत्रिक-तांत्रिक बाबी माझ्यावर बिंबवल्या त्या वाईट सवयी खुद्द माझ्यातूनच प्रतिबिंबित होत होत्या.

भाषणकलेचा मी प्रवेश घेतलेला माझा पहिला वर्ग मी कधीच विसरणार नाही. मला असे शिकवले गेले की मी माझे खांदे दोन्ही बाजूंनी सैल सोडले पाहिजेत. माझा तळहात मागच्या बाजूला गेला पाहिजे. बोटे अर्धवट बंद, अंगठा पायाशी चिकटून ठेवला पाहिजे. मग कवायतीचा दुसरा प्रकार असा की खांदे उचलून, शरीराला बाक देत मनगट गोल फिरवून मग हळूहळू एक-एक बोट उघडून सरळ करायचे. आधी दर्शक बोटं, मग मध्यमा, मग अनामिका आणि शेवटी करंगळी! अशा प्रकारे एक प्रकारचा अलंकारिक बॉडी शो करून झाला की मग पुन्हा खांदे मूळ पदाला आणून ठेवायचे. शरीराचा बाक सरळ करण्याचा आणि हाताचा अंगठा पुन्हा गुढग्यावर विसावू द्यायचा. हा असला सगळा मूर्खपणा, जणू काही रोबोच व्यासपीठावर अवतरलाय! ना त्याच्यात काही शहाणपण, ना काही प्रामाणिकपणा!!

माझ्या प्रशिक्षकाने मला कधीच माझे व्यक्तिमत्त्व माझ्या भाषणात उतरवण्यास प्रोत्साहन दिले नाही. मला कधी सर्वसामान्य, सजीव मानवासारखे बोलू दिले नाही किंवा उत्साहाने माझ्या श्रोत्यांशी कधी संवाद साधू दिला नाही.

या सगळ्या यांत्रिकपणाला फाटा देऊन मी माझ्या प्रशिक्षणाचे तीन प्राथमिक नियम आखले. ज्याची आपण या प्रकरणात चर्चा केली. माझ्या जाहीर भाषणकलेच्या संपूर्ण प्रशिक्षणाचा तोच मूलभूत पाया आहे. या पुस्तकामध्ये या नियमांचा पुनरुच्चार होईलच. पुढील तीन प्रकरणांमध्ये या प्रत्येक नियमाचा अधिक सविस्तरपणे आपण उहापोह करणार आहोत.

जाहीर भाषणकलेची मूलभूत तत्त्वे

प्रकरण १ - मूलभूत कौशल्ये अंगिकारणे

१) इतरांच्या अनुभवावरून आपण शिकू या!

२) तुमची ध्येये तुमच्यासमोर ठेवा.

३) यशासाठी तुमच्या मनाची पूर्वतयारी करा.

४) सराव करण्याची एकही संधी सोडू नका.

प्रकरण २ - आत्मविश्वास वाढवा

१) जाहीर भाषण करतानाच्या भीतीबद्दलची सत्ये जाणून घ्या.

२) योग्य पद्धतीने तयारी करा.

भाषणाचा शब्दन्‌शब्द पाठ करून जाऊ नका.

तुमच्या विचारांचे एकत्रिकरण व जुळणी भाषणापूर्वीच करून ठेवा.

तुमच्या भाषणाची तालीम तुमच्या मित्रांबरोबर करा!

३) यशस्वी होईनच असा मनाशी पूर्वनिश्चय करा!

तुमच्या विषयात स्वत:ला झोकून द्या.

तुम्हाला अस्वस्थ बनवणाऱ्या निरुत्साही गोष्टाकडे दुर्लक्ष करा.

स्वत:शी उत्साहवर्धक शब्दांत बोला.

४) आत्मविश्वासाने वागा.

प्रकरण ३ - प्रभावशाली बोलणे – झटपट आणि सोपा उपाय

१) तुमच्या स्वानुभवाबद्दल किंवा तुम्ही केलेल्या अभ्यासाबद्दल काहीतरी बोला.

आयुष्याने तुम्हाला काय शिकवले ते आम्हाला सांगा.

तुमच्या पार्श्वभूमीनुसार विषय निवडा

२) तुम्ही तुमच्या विषयामुळे उत्तेजित झाला आहात याची खात्री असू दे!

३) तुमचे बोलणे तुमच्या श्रोत्यांबरोबर वाटून घेण्यात तत्पर राहा.

भाग २

भाषण, वक्ता आणि श्रोते

या भागामध्ये आपण भाषणाच्या त्रिकोणाबद्दल बोलणार आहोत – कोणत्याही भाषणाची ही तीन अंगे आहेत.

पहिले म्हणजे प्रत्यक्ष भाषण. आपण आधी हे समजून घेतो की भाषणामध्ये कोणकोणत्या गोष्टींचा समावेश असणार आहे; त्या आपल्याला कशा पद्धतीने मांडायच्या आहेत, त्याला आपल्या अनुभवांची जोड कशी द्यायची आहे.

दुसरे अंग म्हणजे वक्ता स्वत:! इथे आपण मन, शरीर आणि आवाज या बाबतीतले गुणविशेष पाहणार आहोत. या गुणांच्या साहाय्याने आपण आपल्या भाषणाची फेक अधिक जोशपूर्ण करणार आहोत.

शेवटचे पण सर्वांत महत्त्वाचे अंग म्हणजे श्रोते. वक्त्याचे मूल्यमापन करणारी सार्वभौम सत्ता. श्रोत्यांशिवाय भाषणाला भाषण कसे म्हणणार? वक्त्याच्या संदेशाला पास-नापास करणारे न्यायमंडळ म्हणजे श्रोते.

प्रकरण ४

भाषणाचा हक्क मिळवणे

काही वर्षांपूर्वी न्यू यॉर्कमध्ये आमच्या जाहीर भाषणकलेच्या वर्गात एकदमच दोघांनी प्रवेश घेतला. त्यापैकी एक अत्यंत हुशार, अभ्यासू असा पीएच.डी. झालेला प्रोफेसर होता, तर दुसरा आयुष्यात बरेच टक्केटोणपे खाल्लेला, ज्याने आपले तारुण्य ब्रिटिश नेव्हीमध्ये घालवले होते असा व्यावसायिक होता. तो सध्या ट्रकच्या धंद्यात होता. पण ट्रकच्या धंद्यात असलेल्या व्यावसायिकाची भाषणे आमच्या वर्गात प्रोफेसरच्या भाषणांपेक्षा अधिक लोकप्रिय ठरली, का? त्या प्रोफेसरने तर सुंदर इंग्रजी भाषेचा वापर केला होता. तो शहरी, सुसंस्कारित, सभ्य होता. बहुतेक वेळा त्याची भाषणे तर्कशुद्ध आणि सुस्पष्ट होती. पण त्या भाषणांमध्ये एक अत्यंत महत्त्वाची गोष्ट हरवलेली होती - ती म्हणजे - मूर्तता, वास्तवता! त्यामुळे ही भाषणे काहीशी अनिश्चित, संदिग्ध आणि सामान्य वाटत. एकदाही त्याने एकही मुद्दा स्वत:च्या वैयक्तिक अनुभवाच्या साहाय्याने पटवून दिला नाही. त्यामुळे त्याची भाषणे म्हणजे अमूर्त कल्पनांना, तर्कशास्त्राच्या एखाद्या तोकड्या चिंधीने बांधून ठेवलेले बोनस तत्त्वज्ञान श्रोत्यांच्या गळी उतरवण्याचा प्रयत्न असे.

तर दुसऱ्या बाजूला त्या ट्रकधंद्याच्या प्रोप्रायटरची भाषा अत्यंत निश्चित, मूर्त आणि त्याच्या शब्दांमध्ये श्रोत्यांच्या डोळ्यांसमोर चित्र उभे करण्याची जादू होती. तो दैनंदिन आयुष्यातील घटनांबद्दल बोलत असे. तो आम्हाला एखादा मुद्दा सांगत असे आणि मग त्याला पुष्टी देण्यासाठी त्याला त्याच्या धंद्यात कोणता अनुभव आला ते विशद करत असे. त्याच्या संबंधात आलेल्या लोकांचे वर्णन करत असे आणि कायद्याच्या कचाट्यामुळे किती आणि कशी डोकेदुखी होते तेसुद्धा सांगत असे. त्याचे जोशपूर्ण शब्द आणि उत्साहवर्धक वाक्यरचना यामुळे त्याचे भाषण खूप विधायक स्वरूपाचे आणि तरीही मनोरंजक होत असे.

मी हे उदाहरण केवळ एवढ्यासाठी नाही दिले की, कॉलेज प्रोफेसरचे हे बोलणे किंवा एखाद्या ट्रकच्या व्यवसायातील माणसाचे बोलणे काहीतरी वैशिष्ट्यपूर्ण

आहे, तर मी हे उदाहरण कशासाठी दिले की भाषणामधील बारीक-सारीक तपशील भाषणाला अधिक समृद्ध आणि रंगतदार बनवतो आणि श्रोत्यांचे लक्ष वेधून घेण्याची ताकद त्यामध्ये असते.

श्रोत्यांचे लक्ष वेधून घेऊ शकेल असा मालमसाला गोळा करण्याचे चार मार्ग आहेत. तुम्ही जर भाषण तयार करताना त्या ४ पायऱ्या वापरल्या तर तुम्ही तुमच्या श्रोत्यांना त्यांच्या जागेवर खिळवून ठेवण्यात यशस्वी व्हाल.

पहिली / **तुमच्या विषयाची व्याप्ती ओळखा**

एकदा का तुम्ही भाषणाचा विषय निवडलात की मग तुम्ही कोणत्या मर्यादेपर्यंत त्या विषयाभोवती फिरणार आहात ते ठरवा आणि मग काटेकोरपणे त्या मर्यादा पाळा. मग तुमचे भाषण इकडे-तिकडे भरकटू देऊ नका. एकदा एका तरुणाने २ मिनिटांच्या भाषणासाठी 'अथेन्स, ख्रिस्तपूर्व ५०० हे कोरियन वॉर' हा विषय निवडला होता. किती निरर्थक होते ते! जेमतेम तो अथेन्स शहराच्या स्थापनेपर्यंत पोहोचला नाही तोच त्याच्यावर खाली बसण्याची वेळ आली. म्हणून एकाच भाषणामध्ये खूप सारे लपेटण्याचा प्रयत्न करू नका. अर्थात हे खूप टोकाचे उदाहरण झाले. मला माहिती आहे, मी आत्तापर्यंत अशी हजारो भाषणे ऐकली आहेत, ज्यांनी विषयाला योग्य पद्धतीने हात न घातल्यामुळे त्यांच्या श्रोत्यांचे लक्ष वेधून घेण्यास अयशस्वी ठरले. त्यांनी जास्त मुद्दे सांगण्याचा प्रयत्न केला! असे अपयश का येतं? कारण मनाला इतक्या अनेक मुद्द्यांवर लक्ष केंद्रित करणे अशक्य असते, ते कंटाळवाणेसुद्धा वाटते. तुम्ही तर संपूर्ण जगाच्या सफरीबद्दल एकाच भाषणात बोलायला लागलात तर लोक फार वेळपर्यंत तुमच्याकडे लक्ष देऊ शकणार नाहीत. त्यापेक्षा एखादा छोटासा विषय, छोटीशी यलोस्टोन पार्कची सहल घ्या! लोकांनासुद्धा आपली मते, आपले विचार, तेथील सृष्टीसौंदर्य तुमच्याबरोबर वाटून घ्यावेसे वाटेल. श्रोते मनापासून दाद देतील. ते मनाने तुमच्या बरोबरीने या ठिकाणाहून त्या ठिकाणाकडे फिरतील आणि शेवटी त्यांच्या मनामध्ये रेंगाळेल धबधबे, पर्वत आणि गरम पाण्याचे झरे. असे भाषण किती संस्मरणीय ठरेल की जेव्हा वक्ता फक्त पार्क हा विषय घेऊन त्याच्या मर्यादेतच बोलेल. म्हणजे तेथले प्राणी, पशु, पक्षी, गरम पाण्याचे झरे वगैरे वगैरे. अशा वेळी वक्त्याला श्रोत्यांसमोर तो जे काही बोलतो त्याचे चित्र त्यांच्या मनचक्षुंपुढे साकार करण्याचे सामर्थ्य मिळते आणि मग श्रोत्यांसमोर विविध रंगांच्या फुलांनी बहरलेले यलोस्टोन पार्क जिवंत होते.

हीच गोष्ट कोणत्याही विषयाच्या बाबतीत खरी ठरते! मग ते विक्रीकौशल्य असू दे नाहीतर केक भाजण्याची प्रक्रिया असू दे किंवा करामधील सवलत मिळण्याचा मुद्दा असू दे किंवा बलिस्टिक मिसाईल असू दे!! तुम्ही भाषणाला

सुरुवात करण्यापूर्वी जो विषय निवडाल तो कमी व्याप्तीचा असू दे आणि तुम्हाला दिलेल्या वेळेत तो अधिकाधिक रंगतदार करून कसा बसवता येईल त्याकडे लक्ष असू दे!

जेव्हा तुमची भाषणाची वेळ ही ५ मिनिटांपेक्षाही कमी इतकीच मर्यादित असेल तेव्हा तुम्ही एक किंवा दोनच मुद्दे श्रोत्यांच्या गळी उतरवू शकाल. मोठ्या म्हणजे सुमारे अर्ध्या तासाच्या भाषणात आत्तापर्यंत फारच थोडे वक्ते चार ते पाच मुद्दे मांडण्यात यशस्वी झाले आहेत.

दुसरी / **राखीव ताकद विकसित करा**

एखाद्या विषयाची सखोल माहिती गोळा करण्यापेक्षा वरवरची माहिती गोळा करून त्याबद्दल बोलणे फारच सोपे असते. पण तुम्ही हा सोपा मार्ग निवडता तेव्हा तुमच्या श्रोत्यांवर तुमची बिलकुलच छाप पडत नाही. जेव्हा तुम्ही तुमचा विषय मर्यादित करता तेव्हा त्याच्या पुढची पायरी ही असते की तुम्ही स्वत:ला असे काही प्रश्न विचारायचे की जेणेकरून तुमचे ज्ञानही वाढून तुमची त्या विषयाची समज वाढेल आणि ज्यायोगे तुमच्या भाषणाची तयारी इतकी चांगली होईल की तुम्ही तुमच्या विषयात तरबेज होऊन तुमचा शब्द शेवटचा मानला जाईल. ते प्रश्न असे की, 'माझा हा जो विश्वास आहे त्याची कारणमीमांसा काय आहे? मी माझ्या स्वत:च्या आयुष्यात कधी अशा परिस्थितीला तोंड दिले आहे का? मला नेमकी कोणती गोष्ट सिद्ध करायची आहे? मग हे कसे घडून येईल?'

तुम्ही स्वत:च तुमच्या या प्रश्नांना उत्तरे दिली तर तुमची राखीव ताकद वाढेल आणि लोक त्यांच्या जागेवर खिळून बसतील व तुमची दखल घेतील. वनस्पतिशास्त्रातील एक नामवंत शास्त्रज्ञ ल्युयर बरबॅक याच्या बाबतीत असे बोलले जाते की त्यांना जेव्हा एक किंवा दोन उच्च जातीची रोपे तयार करायची असत तेव्हा तो सुमारे १ लाख रोपांची लागवड करीत असे. भाषणाच्या बाबतीतसुद्धा हेच तत्त्व लागू पडते. तुम्ही तुमच्या विषयाच्या बाबतीत शंभर प्रकारे विचार कराल तेव्हा त्यातील नव्वद विषय तुम्हाला बाद करावे लागतील.

जॉन गुंथर याने फार वर्षांपूर्वी असे म्हटले आहे की मला माझ्या लेखनासाठी एखादी माहिती वापरायची असते तेव्हा मी दहापट किंवा काही वेळेस तर १०० पट अधिक माहिती गोळा करतो. 'इनसाईड' नावाच्या सुप्रसिद्ध पुस्तकाचा लेखक लिखाणाची तयारी किंवा भाषणाची तयारी कशी करतो हे सांगताना त्याने हे सांगितले आहे.

जॉन गुंथर याने जे सांगितले ते शब्दन्‌शब्द खरे होते याची पुष्टी देणारा हा पुढील प्रसंग आहे. इ. स. १९५६ साली तो मेंटल हॉस्पिटल्सवर लेखमाला

लिहीत होता. त्याने अनेक संबंधित संस्थांना भेटी दिल्या. अधीक्षकांशी बोलला, रुग्णांशी बोलला, मदतनिसांशी बोलला. गुंथरच्या या संशोधनाच्या कार्यात माझा एक मित्र, त्याला छोटीशी मदत करत होता. त्याने मला सांगितले की अगणित वेळा त्यांनी जिन्यांची चढ-उतार केली असेल. कॉरिडॉर्समधून असंख्य वेळा ये-जा केली असेल, दिवसांमागून दिवस या इमारतीतून त्या इमारतीत ये-जा केली असेल. गुंथरच्या वह्या टिपणांनी भरून गेल्या. पुन्हा ऑफिसमध्ये आल्यावरही तो सरकारी व राज्याचे अहवाल, खासगी रुग्णालयांचे अहवाल आणि कमिटीच्या आकडेमोडीची कागदपत्रे उघडून बसला.

माझ्या मित्राने मला पुढे सांगितले, 'शेवटी त्याने ४ छोटे लेख लिहिले. जे अत्यंत साधेसोपे आणि उत्तम भाषण करण्यासाठी सुटसुटीत असे होते. ज्या कागदांवर ते लेख टाईप केले गेले त्या कागदांचे वजन कदाचित काही औंसात भरले असते. पण या काही औंसाच्या ४ लेखांसाठी त्याने ज्या वह्यांच्या वह्या भरून त्याचा पाया म्हणून वापर केला त्यांचे वजन २० पौंड्स होते.'

मि. गुंथरला हे माहिती होते की तो हे जे काम करत आहे, त्यामुळे बरीच चिखलफेक होणार आहे. त्याला हेसुद्धा माहिती होते की, कोणत्याही बाबीकडे दुर्लक्ष करून चालणार नाही, पण अशा कामात वाक्बगार असल्यामुळे त्याने त्यातील सत्य शोधून काढले.

माझ्या एका सर्जन मित्राने मला असे सांगितले की, 'अॅपेंडिक्स कसे बाहेर काढायचे हे मी तुला दहा मिनिटांमध्ये शिकवू शकतो. पण या कामामध्ये जर काही आगळीक झाली तर ती कशी निस्तरायची हे तुला शिकवायला मला चार वर्षे लागतील.' भाषणकलेच्या बाबतीतसुद्धा तसेच आहे. तुम्ही भाषणांची तयारी अशाच पद्धतीने केली पाहिजे की, कोणतेही संकट ऐन वेळी उभे राहिले तरी तुम्ही त्यातून तरून जाल. म्हणजे कदाचित तुमच्यावर अशी वेळ येऊ शकते की तुम्ही जे बोलणार आहात नेमके तेच तुमच्या आधीचा वक्ता बोलून जातो किंवा तुम्ही श्रोत्यांना जेव्हा प्रश्नोत्तरासाठी वेळ देता तेव्हा नेमका अडचणीत टाकणारा प्रश्न तुम्हाला विचारला जातो.

जेवढ्या लवकर तुम्हाला शक्य होईल तेवढ्या लवकर भाषणाच्या विषयाची निवड करून तुम्ही ही राखीव ताकद मिळवू शकता. तुमच्या भाषणाला अगदीच १/२ दिवस उरले अशा वेळेपर्यंत विषय निवडीचे काम बाकी ठेवू नका. जर तुम्ही विषय आधी ठरवलात तर तुमच्या मनाच्या गुप्त कप्प्यात तुमच्याही नकळतपणे तुमचा मेंदू कार्यरत होईल आणि त्याचा तुम्हाला किती फायदा होईल हे सांगण्याची काही गरज नाही. जेव्हा दिवसभरात रिकाम्या वेळी तुम्ही मोकळे असाल तेव्हा तुम्ही तुमच्या विषयाचे चिंतन करून तुम्हाला जे काही श्रोत्यांसमोर सांगायचे आहे

त्याचे कच्चे आराखडे बांधू शकता. तुम्ही गाडी चालवत घरी परतताना किंवा बसची वाट पाहत उभे असताना किंवा एखाद्या गल्लीतून घराकडे जात असताना तुम्हाला या विषयाचे मनन करण्यास अधिक वेळ मिळतो. केवळ तुम्ही आधी विषय निश्चित केल्यामुळे तुमच्या विषयाची तयारी तुमच्याही नकळतपणे मनाच्या एका कोपऱ्यात मेंदू करत असतो आणि तुमच्या अंतर्मनातील काही मौल्यवान कल्पनांना बाहेर पडण्यास जणू इन्क्युबेशन पिरियड मिळतो.

नॉर्मन थॉमस हा त्याच्या काळातील एक गाजलेला वक्ता. ज्याची त्याच्या श्रोत्यांवर कमालीची पकड होती. त्याच्या नेहमीच्या चतुर, समायोचित विचारसरणीला छेद देणारे विधान त्याने एकदा केले. तो म्हणतो, 'जर कधी एखादे भाषण तेवढे महत्त्वाचे असेल तर त्या वक्त्याने त्याने निवडलेला विषय किंवा संदेश अक्षरश: जगला पाहिजे. मनात सतत घोळवला पाहिजे. त्याचे त्यालाच आश्चर्य वाटेल की जेव्हा तो रस्त्यातून चालतो किंवा वर्तमानपत्रे वाचतो किंवा झोपण्यासाठी तयार होता किंवा सकाळी झोपेतून उठतो या सर्व काळात त्याची बाजू बळकट करणारी कितीतरी उपयुक्त उदाहरणे त्याला मिळू शकतात. सुमार प्रतीचे भाषण हे बहुधा सुमार प्रतीच्या विचारांचे प्रतिबिंब असते आणि असेच प्रतिबिंब पडणे अटळ असते, कारण आपण निवडलेल्या विषयाची पुरेशी ओळख आपल्याला नसणे, याचा तो परिणाम असतो.'

जेव्हा तुम्ही भाषणाची तयारी करत असण्याच्या प्रक्रियेत असता तेव्हा तुम्हाला भाषण शब्दन्‌शब्द लिहून काढण्याचा जबरदस्त मोह होईल, असे कधीही करू नका. तुम्ही एकदा का अशी पद्धत सुरू केली की मग तुम्ही फक्त तेवढ्यावरच समाधान मानाल आणि मग अधिक विधायक मुद्दे तुमच्या मेंदूला सुचणार नाहीत. याशिवाय आणखी एक धोका असा आहे की, मग तुम्ही तयार केलेले भाषण पाठ कराल, अशा पाठांतराबद्दल मार्क ट्वेनने असे म्हटले आहे की, 'लिहिलेल्या गोष्टी या भाषणासाठी नसतात. त्यांचा वाङ्मयीन प्रकार हा साहित्यिक असतो; ते शब्द वाकवले जात नाहीत. ते लवचिक नसतात आणि जिभेवरून त्यांची फेक तेवढी चांगल्या प्रकारे प्रेक्षकांपर्यंत पोहोचत नाही, लिखित शब्दाचा हेतू मनोरंजन करणे असा असतो, सूचना देण्याचा अविर्भाव त्याच्यात नसतो. भाषणासाठी उपयुक्त असणारे शब्द हे लवचिक असावे लागतात. ज्या ठिकाणी भाषण करायचे आहे तेथल्या बोली भाषेतले असावे लागतात आणि ते फार शुद्ध असूनही चालत नाहीत. तसेच भाषण हे पूर्वतयारीनिशी तर असले पाहिजे; परंतु ते तसे दिसता कामा नये. नाहीतर सभागृह कंटाळवाणे होईल - मनोरंजन होणार नाही.'

जनरल मोटर्समधील एक बुद्धिवंत शास्त्रज्ञ चार्ल्स केटरिंग ज्याने जनरल मोटर्स नावलौकिकाला आणली तो अमेरिकेतील नामवंत वक्त्यांपैकी एक होता.

त्याला जेव्हा एकदा विचारले गेले की, त्याने कधी त्याच्या भाषणाचा एखादा भाग किंवा संपूर्ण भाषण लिहून ठेवले होते का? त्यावर तो उद्‌गारला, 'मला जे काही म्हणायचे असते तो माझा विश्वास असतो आणि तो कोणत्या कागदावर लिहिण्यापेक्षा अधिक महत्त्वाचा असतो. पण कधी लिहिण्याची वेळ आलीच तर मला माझ्या श्रोत्यांच्या मनावर माझे भाषण कोरणे अधिक आवडेल. त्यांच्या भावनांवर कोरायला आवडेल आणि हे मी माझ्या सर्व शक्तिनिशी करीन. ज्यांच्यावर माझा प्रभाव पाडायचा आहे ते श्रोते आणि मी यांच्यामध्ये कागदाचे तुकडे असणार नाहीत.'

तिसरी / **तुमच्या भाषणामध्ये उदाहरणे आणि दाखल्यांची रेलचेल असू दे**

'आर्ट ऑफ रिडेबल रायटिंग' या पुस्तकामध्ये रुडॉल्फ फ्लेश याने त्याच्या एका प्रकरणाची सुरुवात अशा वाक्याने केली आहे, 'फक्त कथाच खरे तर वाचनीय असतात.' मग त्याने हे जे विधान केले त्याला पुष्टी देण्यासाठी *'टाईम'* आणि *'रिडर्स डायजेस्ट'* या प्रसिद्ध मासिकांची उदाहरणे दिली. प्रचंड खप असलेल्या या मासिकांमधील जवळपास प्रत्येक लेख हा एक तर पूर्णपणे हकीकत कथन करणारा असतो किंवा एखादी छोटीशी घटना सांगणारा असतो. मासिकांमध्ये लिहिताना किंवा जनसमुदायासमोर भाषण करताना गोष्टीच श्रोत्यांचे मन जिंकून घेतात. हे मी नाकारत नाही. गोष्टीमध्ये केवढी ताकद असते.

रेडिओ आणि टेलिव्हिजनवर लाखो लोकांनी ज्याचे धर्मोपदेश ऐकले आहेत तो नॉर्मन व्हिन्सेंट पेले म्हणतो, त्याची भाषणं समृद्ध करणारी सगळ्यात लाडकी गोष्ट म्हणजे उदाहरणे आणि दाखले. *'क्वारटरली जरनल ऑफ स्पीच'* मधून आलेल्या एका मुलाखतकाराला त्याने असे सांगितले की, एखादी नवीन कल्पना सुस्पष्ट करून सांगण्यासाठी, लोकांच्या गळी उतरवण्यासाठी आणि अधिक रुचीपूर्ण करण्यासाठी सगळ्यात उत्तम मार्ग म्हणजे जिते-जागते उदाहरण देणे. मी नेहमीच माझे महत्त्वाचे मुद्दे पटवून देण्यासाठी अनेक उदाहरणे देतो.

आता माझ्या पुस्तकांच्या वाचकांना याची जाणीव झाली असेल की मीसुद्धा एखादा संदेश पोहोचवण्यासाठी किंवा माझा मुद्दा पटवून देण्यासाठी अशा अनेक छोट्या घटनांचा वापर करतो. *'हाऊ टू विन फ्रेन्ड्स अॅन्ड इन्फ्लुएन्स पिपल'* या पुस्तकातील नियम फक्त १॥ पानांवरच आहेत. पण बाकीची २३० पाने अशा अनेक गोष्टींनी, घटनांनी आणि उदाहरणांनी भरलेली आहेत की ज्या लोकांनी हे नियम वापरून आपले आयुष्य कसे समृद्ध केले.

आता आपण ही उदाहरणे, हे दाखले कोठून आणणार आणि हे महत्त्वाचे तंत्र कसे अवगत करणार असा प्रश्न तुम्हाला पडला असेल ना? हे तंत्र साधण्याचे ५

मार्ग असे. मानवीकरण, वैयक्तिकीकरण, निश्चितीकरण, नाट्यमयता आणि दृश्य स्वरूपात आणणे.

भाषणात मानवी उदाहरणे द्या

मी एकदा अमेरिकेतील व्यापाऱ्यांना उद्योग-धंद्यावाल्यांना पॅरिसमध्ये 'यशाची गुरुकिल्ली' या विषयावर बोलण्यास भाग पाडले. त्यांच्यापैकी अनेकांनी अमूर्त गुणांची यादी केली आणि अथक परिश्रम, चिकाटी, महत्त्वाकांक्षा याच्या महत्त्वाबद्दल कंटाळवाणे उपदेश केले.

म्हणून मी या वर्गातील लोकांना थांबवले व असे म्हणालो, 'आम्हाला आता आणखी उपदेश नको आहेत. कोणालाच हे आवडत नाही. लक्षात ठेवा, तुम्हाला वर्गाचे मनोरंजन करायचं आहे. अन्यथा तुम्ही जे काही सांगणार आहात त्याकडे आम्ही लक्ष देणार नाही. आणखी असे लक्षात ठेवा की जगातली सगळ्यात जास्त आवडीची गोष्ट कोणती असेल तर उदात्तीकरण केलेल्या कुचाळक्या! म्हणून आम्हाला तुम्हाला माहिती असलेल्या अशा दोन लोकांबद्दलची गोष्ट सांगा, की त्यामधील एक यशस्वी झाला व दुसरा अपयशी ठरला. आणि एक जण यशस्वी का झाला व दुसरा अपयशी का ठरला? आम्ही आनंदाने ते ऐकू आणि लक्षात ठेवा की या गोष्टींचा तुम्हालाही फायदाच होईल.'

आमच्या वर्गात एक असे गृहस्थ होते की त्यांना स्वत:लाही रुची वाटेल आणि प्रेक्षकांनाही खिळवून ठेवता येईल असे उदाहरण सापडत नव्हते. पण त्या रात्री मात्र त्यांना त्यांच्या माहितीतील एक उदाहरण सापडले. ती त्यांच्या कॉलेजमधल्या दोन वर्गमित्रांची गोष्ट होती. त्या दोन मित्रांपैकी एक जण अगदी जुनाट विचारसरणीचा होता. त्याने शहरातील निरनिराळ्या दुकानांमधून शर्ट्स विकत घेतले होते आणि त्या सगळ्यांचा कागदावर आराखडा तयार केला की कोणते कपडे धुतल्यावर अधिक चांगले खुलले, कुठले शर्ट्स अधिक काळपर्यंत वापरता आले आणि कुठल्या शर्ट्सनी त्यांच्या किमतीचा अधिक मोबदला दिला. त्याच्या मनात सतत पैन्‌पैचा हिशेब चाले. जेव्हा इंजिनिअरिंग कॉलेजमधून तो पदवीधर होऊन बाहेर पडला तेव्हा त्याच्या स्वत:बद्दलच्या इतक्या मोठ्या अपेक्षा होत्या की एखाद्या छोट्या गोष्टीपासून करिअरला सुरुवात करावी आणि नंतर ते वाढवत न्यावे, असा विचार तर त्याने झुरळासारखा झटकून टाकला. त्याचे इतर मित्र मात्र तसेच करत होते. जेव्हा जुने मित्र तिसऱ्यांदा एकत्र भेटले तेव्हासुद्धा तो अजूनही त्या शर्टांच्याच विचारात बुडालेला होता आणि काहीतरी चांगले घडेल अशा आशेवर होता. पण अशी कोणतीच असामान्य घटना घडली नाही. त्या गोष्टीला आता पंचवीस वर्षं उलटून गेली. तो आयुष्यात आजही असमाधानी आहे. जीवनाकडे पाहण्याचा

कडवट दृष्टिकोन तयार झाला आहे आणि अजूनही त्याच्या लायकीपेक्षा हलक्या हुद्द्यावर काम करत आहे.

या अपयशाच्या गोष्टीनंतर त्या वक्त्यानी त्याच्या विरोधात दुसऱ्या एका वर्गमित्राची यशाची कथा सांगितली, की जो सगळ्या अपेक्षांच्या पार निघून गेला. या मित्रामध्ये अनेक चांगले गुण होते. प्रत्येकाला तो आवडत असे. जरी त्याची स्वप्ने मोठी होती, तो महत्त्वाकांक्षी होता तरीसुद्धा त्याने त्याच्या करिअरची सुरुवात ड्राफ्टस्मन म्हणून केली. पण तो सतत संधी शोधत होता. त्याच सुमारास 'न्यू यॉर्क वर्ल्ड फेअर'चा बोलबोला सुरू झाला. त्याच्या लक्षात आले की त्याच्या इंजिनिअरिंगच्या ज्ञानाची कसोटी लावण्याची योग्य वेळ आली आहे. म्हणून त्याने फिलाडेल्फिया येथील नोकरीचा राजीनामा दिला आणि तो न्यू यॉर्कला गेला. तेथे त्याने दुसऱ्या एका माणसाबरोबर भागीदारीमध्ये कॉन्ट्रॅक्ट घेण्याचा व्यवसाय सुरू केला. त्यांनी टेलिफोन कंपनीसाठी इतके चांगले काम केले आणि मग त्या यशाच्या जोरावर त्याला गलेलठ्ठ पगाराची नोकरी मिळाली.

मी तुम्हाला येथे थोडक्यात त्याच्या भाषणाची रूपरेषा सांगितली आहे. पण त्याने त्याचे भाषण अनेक गंमतीशीर उदाहरणांनी आणि तपशीलवार वर्णनांनी समृद्ध केले होते. ज्या माणसाला आधी तीन मिनिटांच्या भाषणासाठी काही मालमसाला सापडत नव्हता तो कितीतरी वेळ बोलतच राहिला आणि जेव्हा त्याचे भाषण संपले तेव्हा तो स्वत:च चकित झाला की व्यासपीठावर सुमारे दहा मिनिटे उभा होता. लोकांना अजूनही ऐकण्याची इच्छा होती, हा त्याने मिळवलेला पहिला विजय होता.

या उदाहरणाचा जवळपास प्रत्येकालाच फायदा होऊ शकतो. सर्वसामान्यपणे कोणतेही भाषण जे मानव जातीबद्दल असेल आणि त्यांच्या गुणावगुणांवर आणि समस्यांवर प्रकाश टाकणारे असेल ते श्रोत्यांना भावते. वक्त्याने थोडेच मुद्दे मांडायचे असतात आणि हे मुद्दे पटवून देण्यासाठी श्रोत्यांना सहज पटणारे दाखले द्यायचे असतात. भाषणाची ही पद्धत वापरली तर अपयश येण्याची वेळ फारच क्वचित येईल.

अर्थातच श्रोत्यांना खिळवून ठेवण्यासाठी जी मानवी उदाहरणे द्यायची आहेत त्याचा प्रमुख स्रोत तर तुमच्या स्वत:च्या पार्श्वभूमीमध्येच आहे. तुमचे स्वत:चे अनुभव आम्हाला सांगण्यात अडखळू नका की मी माझे खासगी अनुभव श्रोत्यांबरोबर कसे वाटून घेऊ, त्यांना ते आवडतील का? जेव्हा एखादा वक्ता स्वत:बद्दल अहम्मन्यतेने बोलतो किंवा स्वत:चीच वारेमाप स्तुती करत सुटतो तेव्हाच फक्त श्रोते नाक मुरडतात. त्यांना ते आवडत नाही, पण इतर वेळेस श्रोत्यांना तुमच्या वैयक्तिक अनुभवांमध्ये प्रचंड गोडी असते. म्हणूनच श्रोत्यांना उत्कंठा वाटेल असे

अनुभव जरूर सांगा, त्याकडे दुर्लक्ष करू नका.

तुमच्या भाषणातील व्यक्तींना नावे द्या

जेव्हा भाषणामध्ये तुम्ही इतर लोकांच्या गोष्टी सांगता तेव्हा त्यांची नावे जरूर लिहा किंवा जर तुम्हाला त्यांची ओळख लपवायची असेल तर त्यांची खोटी नावे जरूर लिहा. मि. स्मिथ किंवा 'जे. बशऊन' सारखी बतावणी करणारी नावे 'तो माणूस' किंवा 'एक मनुष्य' यापेक्षा अधिक चांगले वर्णन करतात. असे नाव दिल्याने योग्य ओळख पटते आणि वेगळेपण लक्षात येते. रुडॉल्फ फ्लेश म्हणतो त्याप्रमाणे नावांमुळे गोष्टींना जेवढा खरेपणा प्राप्त होतो तेवढा इतर कशानेही होत नाही; अनोळखी गोष्टींइतके खोटे काहीच असू शकत नाही. कल्पना करा एखाद्या गोष्टीच्या नायकाला नावच नाही!

जर तुमचे भाषण नावांनी व सर्वनामांनी भरलेले असेल तर त्याची श्रवणीयता नक्कीच जास्त असते याची खात्री बाळगा, त्यामुळे तुम्ही तुमच्या भाषणात मानवी मूल्यांना ज्यामध्ये गोडी आहे तो अमूल्य घटक आणत आहात.

नेमके बोला! तुमच्या भाषणात तपशील असू दे!

कदाचित या वेळेपर्यंत तुम्ही या मताला आला असाल की, हे सगळे ठीक आहे. पण मला माझ्या भाषणासाठी पुरेसा मालमसाला मिळेलच याची काय खात्री? त्यासाठी एक चपखल युक्ती आहे. पाच 'का'चा नियम वापरा. वृत्तनिवेदकसुद्धा बातमी बनवताना हाच नियम वापरतात. पुढील प्रश्नांची उत्तरे स्वत:ला विचारा, कधी? कोठे? कोण? का? आणि काय? तुम्ही जर या पाच 'का'ची उत्तरे शोधली तर तुमचे उदाहरण रसरशीत आणि रंगतदार होईल, हे तुम्हाला पटवून देण्यासाठी माझ्या स्वत:च्या आयुष्यात घडलेली एक घटना मी तुम्हाला सांगतो की *'रिडर्स डायजेस्ट'* मध्येही यापूर्वी प्रकाशित झाली आहे.

'कॉलेज संपल्यानंतर दोन वर्षे मी 'आर्मार ॲन्ड कंपनी'चा विक्रेता म्हणून दक्षिण डाकोटामधून भरपूर प्रवास केला होता. मी माझ्या नेमून दिलेल्या प्रदेशात मालवाहू आगगाड्यांमधून प्रवास करत असे. एके दिवशी मला रेडफिल्ड एस्. डी. येथे दोन तासांपर्यंत थांबावे लागले. कारण मला दक्षिणेकडे नेणारी आगगाडी दोन तासांनी होती. रेडफिल्ड हा काही मला नेमून दिलेला प्रदेश नव्हता. त्यामुळे तो वेळ मी माझे विक्रीकौशल्य दाखवण्यात खर्च करू शकत नव्हतो. या वर्षी मी 'अमेरिकन ॲकॅडेमी ऑफ ड्रॅमेटिक आर्ट्स' या संस्थेत न्यू यॉर्कमध्ये अभ्यास करण्यासाठी प्रवेश घेतला होता. म्हणून मला मिळालेल्या वेळेचा सदुपयोग करण्याचे मी ठरवले. मी आगगाडीतून खाली उतरलो आणि 'मॅकबेथ' नाटकातील

एका प्रवेशाची रंगीत तालीम करण्यास सुरुवात केली. अचानक मी पुढे झेपावलो व नाट्यपूर्ण आवेशात जोरात गरजलो, 'माझ्या पुढ्यात असलेला हा खंजीर, त्याची मूठ माझ्या हाताच्याच दिशेने आहे; चला सज्ज व्हा, मी हा खंजीर हातात घ्यायला उत्सुक झालो आहे. जरी तो आत्ता माझ्या हातात नसला तरी मला तो दिसतोय.'

'अशा प्रकारे मी माझ्या नाटकाच्या प्रवेशात रंगून गेलो होतो. तेवढ्यात चार पोलीस माझ्याकडे झेपावले व माझी कॉलर धरून मला म्हणाले की, मी बायकांना का घाबरवत होतो? जर त्यांनी मला आगगाडी लुटण्याच्या आरोपावरून दोषी धरले असते तरी मला त्यात काही विशेष आश्चर्य वाटले नसते. त्यांनी मला जे सांगितले ते असे होते की १०० यार्डांवरून एक गृहिणी तिच्या स्वयंपाकघराच्या पडद्याआडून हे सगळे बघत होती आणि तिने असे दृश्य यापूर्वी कधीच पाहिले नव्हते. म्हणून तिने पोलिसांना फोन केला आणि जेव्हा पोलीस माझ्याजवळ आले तेव्हा मी खंजीर विषयीच आरडाओरड करून बोलत होतो.'

'मी पोलिसांना सांगितले की मी शेक्सपिअरच्या नाटकाची तालीम करत होतो. पण तेवढ्याने भागले नाही. मला 'आर्मार ॲन्ड कंपनीचे' ऑर्डर बुक जाण्यापूर्वी त्यांच्यासमोर सादर करावे लागले.'

तुम्हीच लक्षात घ्या मी या छोट्याशा घटनेमध्ये आपल्या ५ 'का'ची उत्तरे आहेत की नाही?

अर्थातच उगाच काहीतरी भरकटत जाण्यापेक्षा तपशील न दिलेले नारे, मुद्द्याला धरून नसणारे आणि लांबलचक भाषणामुळे आपण सगळेच कंटाळवाणे होतो. लक्षात घ्या माझ्या या वरील दक्षिण डाकोटामधील जवळपास अटकेच्या प्रसंगात या ५ 'का'ची नेमकी आणि संक्षिप्त उत्तरे आहेत. जर तुम्ही तुमचे भाषण अस्ताव्यस्तपणे तपशील देऊन लांबवले तर श्रोते तुमच्या भाषणापुढे फुली मारतील. कातरी घेऊन सेन्सॉर करतील आणि ऐकूनच घेणार नाहीत. प्रेक्षकांनी आपल्या भाषणापुढे फुली मारणे हे अधिक दारुण नव्हे काय?

संवाद वापरून तुमचे भाषण नाट्यपूर्ण करा

असे समजा की तुम्ही तुमच्या त्रासदायक ग्राहकाला मानवी नातेसंबंधाविषयीचा एखादा नियम वापरून शांत कसे केले ते तुमच्या श्रोत्यांना तुम्हाला सांगायचे आहे. तुम्ही ते असे सांगितले.

'दुसऱ्या दिवशी माझ्या ऑफिसमध्ये एक माणूस आला. मूर्खच होता तो! कारण आम्ही एक आठवड्यापूर्वी जे यंत्र त्याच्याकडे पाठवले होते ते काम करत नाही, असे त्याचे म्हणणे होते. मी त्याला सांगितले की ते यंत्र दुरुस्त करण्यासाठी

जे जे काही शक्य असेल ते आम्ही करू. थोड्या वेळाने तो शांत झाला आणि आमचा यंत्र दुरुस्त करण्याचा प्रामाणिक हेतू आहे हे पाहून त्याला समाधान वाटले. या छोट्याशा घटनेच्या कथनात एक चांगली गोष्ट आहे. ती म्हणजे त्याचे नेमकेपण - पण त्यात त्या गृहस्थाचे नाव नाही; यंत्र कोणते याचा पत्ता नाही - इतरही तपशील नाहीत आणि सगळ्यात महत्त्वाचे म्हणजे या घटनेला जिवंत बनवण्यासाठी आवश्यक असणारे संवाद यामध्ये नाहीत. आता मी याच्यात कशी सुधारणा करतो ते बघा.

'गेल्या मंगळवारी, माझ्या ऑफिसचा दरवाजा कोणीतरी जोरात वाजवला म्हणून मी वर बघितले. पाहतो तो काय दारात, चार्ल्स ब्लेक्झाम, माझा नेहमीचा ग्राहक. पण अत्यंत कृद्ध चेहेऱ्याने उभा होता. त्याने मला या, बसा म्हणायला वेळच दिला नाही. तो गरजला, 'एड्, ही उंटाच्या पाठीवरची शेवटची काडी होती. तू ताबडतोब माझ्या घरी ट्रक पाठव आणि माझ्या तळघरात ठेवलेले तुझे ते वॉशिंग मशीन घेऊन ये.'

मी त्याला विचारले, 'अरे, पण काय घडले ते तर सांगशील.' पण तो उत्तर देण्याच्या मन:स्थितीत नव्हता.

मग मी त्याला सांगितले, 'जरा शांतपणे बस आणि मला जरा उलगडून सांग.'

तो म्हणाला, 'माझ्याकडे बसायला वेळ नाही. आधीच कामावर जायला उशीर झालाय. खरे तर मी तुझ्याकडून मशीन घेतले हाच माझा मूर्खपणा झाला. पण लक्षात ठेव, असा मूर्खपणा मी परत कधीच करणार नाही.' आता त्याने टेबलावर जोरदार मूठ आपटली. जी टेबलावरच्या माझ्या बायकोच्या फोटोतल्या नाकाला लागली.

मी म्हणालो, 'हे बघ चार्ली! तू जरा खाली बसून मला सगळे सांगितलेस तर मी तुला वचन देतो, तुला माझ्याकडून जे काही करून हवे आहे ते मी नक्की करीन.' तेव्हा कुठे तो खाली बसला आणि शांतपणे आम्ही त्यावर बोलू शकलो.

प्रत्येक वेळीच तुमच्या भाषणात संवादांचा वापर करणे तुम्हाला शक्य होईल असे नाही, पण तुम्ही आत्ता पाहिलेच की प्रत्यक्ष उद्‌गार एखाद्या छोट्याशा घटनेच्या कथनकाला किती बहार आणतात. त्यामुळे ती घटना नाट्यपूर्ण वाटते. जर वक्त्याकडे आणखी नक्कल करण्याचा गुण असेल तर सोनेपे सुहागा! जर त्याने त्या घटनेतील पात्रांचा आवाज, शब्दांची फेक, तीव्रता याची हुबेहुब नक्कल केली तर तो संवाद अधिक प्रभावी ठरतो. तुम्हाला असे वाटते की त्या व्यक्ती तुमच्याबरोबर डायनिंग टेबलावर बसल्या आहेत आणि तुम्ही प्रत्यक्ष ती घटना पाहत आहात. एखादा पांडित्याचा आव आणणारा, माईकमधून रेटून तारस्वरात बोलणारा आणि अधूनमधून कागदामध्ये डोकावणाऱ्या वक्त्यापेक्षा हे नक्कीच

चांगले नव्हे का?

तुम्ही जे काही बोलत आहात त्याचे चित्र श्रोत्यांच्या डोळ्यांसमोर उभे करा

मानसशास्त्रज्ञ असे सांगतात की जवळपास ८५ टक्क्यांपेक्षा अधिक ज्ञान आपल्याला दृक माध्यमाच्या प्रभावामुळेच मिळते. मग टेलिव्हिजनच्या आणि त्यावरील जाहिरातींचा आपल्या मनावर किती खोलवर परिणाम होत असेल यात शंका घेण्याजोगे काही आहे का? आज टेलिव्हिजन हे मनोरंजनानेच अग्रपसंतीचे माध्यम बनले आहे. जाहीर भाषण हीसुद्धा एक दृक-श्राव्य कला आहे.

आपल्या भाषणामध्ये काही दृश्य चित्रांचा समावेश करणे हा आपले भाषण अधिक समृद्ध करण्याचा चांगला मार्ग आहे. कदाचित तुम्ही मला गोल्फ कसे खेळायचे ते हातवारे करून तोंडी सांगू शकाल आणि त्यामुळे मी कंटाळून जाण्याची पण शक्यता आहे. त्यापेक्षा तुम्ही जागेवरून उठा आणि तुम्ही बॉल गोल्फक्लबच्या साहाय्याने कसा आणि किती शक्ती लावून मारणार जेणेकरून तो फेअरवेवरून कसा जाणार याचे प्रात्यक्षिक करून दाखवा जे मी डोळ्याने पाहू शकेन व कानाने ऐकू शकेन. तसेच जर अनिश्चित, वेगवान विमानाची गतीबद्दल तुम्ही हातवारे करून तुमचे बाहू आणि खांदा हालवून सांगू लागलात तर मला त्यामुळे होणारा, मृत्यूच्या समीप नेणारा अपघात तुम्ही कसा टाळलात ते ऐकायला आवडेल.

एकदा एका औद्योगिक वर्तुळातील वर्गामधील एक भाषण मला चांगले आठवते. जेव्हा त्या वक्त्याने घडलेल्या प्रसंगाचे इतके छान तपशीलवार वर्णन केले की त्याचे चित्र अजूनही हुबेहुब डोळ्यांसमोर उभे राहते. तो वक्ता अतिशय निरागसपणे इन्स्पेक्टर्स आणि कर्तव्यदक्ष अधिकारी यांची नक्कल करत होता. खराब झालेल्या यंत्रांची तपासणी करण्यासाठी आलेले इन्स्पेक्टर्स त्यांचे हावभाव, त्यांच्या फाजील शारीरिक हालचाली याचे विडंबन त्या वक्त्याने इतके चांगले रंगवले होते की मी इतका विनोदी कार्यक्रम दूरदर्शनवरसुद्धा पाहिला नाही. तर सांगायचा मुद्दा काय की श्रोत्यांच्या समोर एखादा प्रसंग जिवंत करण्याची त्या वक्त्याची जी हातोटी होती, त्यामुळे त्याचे भाषण संस्मरणीय झाले, कोणीच ते कधीही विसरू शकणार नाही आणि मला खात्री आहे ज्या सभासदांनी ते ऐकले, ते अजूनही याबद्दल चर्चा करत असतील.

मग तुम्हीसुद्धा हा प्रश्न स्वत:ला का नाही विचारत की, 'मी माझ्या भाषणात असे दृश्य स्वरूपाचे तपशील का घालू शकत नाही?' मग चला कामाला लागा, कारण चिनी भाषेतील एक म्हण आहे, '१०,००० शब्दांपेक्षा एक चित्र अधिक

परिणामकारक असते.'

चौथी / **असे मूर्त, परिचित शब्द वापरा जे चित्र उभे करतील**

श्रोत्यांच्या मनावर पकड घट्ट करणे व त्यांचे लक्ष वेधून घेणे हा प्रत्येक वक्त्याचा प्रथम हेतू असतो आणि त्यासाठी सगळ्यात महत्त्वाच्या एका गोष्टीची किंवा तंत्राची गरज असते; परंतु तिकडे संपूर्णपणे दुर्लक्ष केले जाते. सर्वसामान्य वक्त्याला तर या गरजेची जाणीवच नसते. त्याने कधी त्याचा विचारही केलेला नसतो. माझा इशारा कोठे आहे ते तुम्हाला आता कळलेच असेल. तर मी अशा योग्य शब्दांच्या वापराबद्दल बोलतोय जे डोळ्यांसमोर हुबेहुब चित्र निर्माण करतील. जो वक्ता छोट्या-छोट्या गोष्टींकडेसुद्धा कान टवकारून लक्ष देतो. तो तुमच्या डोळ्यांसमोर अलगदपणे शब्दचित्र उभारू शकतो. पण जो धूसर, अतिसामान्य, रंगहीन प्रतिमा वापरतो त्याला श्रोते नकार देतात.

चित्रे! चित्रे!! चित्रे!!! तुम्ही घेणाऱ्या श्वासाइतकीच तीसुद्धा फुकट मिळतात. तुमच्या भाषणात याची जागोजागी पेरणी करा, तुमच्या संवादामध्ये वापरा. त्यामुळे तुमचे भाषण अधिक प्रभावी आणि मनोरंजक होईल.

हर्बर्ट स्पेन्सरने त्याच्या 'फिलासॉफी ऑफ स्टाईल' या प्रसिद्ध निबंधामध्ये असे म्हटले आहे की उठावदार चित्र दर्शवणारे शब्दच सर्वश्रेष्ठ असतात.

आपण सर्वसामान्यपणे असे नाही म्हणू शकत पण काही विशिष्ट प्रसंगी...

आपण अशी काही वाक्ये टाळायला पाहिजेत –

'आपल्या देशाच्या चालीरिती, पद्धती, सणवार आणि मनोरंजनाचे मार्ग क्रूर आणि रानटी आहे. त्यांनासुद्धा कडक कायदे वापरून शिक्षा केली पाहिजे.'

त्याऐवजी आपण असे लिहिले पाहिजे -

'त्या तुलनेत, माणसे जशी युद्धात, बुल फाईटमध्ये किंवा द्वंद्वयुद्धात आनंद मानतात. त्यांना फाशी देऊन किंवा जाळून शिक्षा केली जावी का?'

बायबलमध्ये आणि शेक्सपिअरच्या लिखाणामध्ये डोळ्यांसमोर चित्र उभे करणाऱ्या वाक्यरचनांचे थवेच्या थवे आढळतात, जणू काही सफरचंदाच्या, दारूच्या कारखान्याभोवती मधमाशाच! उदाहरण घ्यायचे असेल तर एखादा सामान्य लेखक 'सुपरफ्लुअस' या शब्दाचा वापर अतिरिक्त फाजील या अर्थाने करतो. पण या शब्दाच्या अनेक छटा शेक्सपिअरने कशा दाखवल्या असत्या तर 'शुद्ध तळपत्या सोन्याला सोन्याचा मुलामा देणे' किंवा 'लिलीच्या फुलाला बश्शने रंगवणे' किंवा 'व्हायोलेट या सुवासी फुलांवर अत्तर शिंपडणे'.

तुम्ही कधी अंतर्मुख होऊन मनाशी असा विचार केला आहे का की आपल्या म्हणी ज्या एका पिढीकडून दुसऱ्या पिढीकडे पोहोचवल्या जातात. त्या बऱ्याचशा

शब्दचित्र या प्रकारात मोडतात. 'झुडुपात असलेल्या दोन पक्ष्यांपेक्षा आपल्या हातात असलेला एक पक्षी अधिक लाभदायक' या अर्थाची मराठी म्हण आहे. 'हातचे सोडून पळत्याच्या पाठी लागू नये' किंवा आणखी एक लोकप्रिय म्हण आहे, 'तुम्ही घोड्याला पाण्यापर्यंत नेऊ शकता, पण तुम्ही त्याला पाणी पाजू शकत नाही.' जसे म्हणींचे तसेच अलंकारांचेसुद्धा आहे. म्हणींमध्ये जशी डोळ्यांसमोर चित्र उभारण्याची ताकद आहे तितकीच ताकद उपमांमध्ये आहे. ज्या शतकानुशतके अजूनही वापरल्या जातात आणि वयपरत्वे जसे केस पांढरे होतात तशाच वापरून त्या गुळगुळीत झाल्या आहेत. म्हणजे कोल्ह्यासारखा धूर्त, डोअरनेलसारखा मृतवत, दगडासारखा कठीण, पॅनकेकसारखा सपाट.

लिंकनची भाषणेसुद्धा डोळ्यांसमोर हुबेहुब चित्र उभी करणारी होती. जेव्हा व्हाईट हाऊसमध्ये लिंकनच्या टेबलवर निरनिराळ्या विभागातून लांबच लांब, गोंधळात टाकणारे अहवाल यायचे तेव्हा तो खूप संतापायचा पण तरीही साध्या शब्दात निषेध न करता असे काही शब्द, अशा काही उपमा वापरायच्या की ते विसरणे अशक्य आहे. तो म्हणत असे, 'मी जेव्हा घोडा विकत घ्यायला माणूस पाठवतो तेव्हा त्या माणसाने मला हे सांगायचे नाही की त्या घोड्याच्या शेपटीत किती केस आहेत तर मला तो किती गुणांचा आहे हे जाणून घ्यायचे असते.'

बाहेरच्या जगाचे निरीक्षण करताना खूप बारकाईने करा व निश्चित विधान करा. तुम्ही मन:चक्षुंपुढे ज्या प्रतिमा निर्माण करणार आहात त्या अधिक सुस्पष्ट असू द्या. इतक्या स्पष्ट की सूर्यास्ताच्या वेळी एखाद्या काळवीटाच्या शिंगाची काळी रूपरेषा जसे स्पष्ट चित्र दाखवते. उदाहरण द्यायचे झाले तर फक्त कुत्रा हा शब्द आपण उच्चारतो तेव्हा आपल्या डोळ्यांसमोर काय काय येते तर अगदी रानटी कुत्र्यापासून ते सॉकर स्पॅनिअल, स्कॉटिश टेरिअर, पॉमेरिअन वगैरे वगैरे. पण जेव्हा एखादा वक्ता 'बुलडॉग' असे शब्द उच्चारतो तेव्हा डोळ्यांसमोरून बाकीची चित्रं नाहीशी होतात व फक्त बुलडॉगच नजरेसमोर येतो. त्याच्याही पुढे जाऊन वक्ता जेव्हा 'बिश्ंडल बुलडॉग' म्हणतो तेव्हा आणखी स्पष्ट चित्र नजरेसमोर येते. तसेच फक्त घोडा म्हणण्यापेक्षा 'काळे शेटलँड घोड्याचे तट्टू' असे म्हटलं तर अधिक स्पष्ट कल्पना येते. त्याचप्रमाणे फक्त कोंबडी म्हणणण्यापेक्षा 'एक पाय तुटलेली पांढरी अंडी देणारी कोंबडी' हे अधिक वर्णनात्मक आहे.

विल्यम स्टंक, ज्युनिअर याने आपल्या *'दि एलिमेंट ऑफ स्टाईल'* या पुस्तकात असे म्हटले आहे की 'ज्यांनी लिहिण्याची कला आत्मसात केली आहे' ते या मुद्द्याशी नक्कीच सहमत होतील. नेमकेपणा, स्पष्टपणा आणि मूर्तता हा तुमच्या वाचकांचे लक्ष वेधून घेण्याचा खात्रीचा मार्ग आहे. होमर, डाँटे, शेक्सपिअर हे मोठे लेखक इतके प्रभावशाली का ठरले, कारण त्यांनी त्यांच्या लेखात सुसुत्रता

व तपशीलवार अहवाल दिला. त्यांच्या शब्दांमधे वाचकांसमोर प्रसंग जशाचा तसा उभा करण्याची ताकद होती आणि जे लेखकाच्या बाबतीत खरे आहे, तेच भाषणाच्याही बाबतीत तंतोतंत खरे आहे.

काही वर्षांपूर्वी माझ्या प्रभावशाली भाषणकलेच्या अभ्यासक्रमातील एका वर्गात वास्तववादी होण्याचा एक आगळा प्रयोग केला, आम्ही असा नियम केला की प्रत्येक वक्त्याने प्रत्येक वाक्यात एकतर खरेच बोलले पाहिजे किंवा विशेष नाम, आकडे किंवा तारीख सांगितली पाहिजे. याचा परिणाम फार क्रांतीकारी झाला. मग वर्गमित्रांनी एकमेकांच्या वाक्यातील सत्यता पडताळून पाहिली व भाषणातील सर्वसामान्य वाक्येसुद्धा सत्यतेच्या कसोटीवर पडताळली गेली. त्यामुळे त्यांच्या भाषणात कोठेही संदिग्धता नव्हती व त्यामुळेच ती श्रोत्यांच्या डोक्यावरून जाणारीही नव्हती तर अत्यंत जोशपूर्ण भाषेत सुस्पष्ट शब्दात भाषणांची मांडणी होती.

फ्रेंच फिलॉसॉफर ॲलेन असे म्हणतो की, 'गूढ शैली ही नेहमीच वाईट असते. तुमच्या वाक्यामध्ये दगड, धोंडे, धातू, खुर्च्या, टेबले, प्राणी, पुरुष आणि स्त्रिया असू दे.'

आपल्या दैनंदिन संभाषणाच्या बाबतीतसुद्धा हीच गोष्ट खरी आहे. खरं तर या प्रकरणात समुदायासमोर भाषण करण्याच्या बाबतीत जसे तपशीलवार वर्णन करण्यास सांगितले तीच गोष्ट सर्वसामान्य संभाषणातसुद्धा जरुरीची आहे. अशा बारकाव्यांमुळेच संभाषण खुमासदार होते. ज्या कोणाला उत्तम संवादकर्ता व्हायचे असेल त्याच्यासाठीसुद्धा या प्रकरणातील उपदेश मोलाचा ठरू शकेल. विक्रेत्यांनासुद्धा हे उपयोगी पडेल आणि जादूची झप्पी फिरवल्याप्रमाणे त्यांची विक्री वाढेल. जे उच्चपदस्थ आहेत किंवा ज्या गृहिणी किंवा शिक्षक आहेत त्यांनासुद्धा असे लक्षात येईल की सूचना देताना किंवा एखादी माहिती पुरवताना सुस्पष्टता, मूर्तता व तपशील किती महत्त्वाचा असतो.

प्रकरण ५

तुमचे भाषण चैतन्यपूर्ण बनवा

पहिले महायुद्ध संपल्यानंतर लगेचच मी लंडनला लॉवेल थॉमसबरोबर राहिलो. त्या वेळी तो भरगच्च सभागृहांमध्ये अरेबियाचे ॲलेनबी व लॉरेन्स यांच्यावर अतिशय पांडित्यपूर्ण भाषण देत असे. एका रविवारी मी हाईड पार्कमधून फिरत असताना एक संगमरवरी कमान आहे तेथे पोहोचलो. ती जागा अशी आहे की त्या ठिकाणी सर्व जातीचे, धर्माचे, वंशाचे, रंगाचे लोक आपल्याला हवे ते बोलू शकत असत, कायद्याने कोणतीही आडकाठी नव्हती. क्षणभर मी एका वक्त्यापाशी थबकलो आणि तो काय सांगतोय त्याकडे लक्ष देऊन ऐकू लागलो. तो कॅथॉलिक असावा आणि पोपची धार्मिक तत्त्वे कशी अचूक आहेत त्याबद्दलही तो बोलत होता. नंतर तेथे जवळच एक दुसरा जमाव होता त्याकडे मी माझा मोहरा वळवला तर तेथे एक समाजवादी कार्ल मार्क्सविषयी बोलत होता. मग फिरत फिरत मी तिसऱ्या वक्त्याजवळ गेलो तर तो लोकांना काय पटवून देत होता की पुरुषाने एका वेळी ४ बायका करणे कसे योग्य व बरोबर आहे! नंतर मी थोडा लांब जाऊन उभा राहिलो व त्या तिन्ही जमावाचे निरीक्षण करू लागलो.

तुमचा यावर विश्वास बसेल का? जो वक्ता बहुपत्नित्वाबद्दल बोलत होता त्याचे भाषण ऐकायला सगळ्यात कमी श्रोते होते. तेथे मूठभर लोक होते. पण इतर दोन वक्ते जेथे बोलत होते तेथील लोकांचा समुदाय क्षणाक्षणाला वाढत होता. मी स्वत:ला विचारले 'असे का?' विषयातील तफावत म्हणून असेल का? पण मला हे पटत नव्हते. मी जेव्हा अधिक निरीक्षण केले तेव्हा मला त्याचे कारण त्या वक्त्यांमध्येच आहे असे लक्षात आले. जो वक्ता चार बायकांपासून होणाऱ्या फायद्याबद्दल बोलत होता त्याला स्वत:ला चार बायका करण्यात काही रुची नव्हती; परंतु इतर दोन वक्ते जे होते, अगदी एकमेकांच्या विरुद्ध मुद्दे मांडत होते; परंतु आपल्या विषयात पूर्णपणे गुंगून गेले होते. ते देहभान हरपून बोलत होते. त्यांच्या चेहेऱ्यावरच्या हालचालींबरोबरच त्यांचे बाहू सरसावत होते. त्यांचा आवाज

आश्वासक, खात्रीपूर्ण होता. त्यांच्या बोलण्यातून आस्था आणि उत्साह ओलांडून वाहत होता.

जोश, उत्साह आणि जिवंतपणा हे गुण माझ्या मते वक्त्याच्या ठायी असणे प्रथम आवश्यक आहेत. ज्या प्रमाणे ग्रीष्म ॠतुतील गव्हाच्या शेताभोवती टर्की जमा होतात, तसेच उत्साही वक्त्याच्या भोवती लोक जमा होतात.

तुमच्या श्रोत्यांना खिळवून ठेवेल असे जोशपूर्ण भाषण करण्याची कला तुम्ही कशी आत्मसात कराल? या प्रकरणामध्ये मी तुम्हाला तुमच्या भाषणामध्ये जोश आणि उत्साह कसा आणायचा याच्या काही क्लुप्त्या सांगणार आहे.

पहिली / **तुम्हाला ज्याविषयी आस्था आहे असाच विषय निवडा**

तिसऱ्या प्रकरणात भाषणाचा विषय किती महत्त्वाचा असतो याच्यावर भर दिलेला आहे. तुम्ही भाषणासाठी जो विषय निवडला आहे, त्यामध्ये तुम्ही स्वत:ला पूर्णपणे झोकून दिल्याशिवाय तुम्हाला जो संदेश श्रोत्यांपर्यंत पोहोचवायचा आहे तो पोहोचणार नाही. उघडच आहे की जर तुम्ही असा एखादा विषय निवडला की ज्याच्याशी तुम्ही फार पूर्वीपासून परिचित आहात, जसा एखादा छंद किंवा मनोरंजनाचे साधन किंवा वैयक्तिक संबंध किंवा ज्यामध्ये तुमचे व्यक्तिमत्त्व प्रतिबिंबित होईल असे काहीतरी, तर तुम्ही त्याच्याविषयी खूप भरभरून बोलाल याविषयी शंकाच नाही. जवळपास वीस वर्षांपूर्वी माझ्या न्यू यॉर्कमधील एका वर्गात वक्त्याला स्वत:लाच जर एखाद्या विषयाबद्दल आस्था असेल तर तो श्रोत्यांचे मन कसे वळवू शकतो याचे प्रात्यक्षिक मी स्वत: माझ्या डोळ्यांनी पाहिले आहे. मी आत्तापर्यंत श्रोत्यांचे मतपरिवर्तन करणारी अनेक भाषणे ऐकली आहेत. पण हे भाषण ज्याला मी निळे गवत विरूद्ध हिकरी वुड ॲशेसची केस म्हणतो. ते म्हणजे प्रामाणिकपणाचा सामान्य ज्ञानावरचा सर्वांत मोठा विजय आहे, असे मी मानतो.

एका अत्यंत सुप्रसिद्ध कंपनीच्या धडाडीच्या विक्रेत्याने शहरात एक खूप हास्यास्पद विधान केले की, कोणत्याही रोपांशिवाय किंवा बियांशिवाय तो निळे गवत बनवण्यात यशस्वी झाला आहे. त्याच्या कथित गोष्टीनुसार नुकत्याच नांगरणी केलेल्या शेतामध्ये हिकरी नावाच्या वृक्षाच्या लाकडाची राख पसरली आणि काय आश्चर्य त्यापासून निळे गवत तयार झाले. त्याचा इतका ठाम विश्वास होता की हिकरीच्या लाकडाच्या राखेपासून नव्हे फक्त हिकरीच्या लाकडापासूनच निळे गवत तयार झाले.

त्याचे भाषण ऐकल्यावर मी असे मत प्रदर्शित केले की जर त्याने लावलेला हा शोध वास्तवात खरा असेल तर तो लक्षाधीश बनू शकतो. अर्थात त्याच्या भावना दुखावणार नाही, या बेतानेच मी हे सौम्यपणे म्हणालो. पुढे जाऊन मी

त्याला हे पण सांगितले की निळ्या गवताचे बी खूप महाग आहे. जवळपास काही डॉलर्सना १ बुशेल म्हणजे ३६.४ लिटर्स इतके मिळते. मी त्याला हेही सांगितले की तुझा हा शोध इतका महत्त्वाचा आहे की तुला शास्त्रज्ञ ही पदवी तर मिळेलच पण तू इतिहास घडवशील. अजूनपर्यंत कोणत्याच जिवंत किंवा मृत माणसाने एवढा मोठा चमत्कार घडवला नाही. जो की त्याने घडवला आहे. अजूनपर्यंत एकाही माणसाने मृत गोष्टींपासून सजीव निर्माण केलेला नाही.

मी त्याच्याशी हे सगळे खूप शांतपणे बोललो कारण मला असे वाटले की त्याची ती चूक खूप धक्कादायक आणि मूर्खपणाची आहे. म्हणून फार जोराचा विरोध करण्याची गरज नाही. मी जेव्हा माझे बोलणे संपवले तेव्हा वर्गातील प्रत्येकालाच त्याच्या बोलण्यातली असत्यता समजली. प्रत्येक जणच माझ्याशी सहमत होते. पण आश्चर्य म्हणजे त्या विक्रेत्याला एका सेकंदासाठीसुद्धा असे वाटले नाही की त्याचे काही तरी चुकते आहे; परंतु त्याच्या भाषणातील मुद्द्यांवर तो ठाम होता. त्याला त्याबद्दल प्रचंड आस्था होती. तो पुन्हा उडी मारून माझ्याजवळ आला आणि म्हणाला की, तो चुकीचा नाही! त्याच्या विधानाला पुष्टी देणारे कोणतेही शास्त्रीय समर्थन त्याच्याकडे नव्हते. उलट त्याचा त्याने निषेध केला आणि तो जे काही सांगतोय ते खरे आहे हाच घोशा त्याने लावला. तो निळे गवत उगवल्याचे ढीगभर पुरावे देत राहिला. त्याबद्दलची अधिक माहिती अत्यंत कळकळीने व प्रामाणिकपणे आवाज चढवून सांगत राहिला.

मी त्याला पुन्हा समजावण्याचा प्रयत्न केला की तो बरोबर असण्याची किंवा तो सत्याच्या जवळपास असण्याची अगदी दूरदूरपर्यंत कोणतीच आशा दिसत नाही. तो सत्यापासून हजारो मैल दूर आहे. त्याबरोबर दुसऱ्या क्षणाला आपल्या पायांवर उभे राहून मला म्हणाला, 'चला पैज लावता! ५ डॉलर्सची पैज! आपण अमेरिकन सरकारच्या शेतीविषयक उच्च अधिकाऱ्याला पाचारण करून सत्यता पडताळून पाहू.'

आणि पुढे काय घडले तुम्हाला कल्पना आहे? त्या वर्गातील निम्म्यापेक्षा अधिक विद्यार्थी त्याच्या बाजूला झाले. उरलेल्यांच्या मनातसुद्धा तो कदाचित खरे सांगतो की काय, असा संदेह निर्माण झाला. जर मी मतदान घेतले असते तर माझी खात्री आहे की निम्म्यापेक्षा अधिक व्यापाऱ्यांनी त्यालाच मत दिले असते. मी वर्गातल्या विद्यार्थ्यांना विचारले की असे काय घडले की तुमचे मतपरिवर्तन झाले? तेव्हा एकामागून एकाने सांगितले की त्या वक्त्याचा विश्वास, श्रद्धा, त्याची आस्था, त्याचा ठामपणा व त्याने केलेली जोशपूर्ण सुरुवात या सगळ्यांमुळे ते त्यांचे सर्वसाधारण शहाणपण विसरले व त्याच्यावर विश्वास ठेवायला तयार झाले.

आता पुढे काय? त्याचा भोळसटपणा त्याला कळावा म्हणून शेतकी खात्याला पत्र लिहिणे मला भाग पडले. खरे तर असा मूर्खपणाचा प्रश्न विचारण्याची मला खूप लाज वाटत होती, पण नाईलाज होता! माझ्या अपेक्षेप्रमाणेच त्यांचे उत्तर आले, 'अर्थातच! ही अशक्य गोष्ट आहे, की हिकरी लाकडाच्या राखेपासून फक्त निळे गवतच काय दुसरी कोणतीही वनस्पती उगवणे अशक्य आहे.' आणि त्यांनी असेही सांगितले की अगदी हाच प्रश्न विचारणारे आणखीही एक पत्र न्यू यॉर्कहून त्यांच्याकडे आले आहे. त्या विक्रेत्याचा गैरसमज इतका ठाम होता की त्यानेसुद्धा शेतकी खात्याला पत्र लिहिले.

पण या प्रसंगाने मी जो धडा शिकलो तो मी कधीही विसरणार नाही. जर एखाद्या वक्त्याचा एखाद्या गोष्टीवर ठाम विश्वास असेल आणि ती गोष्ट त्याने प्रचंड आत्मविश्वासाने श्रोत्यांना सांगितली आणि तो त्या गोष्टीवर अढळ राहिला तर श्रोत्यांना पण ती पटते. मग भले तो असे का म्हणेना की मी हिकरी लाकडाच्या राखेतून निळे गवत उगवू शकतो. मग आपले सामान्यज्ञान आणि सत्य यांच्यापासून ते कोसो दूर असेल तरी ते आपल्याला ऐकायला भाग पाडते.

बहुतेक सर्वच वक्त्यांना असा प्रश्न पडतो की 'मी निवडलेला विषय श्रोत्यांना आवडेल का?' श्रोत्यांना तुमचा विषय आवडेल याचा एकच खात्रीचा मार्ग मी तुम्हाला सांगतो. तो म्हणजे तुम्हाला तुमच्या विषयाबद्दल जी आस्था वाटते, जो उत्साह वाटतो तो तुमच्या श्रोत्यांच्या मनात जागवा आणि मग बघा श्रोते तुमचे भाषण ऐकत खुर्चीला खिळून बसतात की नाही ते!

थोडे दिवसांपूर्वी बाल्टीमोर येथील आमच्या एका वर्गात एका विद्यार्थ्याने भाषण केले. त्यात त्यानी श्रोत्यांना एक इशारा दिला की चेस्पाक बे मध्ये अशा पद्धतीने रॉकफिश पकडण्याची पद्धत जर चालूच राहिली तर त्या माशांची जमातच नाहीशी होईल. तो जे काही बोलला त्यात त्या जातीच्या माशांबद्दलच्या प्रामाणिक भावना, कळकळ दिसून आली. काही वर्षांमध्येच त्याचे हे भाषण लोकांना आवडू लागले. तो जे काही बोलायचा ते थेट अंत:करणातून आलेले असायचे. त्याचे भाषण खूप महत्त्वाचे ठरले. तो जे काही सांगायचा ते आणि ज्या पद्धतीने सांगायचा ते लोकांना आवडून जायचे. जेव्हा तो भाषण द्यायला उठला तेव्हा मी कधीच पूर्वी या छोट्याशा प्राण्याबद्दल ऐकलेले नव्हते की चेस्पाक बे मध्ये असा कोणत्या प्रकारचा मासा पाहतो आणि मला असे वाटते की श्रोत्यांचेसुद्धा माझ्या इतकेच या विषयाचे अज्ञान होते आणि त्यांनाही त्या माशांमध्ये फारशी रुची नव्हती. तरीसुद्धा मी हे खात्रीने सांगतो की त्या वक्त्याचे भाषण संपण्यापूर्वी बहुधा आमच्यापैकी सगळ्यांनी कायदेतज्ज्ञांकडे रॉकफिशला वाचवण्यासाठी पिटीशन सही करून पाठवले असेल.

पूर्वीचा अमेरीकेने इटलीला पाठवलेला राजदूत, रिचर्ड वॉशबर्न चाईल्ड याला एकदा विचारण्यात आले की, 'तो एवढा सुंदर लिहितो त्या मागचे रहस्य काय?' त्यावर तो उत्तरला, 'आयुष्याबद्दल मी इतका अचंबित झालेला असतो की मी स्वस्थ बसू शकत नाही. मला ते सगळे लोकांना सांगायचे असते.' असा लेख किंवा वक्ता सगळ्यांनाच मोहून टाकेल यात नवल ते काय?

एकदा लंडनमध्ये मी एका मोठ्या वक्त्याचे भाषण ऐकायला गेलो. त्याचे भाषण संपल्यावर आम्हा मित्रांपैकी एक जण, मि. इ. एफ. बोन्सन जो एक प्रसिद्ध कादंबरीकार आहे. त्याने असा शेरा मारला की त्या भाषणाचा शेवटचा भाग त्याला पहिल्या भागापेक्षा अधिक आवडला. मी त्याला विचारले, 'असे का म्हणतोस?' त्यावर त्याने जे उत्तर दिले ते असे की, 'माझ्या असे लक्षात आले की वक्त्याला स्वत:लाच पहिल्या भागापेक्षा शेवटच्या भागात अधिक रुची होती आणि मी नेहमीच उत्साह आणि रुची याबाबतीत वक्त्यावरच भरवसा ठेवतो.'

विषय निवडीचे माहात्म्य किती असते, ते दर्शविणारे आणखी एक उदाहरण मी तुम्हाला देतो.

आमच्या वॉशिंग्टन डी. सी. मधील एका वर्गात एक सभ्य गृहस्थ यायचे. त्यांना आपण मि. फ्लॅन म्हणू या! अभ्यासक्रमाच्या सुरुवातीच्या काळातच एके संध्याकाळी या गृहस्थांनी आपले भाषण युनायटेड स्टेट्सच्या राजधानीला अर्पण केले. एका स्थानिक वृत्तपत्रातून त्यांनी घाईघाईने व वरवर दिसणाऱ्या काही गोष्टींवर नजर टाकली आणि आपल्या भाषणाचा मसुदा म्हणून तो वापरला. ज्या गोष्टी त्यांनी सांगितल्या त्या अत्यंत कोरड्या, असंबद्ध आणि पचनी पडण्यासारख्या नव्हत्या. खरं तर कित्येक वर्षांपासून तो वॉशिंग्टनमध्ये राहत आलेला असूनही ते शहर आपल्याला का आवडले, याचे एकही वैयक्तिक कारण दिले नव्हते. त्याने कोणीतरी काहीतरी लिहिलेले वाचले आणि तेच पाठ करून लोकांना कंटाळवाण्या गोष्टी सांगितल्या. त्यामुळे त्या सांगताना त्यालाही त्याला जितक्या वेदना झाल्या तितक्या श्रोत्यांनाही त्या त्रासदायक वाटल्या.

त्यानंतर सुमारे १५ दिवसांनीच असे काहीतरी घडले की, मि. फ्लॅन अंतर्बाह्य हेलावून गेला. एका अनोळखी ड्रायव्हरने त्यांच्या पार्किंगमध्ये उभ्या असलेल्या नव्या कोऱ्या गाडीला धडक मारली आणि स्वत:ची ओळख न सांगता निघून गेला. त्याच्या गाडीचा नंबरही त्यांना समजला नाही, त्यामुळे मि. फ्लॅनला इन्श्युअरन्सचे पैसे मिळाले नाही व स्वत:च्या खिशातूनच पैसे खर्च करून गाडी दुरुस्त करून घ्यावी लागली. त्यामुळे आता मि. फ्लॅन जे बोलत होता ते वेदनामय अनुभवाचे बोल होते. पूर्वीची त्याची वॉशिंग्टन डी. सी. शहराबद्दलची वाक्यांमागून वाक्ये प्रेक्षकांना रटाळ वाटली होती. पण जेव्हा त्यानी धडक मारल्या गेलेल्या त्याच्या

नव्या कोऱ्या गाडीबद्दल सांगितलं त्या वेळी त्याच्या भाषणात दिसून येणारा प्रामाणिकपणा, कळकळ, वेदना याचा प्रत्यय श्रोत्यांना आला. हाच तो वर्ग जो २ आठवड्यांपूर्वी फ्लॅनच्या भाषणाला चुळबुळ करत होता तो आता मन लावून ऐकत होता आणि मि. फ्लॅनच्या भाषणाचे कौतुक करत होता.

म्हणूनच मी तुम्हाला पुन: पुन्हा तेच सांगतो की जर तुम्ही भाषणासाठी योग्य विषय निवडला तर तुम्ही यशस्वीच होणार, दुसरे काही होऊच शकत नाही. तुमच्या विषयात तुम्हाला नक्की यश मिळेल केव्हा तर तुम्हाला ज्याबद्दल खात्री आहे त्याबद्दलच बोला! तुमच्या भोवताली असलेल्या जगातील काही गोष्टी तर अशा असतील की ज्यावर तुमची नितांत श्रद्धा आहे. तुम्हाला असे विषय शोधण्यासाठी फार दूर जायची गरज नाही. ते तुमच्या अंतर्मनाच्या पृष्ठभागावरच असतात. कारण तुमच्याही नकळत तुम्ही त्या गोष्टींचा विचार करत असता.

या गोष्टीला फार काळ नाही लोटला. एकदा टेलिव्हिजनवर एका फाशीच्या शिक्षेच्या केसचे न्यायालयीन कामकाज दाखवत होते. त्या बहुचर्चित विषयावर दोन्ही बाजूचे अनके साक्षीदार तपासले गेले. त्यांच्यापैकी एक जण हा लॉस एंजेलिसमधील पोलीस खात्यातील एक शिपाई होता. त्यानी या विषयावर केलेले भाष्य मोलाचे होते. तो या केसबद्दल खात्रीने सांगू शकत होता कारण गुन्हेगारांबरोबर बंदुकी घेऊन लढताना त्याचे अकरा साथीदार मारले गेले होते. त्यांच्यापैकी एक जण जो त्याच्या हृदयाचा तुकडा होता. तो आपल्या नोकरीशी इमान राखताना कसा धारातीर्थी पडला याबद्दल तो कळकळीने सांगत होता. सुरेख, अस्खलित वक्तृत्वाचा असा नमुना आत्तापर्यंतच्या इतिहासात कोणी ऐकला नव्हता. कारण हे भाष्य म्हणजे वक्त्याच्या खोल अंत:करणातील कळकळीच्या भावना होत्या. प्रामाणिकपणा हा श्रद्धेच्या पायावर उभा असतो आणि श्रद्धा हे हृदयाच्या उबदार भावनांचे फलित असते. तुम्ही जे बोलता ते तुमचे मन बोलत असते आणि हृदयाकडे अशी अनेक कारणे असतात ज्यांचे कारणे खुद्द कारणांनाच माहिती नसतात.

अनेक वर्गांमध्ये माझ्यावर असे अनेक प्रसंग यायचे की जेव्हा मला पास्कलच्या तीक्ष्ण झोंबणाऱ्या वाक्याचा पुन्हा फेरविचार करावा लागत असे. मला बोस्टनमधील एक वकील आठवतो. तो दिसायचा पण रुबाबदार आणि बोलायचा पण अस्खलित! त्याला ती दैवी देणगीच होती. पण जेव्हा त्याचे भाषण संपायचे तेव्हा लोक फक्त एवढेच म्हणायचे की, 'हुशार आहे.' वरकरणीच फक्त त्या वकिलाची श्रोत्यांवर छाप पडायची. कारण तो जे चमकदार शब्द वापरायचा त्याच्या मागे भावनांचा अभाव होता. शुष्क होते त्याचे शब्द! त्याच वर्गामध्ये एक विमा एजंट होता. अगदी लहान चणीचा, सामान्य दिसणारा, लोकांवर छाप पडेल असे त्याच्याकडे काही नव्हते. सतत बोलण्यासाठी शब्द शोधत असायचा पण जेव्हा तो बोलायचा

तेव्हा त्याच्या श्रोत्यांच्या मनात तिळमात्र शंका नसायची की तो त्याचा प्रत्येक शब्द अक्षरश: जगायचा!

अब्राहम लिंकनचा वॉशिंग्टन डी. सी. येथे खून झाला. त्याला आता शंभर वर्षे होऊन गेली. पण त्याचे प्रामाणिकपणे भरलेले आयुष्य आणि तुमचे शब्द अजूनही आपल्याबरोबर आहेत. कायद्याविषयीचे लिंकनचे ज्ञान म्हणाल तर कदाचित इतर शेकडो वकिलांचे ज्ञान त्याच्यापेक्षा अधिक होते. त्याच्यामध्ये रुबाबदारपणा किंवा वागण्या-बोलण्याचा दिखावा यांचा अभाव होता. पण त्याचा प्रामाणिकपणा आणि तळमळ याविषयी काय बोलावे? त्याने गेटीसबर्ग येथे केलेले भाषण किंवा कूपर युनियन समोरील त्याचे भाष्य आणि वॉशिंग्टन येथील कॅपिटॉलच्या पायऱ्यावरचे त्याचे वक्तृत्व ऐतिहासिक होते त्याला जोड नाही.

एकदा एक माणूस जसे म्हटला तसे कदाचित तुम्हीही मला म्हणाल की तुम्हाला कशातच गोडी नाही किंवा तुमचे कोणतेच असे ठाम विचार नाहीत! जेव्हा असे कोणी म्हणते तेव्हा मला जरासे आश्चर्यच वाटते. जेव्हा मला तो माणूस असे म्हणाला तेव्हा मी त्याला सांगितले की, कशात तरी स्वत:ला गुंतवून घे आणि छंद जोड. त्यावर तो म्हणाला, ‘तरी पण, कोणता हे तर सांगा!’ यावर उद्वेगाने म्हणालो, ‘कबुतर.’ ‘काय कबुतर?’ त्याने भयभीत हेऊन विचारले. मी म्हटलं, ‘होय! कबुतर. ठिकठिकाणच्या स्मारकांपाशी जा आणि त्यांचे निरीक्षण कर, त्यांना दाणे टाक. वाचनालयात जा आणि कबुतरांविषयी वाच आणि मग पुन्हा येथे ये आणि त्यांविषयी बोल.’ मी सांगितल्याप्रमाणे त्याने केले. जेव्हा तो क्लासमध्ये परत आला तेव्हा अक्षरश: कोणी त्याला रोखू शकले नाही. त्याने कबुतरांविषयी अतीव उत्साहाने बोलायला सुरुवात केली. जणू तो जन्मजात कबुतरप्रेमी होता! जेव्हा मी त्याला थांबवायचा प्रयत्न केला तेव्हा तो कबुतरांविषयी त्याने ४० पुस्तके वाचली. असे काही काहीतरी बोलत होता. आत्तापर्यंत मी ऐकलेल्या भाषणांमध्ये ते सर्वांत उत्तम भाषण होते.

इथे मी तुम्हाला आणखी एक सूचना करतो. तुम्हाला तुमच्यासाठी जो विषय उत्तम वाटतो त्याची जास्तीत जास्त तयारी करा. त्याबद्दल तुम्ही जितकी अधिक माहिती मिळवाल तितकी तुमची त्या विषयाची आस्था वाढत जाईल, आणि तुम्ही अधिक उत्साही बनाल. तुमच्यात एकप्रकारचे झपाटलेपण येईल. ‘*फाइव्ह ग्रेट रुल्स ऑफ सेलिंग*’चा लेखक पर्सी एच्. व्हाईटिंग विक्रेत्यांना असे सांगतो की, ते जो माल विकतात त्याबद्दलची माहिती मिळवणे कधीही थांबवू नका. मि. व्हाईटिंग म्हणतात, ‘तुम्हाला तुमच्या मालाबद्दल जेवढी अधिक माहिती मिळते तितके अधिक उत्साही तुम्ही बनता.’ अगदी हेच तुमच्या भाषणाच्या विषयाच्या बाबत घडते. जेवढी तुम्ही तुमच्या विषयाची अधिक माहिती मिळवाल तितके तुम्ही

अधिक उत्साही आणि आस्थेवाईक बनाल!

* * *

दुसरी / **तुमच्या भाषणाच्या विषयाविषयीच्या भावनांमधून मुक्त व्हा**

असे समजा की तुम्ही तुमच्या श्रोत्यांना याबद्दल सांगत आहात की, एकदा एका पोलिसाने तुम्ही वेगमर्यादा केवळ एका मैलाने ओलांडल्याबद्दल कसे थांबवले होते. तुम्ही हा किस्सा आम्हाला अतिशय थंड डोक्याने आणि अलिप्तपणे जणू काही तुम्ही तेथे फक्त बघ्याची भूमिका घेतली होती अशा पद्धतीने सांगू शकाल; पण हे सगळे तुमच्याबरोबर घडले आहे आणि त्या वेळी तुमच्या भावना नक्कीच तुम्ही विशिष्ट भाषेमध्ये व्यक्त केल्या असणार. एक त्रयस्थ म्हणून जेव्हा तुम्ही ही घटना श्रोत्यांना सांगाल तेव्हा श्रोत्यांवर त्याचा फारसा इष्ट परिणाम होणार नाही. कारण श्रोत्यांना हे जाणून घेण्यात रुची आहे की पोलिसाने प्रत्यक्ष तुमच्या नावे जेव्हा दंडाची पावती फाडली तेव्हा तुम्हाला नेमके कसे वाटले? म्हणून तुम्ही वर्णन करत असलेल्या धड्यातून जितके थोडे बाजूला होऊन, त्यामध्ये भावना ओतून, नर्म विनोद करून त्या वेळी तुम्हाला कसे वाटले हे जेव्हा तुम्ही श्रोत्यांना वर्णन करून सांगाल. तितके तुम्ही अधिक व्यक्त व्हाल.

तुम्ही एका मोठ्या जनसमुदायासमोर बोलत आहात. त्यामुळे तुमच्या बोलण्यात खळबळ आणि रुची निर्माण करणारे मुद्दे ज्या प्रमाणात असतील त्याच प्रमाणात श्रोत्यांमध्ये रुची निर्माण होईल. तुमच्या प्रामाणिक भावना दाबून ठेवू नका. तुमच्यातील अंतर्भूत उत्साहाला नाउमेद करू नका. तुमच्या श्रोत्यांना हे दाखवून द्या की तुम्ही ज्या विषयाबद्दल बोलणार आहात तो तुम्हाला किती प्रिय आहे आणि मग बघा, लोक तुमचे बोलणे लक्षपूर्वक ऐकतील.

तिसरी / **आस्थेवाईकपणाचा अभिनय करा**

जेव्हा श्रोत्यांसमोर तुम्ही व्यासपीठावर चालत जाता तेव्हा अतिशय दमदार पावले टाका. यशाची खात्री असलेल्या माणसाप्रमाणे जा, एखाद्या वधस्तंभाकडे चालत जाणाऱ्या माणसाप्रमाणे जाऊ नका. तुमच्या चालण्यातील लवचिकता पाहून फक्त श्रोतेच सावरून बसतील आणि त्यांच्या लक्षात येईल की तुमच्याकडून काहीतरी चांगले ऐकण्यासारखे आहे, असे नव्हे तर तुमच्यामध्येसुद्धा जादूची किमया घडेल. बोलायला सुरुवात करण्यापूर्वी एक खोल श्वास घ्या. व्यासपीठावरील टेबल-खुर्च्यांपासून किंवा माईकच्या स्टँडपासून थोडे अंतर ठेवून उभे राहा. तुमचे डोके आणि हनुवटी ताठ ठेवा. तुम्ही आता तुमच्या श्रोत्यांना काहीतरी उपयुक्त

गोष्टी सांगायला जात आहात आणि तुमच्या शरीराचा प्रत्येक भाग त्यांना हे सांगण्यास उत्सुक आहे आणि हे अचूकपणे आणि सुस्पष्टपणे सांगायचे आहे. तुम्ही सेनापती आहात आणि जसे विल्यम जेम्स म्हणतो तसे सेनापती असल्यासारखेच वागा. तुमचा आवाज सभागृहाच्या शेवटच्या खुर्चीपर्यंत जाईल यासाठी तुम्ही प्रयत्न केलात तर तोच तुमचा आवाज तुम्हाला खात्रीपूर्ण बनवेल. तुम्हाला पटतील तसे हावभाव व हातवारे केले तर ते तुम्हाला जोशपूर्ण बनवतील.

'सक्रियतेचा सराव' या तत्त्वाचे विश्लेषण करताना डोनाल्ड आणि इलोनॉर लॅरीड यांनी असे विषद केले आहे की हे तत्त्व ज्या ज्या ठिकाणी मानसिक जागरूकतेची गरज आहे तेथे लागू पडते. त्यांच्या *'टेक्निक्स फॉर एफिशिअंट रिमेंबरींग'* या पुस्तकात लॅरीड्सने प्रेसिडेंट थिओडर रुझवेल्ट यांच्याकडे इशारा करून असे म्हटले आहे की, हा माणूस प्रचंड चपळाई, ताकद, चलाखी आणि उत्साह घेऊन हलकेच वाऱ्याच्या झुळुकीप्रमाणे आयुष्यात शिरला आणि हेच त्याचे गुणविशेष बनले. ज्या समस्या तो उलगडत असे त्याचा जणू तो एक भागच बनत असे, किंवा निदान तसा अभिनय करत असे. 'टेडी रुझवेल्ट' हे विल्यम जेम्सच्या तत्त्वज्ञानाचे जीते-जागते उदाहरण होते. आस्थेवाईक असल्याचा अभिनय करा आणि आपोआपच तुमच्या कामात तुम्हाला आस्था वाटेल.

सारांश, लक्षात ठेवा. आस्थेवाईकपणाचा अभिनय तुम्हाला वास्तवात आस्थेवाईक बनवेल.

प्रकरण ६

तुमच्या भाषणात श्रोत्यांचा सहभाग असू द्या

'अेकर्स ऑफ डायमंड्स' हे रसेल कॉनवेलचे सुप्रसिद्ध भाषण जवळपास ६००० वेळा केले गेले. तुम्हाला असे वाटत असेल की जे भाषण इतक्यांदा केले गेले ते वक्त्याच्या जिभेवर, मनावर पक्के ठसलेले असणार, आवाजाचा चढ-उतार, शब्दांची ढब, शब्दांची निवड, प्रत्येक वेळी ते असणार. पण तुमची ही अगदी चुकीची कल्पना आहे. डॉ. कॉनवेलना हे माहिती होते की श्रोतृवर्ग प्रत्येक वेळी वेगळा असणार. डॉ. कॉनवेल यांना जाणीव होती की त्यांच्या प्रत्येक बदलाचा श्रोतृवर्गाला असे वाटले पाहिजे की त्यांचे भाषण हे वैयक्तिक आहे, ते चैतन्यपूर्ण आहे आणि हे फक्त त्यांच्यासाठीच तयार केलेले आहे. मग वक्ता, भाषण आणि श्रोते यांच्यातील हे परस्परसंबंध जपण्यात कसे यशस्वी झाले? ते लिहितात, 'मी जेव्हा भाषण देण्यासाठी एखाद्या शहराला किंवा गावाला भेट देतो तेव्हा मी तेथे मुद्दामच खूप लवकर पोहोचतो आणि मग तेथल्या पोस्ट मास्तरला, न्हाव्याला, हॉटेल मॅनेजरला, शाळांच्या मुख्याध्यापकांना, काही मंत्र्यांना भेटतो. नंतर दुकानांमध्ये जातो आणि तेथल्या लोकांशी बोलतो. त्यांची पार्श्वभूमी समजून घेतो आणि त्यांच्यासमोर काय भविष्य आहे ते ही जाणून घेतो. मगच मी अशा लोकांसमोर माझे भाषण देतो जे जेणेकरून त्यांच्या स्थानिक विषयांना लागू पडेल.'

डॉ. कॉनवेल यांना जाणीव होती की कोणताही यशस्वी संवाद हा श्रोते आणि वक्ता यांच्या परस्पर सहकार्यावर अवलंबून असतो. वक्त्याने हे लक्षात घेतले पाहिजे की त्याच्या भाषणात श्रोत्यांचा सहभाग असलाच पाहिजे. हेच कारण आहे की, आत्तापर्यंत व्यासपीठावरून दिल्या गेलेल्या 'अेकर्स ऑफ डायमंड्स' या भाषणाची आपल्याकडे एकही सत्यप्रत नाही. मनुष्य स्वभावाचे सखोल ज्ञान आणि कष्ट घेण्याची जिद्द यामुळेच डॉ. कॉनवेल यांनी २००० वेगवेगळ्या श्रोतृवर्गासमोर भाषण करूनसुद्धा एकच भाषण दोनदा केले नाही. तुम्ही या उदाहरणावरून एक

मोलाचा धडा शिकू शकता की भाषण देण्यापूर्वी तुमचा श्रोतृवर्ग कसा आहे याचा अभ्यास तुम्ही केलात तर त्याचा तुम्हाला फायदा होईल. इथे मी तुम्हाला काही साधे, सोपे नियम सांगणार आहे, ज्यामुळे तुम्हाला श्रोते आणि तुमच्यात भावनिक पूल बांधणे सोपे होणार आहे.

पहिला / **तुमच्या श्रोत्यांना ज्यामध्ये रुची आहे तेच बोला**

डॉ. कॉनवेल यांनी नेमके तेच केले. त्यांनी जेथे-जेथे भाषणे केली तेथील स्थानिक उदाहरणांवर व नावांवर भर दिला. त्यासाठी विशेष अभ्यास केला. त्यांच्या श्रोत्यांना त्यांच्या भाषणात गोडी वाटली, कारण ते भाषण त्यांच्याशी संबंधित होते, त्यांच्या समस्यांशी संबंधित होते, त्यांच्या रोजच्या आयुष्याशी निगडित होते. श्रोत्यांशी अशा पद्धतीने जो वक्ता पूल बांधतो, त्यांच्या आवडीच्या गोष्टी सांगतो, त्यांची नाडी तपासतो त्याचा श्रोत्यांबरोबर संवादाचा मार्ग खुला राहतो हे एक निर्विवाद सत्य आहे. एरिक जॉनस्टन जो पूर्वी अमेरिकेच्या चेंबर ऑफ कॉमर्सचा मुख्य होता आणि आता जो मोशन पिक्चर्स असोसिएशनचा अध्यक्ष आहे. तो त्याच्या प्रत्येक भाषणात हेच तंत्र वापरत असे. युनिव्हर्सिटी ऑफ ओक्लहोमाच्या उद्घाटनाच्या भाषणात तेथील स्थानिक गोष्टींचा त्यांनी किती जोशपूर्ण उल्लेख केला आहे, ते बघा.

तुम्हा ओक्लहोमाच्या रहिवाशांना बेकायदेशीररीत्या औषधे विक्री करणाऱ्यांबद्दलची माहिती आहेच. मधल्या काळात ओक्लाहोमाबद्दल 'अपयशी' असा शिक्का मारून पुस्तकातून वगळण्यात आले होते, हे तुम्हाला आठवत असेलच. फार कशाला इ. स. १९३० च्या काळात निराश झालेले निळसर काळे कावळे इतर कावळ्यांना असा सल्ला देत होते की, ऑक्लोहोमवरून जाऊ नका, आणि जायचेच असेल तर आपला-आपला दाणापाणी बरोबर घेऊन जा.

त्यांनी ओक्लहोमाला 'नवीन अमेरिकन वाळवंट' या प्रदेशात समाविष्ट केले होते. ते असे म्हणायचे की आत्ता येथे कधीच काहीच उगवणार नाही. ते कधीच फळणार, फुलणार नाही. पण १९४० मध्ये ऑक्लोहोमाचे बगिचामध्ये रूपांतर झाले आणि बशॅडवेचे बलस्थान बनले. पुन्हा एकदा पाऊस पडल्यानंतर जेव्हा वाऱ्याची झुळुक आली ती गव्हाच्या शेतांवरून सुवास घेऊनच!

केवळ एका छोट्याशा दशकांत धुळीने भरलेल्या वाडग्याचे रूपांतर मक्याच्या सुपाने भरलेल्या वाडग्यात झाले.

ती श्रद्धेची परतफेड होती! आणि मोजूनमापून पत्करलेला धोका होता.

पण हा भूतकाळ होता. कालच्या पार्श्वभूमीच्या तुलनेत आजच्या वर्तमानकाळाबद्दल विचार करणे हे नेहमीच श्रेयस्कर असते.

म्हणून मी माझ्या आजच्या भाषणाची तयारी करण्यासाठी *'डेली ओक्लहोमन'* या वृत्तपत्राची १९०१ सालची फाईल काढली. मला ५० वर्षांपूर्वीच्या ओक्लाहोमातील वातवरणाची झलक तुम्हाला स्मरणात आणून द्यायची होती.

आणि मला कसला शोध लागला?

मला प्रकर्षाने जे जाणवले ते हे की ओक्लहोमाचे भविष्य उज्वल आहे. खूप आशावादी आहे.

हा एक श्रोत्यांच्या भावनांना हात घालण्याच्या भाषणाचा उत्तम नमुना आहे. ॲरिक जॉनस्टनने साधक-बाधक विचार करून पत्करलेल्या धोक्याची बाब पटवून देण्यासाठी श्रोत्यांच्या परसदारातील उदाहरणे घेतली. त्याने श्रोत्यांना हे पटवून दिले की त्याचे भाषण हे काही झेरॉक्स कॉपीसारखे नाही तर हे खास त्यांच्यासाठी अभ्यास करून बनवलेले आहे. जो वक्ता श्रोत्यांच्या आवडीच्या विषयावर बोलेल त्याच्याकडे श्रोते दुर्लक्ष करू शकतील का?

आता तुम्ही स्वत:शीच असा विचार करा की तुमच्या भाषणाचा विषय हा तुमच्या श्रोत्यांच्या समस्या कशा सोडवू शकतो? आणि त्यांना त्यांच्या ध्येयाप्रत कसे नेऊ शकतो? जर तुम्ही अकाउंटंट असाल तर ते टॅक्स मधून ५० ते १०० डॉलर्स कसे वाचवू शकतात ते सांगा किंवा जर तुम्ही वकील असाल तर श्रोत्यांना मृत्यूपत्र कसे बनवायचे ते सांगा. खात्री बाळगा की श्रोते तुमचे बोलणे मन लावून ऐकतील, अर्थातच! कारण तुम्ही नक्कीच त्यांच्यासमोर कसे ज्ञानाचे भांडार खुले करत आहात, ज्याचा त्यांना निश्चितच उपयोग होईल.

जेव्हा असे विचारले गेले की, 'लोकांना कशात रूची असते', तेव्हा ब्रिटिश जर्नालिझमच्या लॉर्ड नॉर्थक्लिपन, विल्यम रॅडॉल्फ हर्स्टने असे उत्तर दिले की, 'त्यांच्या स्वत:मध्ये.' त्याने वृत्तपत्रामध्ये केवळ एवढ्या एका सत्यावर साम्राज्य उभे केले होते.

जेम्स हार्वे रॉबिन्सन याने *'माईंड इन दि मेकिंग'* या पुस्तकात तंद्री किंवा मनोराज्याचे असे वर्णन केले आहे की, 'अव्याहत आणि आवडीचे विचार'. तो पुढे असे म्हणतो की, जेव्हा आपली तंद्री लागते तेव्हा आपण आपल्या मनोकल्पनांना चौफेर उधळायची परवानगी देतो. पण त्याचे पोहोचण्याचे ठिकाण आपल्या आशा आणि भीती, आपल्या अव्याहत आकांक्षा, त्यांची पूर्ती किंवा पूर्ती न झाल्याने येणारे नैराश्य, आपल्या आवडी-नावडी, आपले प्रेम आणि द्वेष हेच ठरवतात. म्हणूनच तो असे म्हणतो, आपल्यापैकी प्रत्येकाला फक्त आपल्यामध्ये आणि फक्त आपल्यामध्येच 'रूची असते.'

फिलाडेल्फिया येथे राहणारा, हॅरॉल्ड ड्विईट याने आमच्या अभ्यासक्रमाचे शेवटचे पर्व पार्टीच्या वेळी अत्यंत असामान्य भाषण देऊन गाजवले. त्या दिवशी

टेबलवर बसलेल्या प्रत्येकाबद्दल तो बोलला. जेव्हा कोर्स सुरू झाला त्या वेळचे त्याचे पहिल्या दिवसाचे भाषण आणि त्याच्यात झालेली सुधारणा याबद्दल तो बोलला. त्याच्या इतर वर्गमित्रांनी कसे भाषण केले याबद्दल तो बोलला. त्यांनी ज्या अनेक विषयांबद्दल चर्चा केली त्याची त्याने आठवण करून दिली. काहींची त्याने नक्कल करून चेष्टाही केली, काहींच्या सवयींबाबत अतिशयोक्ती करून सांगितले. त्यामुळे हास्याचे फवारे उडत होते, प्रत्येक जण खुशीत होता. इतक्या ताकदीचा मसाला भरलेले भाषण अयशस्वी ठरणं शक्यच नव्हतं. खरोखर हे आदर्श होते. आकाशाच्या निळ्या घुमटाखाली सर्वांना खिळवून ठेवणारा दुसरा आवडीचा विषय कोणता असू शकतो? मि. ड्विईटला मनुष्य स्वभावाचे अचूक ज्ञान होते.

काही वर्षांपूर्वी मी 'अमेरिकन मॅगॅझिन'साठी एक लेखमालिका लिहित होतो. त्या वेळी मला जॉन सिद्दल यांच्याशी बोलण्याची संधी मिळाली. त्या वेळी जॉन सिद्दल हे 'इंटरेस्टिंग पिपल डिपार्टमेंट'चे प्रमुख होते.

ते म्हणाले, 'लोक स्वार्थी असतात. त्यांना मुख्यत: स्वत:मध्ये रुची असते. सरकारकडे स्वत:चे रेलरोड्स आहेत का नाही हे जाणून घेण्यात त्यांना काहीच स्वारस्य नसते. पण इतरांच्या पुढे कसे जायचे ते त्यांना जाणून घ्यायचे असते. अधिक पगार कसा मिळवायचा, शरीराचे आरोग्य कसे उत्तम राखायचे हे त्यांना समजून घ्यायचे असते.' ते पुढे म्हणाले, 'मी जर एखाद्या मासिकाचा संपादक असतो तर मी लोकांना हे सांगितले असते की त्यांनी त्यांच्या दातांची काळजी कशी घ्यायला हवी, अंघोळ कशी करायला पाहिजे, उन्हाळ्यात थंडावा वाटण्यासाठी काय करायचे, समाजात स्वत:चे स्थान कसे निर्माण करायचे, आपल्या हाताखालच्या माणसांना कसे वागवायचे, घरे विकत घेताना कोणती काळजी घ्यायची, व्याकरणातील चुका कशा टाळायच्या, आणखी बरेच काही. लोकांना नेहमी मानवी हिताच्याच गोष्टी आवडतात; म्हणून मग मी एखाद्या श्रीमंत माणसाला बोलावून त्याची मुलाखत छापली असती की त्याने जमिनीच्या खरेदी-विक्रीच्या व्यवहारात कसे लाख डॉलर्स मिळवले. मी काही प्रसिद्ध बँकर्सना आणि मोठ्या कंपनीच्या प्रेसिडेंट्सना ते या उच्च पदापर्यंत कसे पोहोचले याच्या यशस्वी कथा सांगायला बोलावले असते.'

त्यानंतर काहीच काळात खरोखरच सिद्दाल संपादक बनला. त्या वेळी त्या मासिकाचा खप कमी प्रमाणात होता. सिद्दालने जे जे मी करीन सांगितले होते ते ते सारे काही केले. प्रतिसाद कसा मिळाला म्हणून विचारता? प्रचंड! मासिकाचा खप २,००,००० झाला, मग ३ आणि मग ४॥ लाख. लोकांना जे हवे होते ते त्याने दिले. सुरुवातीच्या महिन्याला १ लाख लोक मासिक विकत घ्यायचे आणि ते वाढत गेले, ते तेथे थांबले नाही. अनेक वर्षांपर्यंत मासिकाचा खप वाढत होता.

सिद्दालने लोकांच्या स्व-रुचीलाच आव्हान केले.

पुढील वेळेला जेव्हा तुम्ही श्रोत्यांसमोर भाषण करायला उभे राहाल तेव्हा जर तुमचे भाषण त्यांच्या उपयोगाचे असेल तर त्यांच्या चेहेऱ्यावर तुम्हाला उत्सुकताच दिसेल. जे वक्ते ही आवश्यक गोष्ट विसरून त्यांच्या श्रोत्यांना मध्यभागी न ठेवता स्वत:चंच घोडे दामटतात त्यांना नाईलाजानं अस्वस्थ झालेले, कंटाळल्यामुळे चुळबुळ करणारे, सतत घड्याळाकडे बघणारे आणि आशेने बाहेरचा मार्ग दाखवणाऱ्या दरवाजांकडे पाहणारे श्रोते बघणे नशिबी येते.

दुसरा / **मनापासून प्रामाणिकपणे कौतुक करा!**

श्रोतृवर्ग म्हणजे अनेक श्रोत्यांचा समुदाय असतो. त्या प्रत्येकाला स्वतंत्र व्यक्तिमत्त्व असते आणि त्या प्रत्येकाची प्रतिक्रिया वेगवेगळी असते. तुम्ही जर श्रोत्यांवर उघडउघड टीका केली तर त्यांचा संताप ओढवून घ्याल. तुम्ही जर श्रोत्यांच्या एखाद्या कौतुकास पात्र असलेल्या गोष्टीचे कौतुक केले तर तुम्हाला थेट श्रोत्यांच्या हृदयात शिरण्याचा परवाना मिळतो. पण त्यासाठी तुम्हाला थोडेसे अधिक संशोधन करण्याची गरज आहे. अशा जरा खोटी स्तुती करणाऱ्या जसे, 'आत्तापर्यंत मी ज्या श्रोत्यांसमोर भाषण केले त्यापैकी सर्वांत बुद्धिमान श्रोतृवर्ग हा आहे' अशी खोटी स्तुती करणारी वाक्ये श्रोत्यांना चीड आणतात.

एक मोठा नामवंत वक्ता, चॉन्सी एम्. डेप्यू याच्या शब्दात सांगायचे तर, 'त्यांना त्यांच्याबद्दल असे काही सांगा की जे तुम्हाला माहिती असण्याची शक्यता त्यांना वाटत नाही.' उदाहरणादाखल सांगायचे तर नुकतेच एका माणसाने बाल्टीमोर किवानी क्लबमध्ये भाषण दिले. पण त्या श्रोत्यांबद्दल, त्या क्लबबद्दल त्याला विशेष काही सांगण्यासारखे सापडले नाही. हं! फक्त एक गोष्ट अशी होती की त्या क्लबच्या सभासदांपैकी एक सभासद असा होता की, तो माजी आंतरराष्ट्रीय अध्यक्ष आणि आंतरराष्ट्रीय ट्रस्टी होता. क्लबच्या लोकांसाठी ही तशी काही बातमी नव्हती. म्हणून त्याने गोष्टीत जरा मसाला भरण्याचा प्रयत्न केला. त्याने त्याचे भाषण पुढील वाक्याने सुरू केले, 'बाल्टीमोर किवानी क्लब हा १,०१,८९८ क्लब्जपैकी एक क्लब आहे!' श्रोते ऐकत होते. हा वक्ता नक्कीच काहीतरी चुकतोय - कारण संपूर्ण जगात २८९७ किवानी क्लब होते. पण तो वक्ता पुढे बोलतच गेला.

'होय! तुमचा जर विश्वास बसत नसला तरी हे वास्तव आहे की गणिताच्या दृष्टीने सुद्धा हे बरोबर आहे की १,०१,८९८ मध्ये एक आहे! मी १,००,००० मध्ये १ किंवा २,००,००० मध्ये १ असे म्हणत नाही तर १,०१,८९८ हाच अचूक आकडा आहे.'

मी हा आकडा कसा शोधून काढला? किवानीनं इंटरनॅशनलचे फक्त २८९७

क्लब्ज आहेत, ठीक आहे. बाल्टीमोर क्लब्जकडे एक किवानीज इंटरनॅशनलचा माजी अध्यक्ष आणि आंतरराष्ट्रीय ट्रस्टी आहे. गणिताच्या भाषेत सांगायचे झाले तर कोणत्याही किवानीज क्लबकडे माजी अध्यक्ष आणि आंतरराष्ट्रीय ट्रस्टी असण्याची शक्यता ही १,०१,८९८ मध्ये १ इतकी आहे - आणि मी म्हणतो हे बरोबर असण्याचे कारण म्हणजे माझ्याकडे गणितातली जॉप हॉपकिन्सची पीएच. डी. ही पदवी आहे.

तुम्ही श्रोत्यांशी १०० टक्के प्रामाणिक राहा. अप्रामाणिकपणाचे एखादे विधान हे क्वचित एखाद्या व्यक्तीला मूर्ख बनवू शकते. पण संपूर्ण श्रोतृवर्गाला मूर्ख नाही बनवू शकतात. 'हा अतिशय हुशार श्रोतृवर्ग...', 'हे होटोकुचे सौंदर्य आणि स्त्रीदाक्षिण्य याचा अनोखा मिलाफ असलेले अपवादात्मक श्रोतेगण, न्यू जर्सी...' किंवा 'मी येथे आलो याचा मला आनंद होतो कारण तुमच्यापैकी प्रत्येकावर माझे प्रेम आहे.'

नको, नको! खरेच नको! जर तुम्ही मनापासून, प्रामाणिकपणे कौतुक करू शकत नसाल तर कृपा करून तसे दाखवण्याचा प्रयत्न करू नका.

तिसरा / **श्रोत्यांशी एकरूप व्हा**

जेवढे लवकर शक्य होईल तेवढे तुम्ही व्यासपीठावर चढून बोलायला सुरुवात कराल, तेव्हा असे शब्द उच्चारा की ज्यामुळे श्रोत्यांबरोबर तुमचे प्रत्यक्ष नाते जोडले जाईल. जर तुम्हाला भाषणाला बोलावले गेल्याबद्दल सन्मानित झाल्यासारखे वाटत असेल तर तसे म्हणा. जेव्हा इंडियानातील ग्रीन कॅसल येथील डि. पॉ. विद्यापीठात पदवीच्या विद्यार्थ्यांसमोर हॅरॉल्ड मॅकमिलन बोलत होते तेव्हा त्यांनी त्यांचा श्रोत्यांबरोबरचा संवाद असा सुरू केला.

'तुम्ही माझे स्वागत ज्या शब्दांनी केले त्यामुळे मी उपकृत झालो आहे. ग्रेट ब्रिटनच्या मुख्यमंत्र्यासाठी तुमच्या नावाजलेल्या विद्यापीठातून आमंत्रण येणे हा काहीसा असामान्य प्रसंग आहे. पण मी ज्या ऑफिसमध्ये काम करतो, कदाचित तेवढेच काही या आमंत्रणाचे कारण नसावे, अशी मी आशा करतो.'

मग त्यांनी आवर्जून सांगितले की त्यांची आई अमेरिकन होती आणि तिचा जन्मच इंडियानाचा आहे. आणखी हेही सांगितले की त्यांचे आजोबा हे डि. पॉ. च्या पहिल्या पदवीधरांपैकी एक होते.

'मी तुम्हाला हे खात्रीने सांगतो की डि. पॉ. विद्यापीठाशी संबंधित असल्याबद्दल मला नेहमीच गर्व वाटेल आणि पूर्वीचे नातेसंबंधांचे पुनरुज्जीवन करणे मला आवडेल.'

मॅकमिलनने दिलेल्या अमेरिकन शाळेचा संदर्भ आणि अमेरिकन आयुष्याशी

निगडित असलेल्या आठवणींचा संदर्भ ज्या त्याच्या खुद्द आई आणि तिचे वडील जे त्या विद्यापीठाचे प्रथम पदवीधर होते यांच्याशी संबंधित होत्या. त्यामुळे त्यांच्यात आणि श्रोत्यांमध्ये एकदम मैत्रीपूर्ण नाते निर्माण झाले, याची खात्री बाळगा.

श्रोत्यांबरोबर अधिक चांगला संवाद साधण्याचा आणखी एक मार्ग म्हणजे संवादाची सुरुवात श्रोत्यांमध्ये बसलेल्या लोकांची नावे घेऊन करा. एकदा एका मेजवानीमध्ये मी वक्त्याच्या जवळपास टेबलवर बसलो होतो आणि त्या हॉलमध्ये उपस्थित असलेल्या लोकांमध्ये तो वक्ता इतकी रुची घेतो ते पाहून मला खूप आश्चर्य वाटले. जेवण घेता घेतासुद्धा त्या मेजवानीच्या यजमानाला तो सतत विचारत होता की, 'त्या निळ्या सूटमधला माणूस कोण आहे?' किंवा 'ती फुलांची हॅट घातलेल्या महिलेचे नाव काय आहे?' जेव्हा तो बोलायला उठला तेव्हा त्याने त्या हॉलमधील लोकांबद्दल एवढी उत्सुकता का दाखवली याच्या मागचे रहस्य उलगडले. त्याला लोकांबद्दल मिळालेली माहिती त्याने खूप कौशल्याने त्याच्या भाषणात ओवली होती आणि त्याचा दृश्य परिणाम मला श्रोत्यांच्या चेहेऱ्यावर आनंद पसरला होता आणि संपूर्ण प्रेक्षागृहात मैत्रीपूर्ण वातावरण पसरले होते. त्याच्या त्या छोट्याशा तंत्राने केवढा इष्ट परिणाम साधला होता! त्याने प्रेक्षकांना जिंकून घेतले होते.

आता फ्रँक पेस जुनिअरने जनरल डायनॅमिक्स कार्पोरेशनचा अध्यक्ष म्हणून भाषणासाठी उभे असताना काही जणांचा कसा फायदा करून घेतला ते पाहा. तो न्यू यॉर्कमधील अमेरिकन लाइफ इन्कार्पोट येथे वार्षिक संमेलनात बोलत होता. त्याने अशी सुरुवात केली.

'आजची संध्याकाळ ही माझ्यासाठी अनेक कारणांमुळे आनंददायी व महत्त्वपूर्ण आहे. यापैकी पहिले कारण म्हणजे आज माझ्या श्रोतृवर्गात माझे लाडके मंत्री रेव्हरंड रॉबर्ट ॲपलयार्ड हे उपस्थित आहेत. त्यांचे शब्द, कृती आणि नेतृत्व हे व्यक्तिशः माझ्यासाठी आणि माझ्या संपूर्ण कुटुंबासाठी, तसेच आपल्या सर्वांसाठीही प्रेरणादायी ठरलेले आहेत... दुसरे म्हणजे लेवीस स्ट्रॉस आणि बॉब स्टिव्हन्स या दोन पुरुषांच्यामध्ये आज बसण्याचे भाग्य मला लाभले. हे दोन पुरुष असे आहेत ज्यांनी धार्मिक कार्यातली त्यांची रूची समाजसेवेचे व्रत घेऊन वृद्धिंगत केली आहे... हा माझ्यासाठी दुसरा वैयक्तिक आनंदाचा स्रोत आहे.'

एक सावधानतेचा इशारा! जर तुम्ही तुमच्या भाषणात कोणाचा उल्लेख करणार असाल तर तत्पूर्वी त्या प्रसंगाच्या पूर्वी नीट चौकशी करून त्यांच्याबद्दलची योग्य माहिती जाणून घ्या, तुम्हाला मिळालेली माहिती बरोबर आहे की नाही याची खातरजमा करून घ्या, तुम्ही ही नावे कोणत्या कारणासाठी वापरत आहात ते समजून घ्या आणि या नावांचा उपयोग चांगल्याच कारणासाठी करा. टीकेसाठी

करू नका आणि ही नावे नम्रतापूर्वक उच्चारा!

श्रोत्यांचे लक्ष तुमच्याकडेच खिळून राहावे म्हणून वापरण्याची आणखी एक उपयुक्त पद्धत म्हणजे सर्वनामांचा वापर. 'ते' हे सर्वनाम वापरण्याऐवजी 'तुम्ही' हे सर्वनाम वापरा. त्यामुळे तुमच्या श्रोत्यांमध्ये आत्मभान येईल, हे मी यापूर्वीही सांगितले आहे. पण पुन्हा सांगतो की वक्त्याने या गोष्टीकडे दुर्लक्ष करू नये. जर त्याला त्याच्या श्रोत्यांच्या मनावर पकड ठेवायची असेल तर! इथे 'सल्फ्युरिक अॅसिड' या विषयावर आमच्या न्यू यॉर्कमधील क्लासच्या एका विद्यार्थ्याने जे भाषण दिले, त्यातील एक उतारा देत आहोत.

'सल्फ्युरिक अॅसिड तुम्हाला तुमच्या आयुष्यात शेकडोप्रकारे उपयोगी पडते. जर सल्फ्युरिक अॅसिड नसते तर तुमची गाडी थांबली असती, कारण विशेषकरून केरोसिन आणि गॅसोलीन यांच्या शुद्धीकरणासाठी हे वापरले जाते. तुमचे ऑफिस आणि घर उजळून टाकणारे इलेक्ट्रीक लाइट सल्फ्युरिक अॅसिडशिवाय शक्य झाले नसते.

तुम्ही अंघोळीच्या पाण्यासाठी जेव्हा नळ सोडता, तेव्हा तो निकेल प्लेटेड असतो. जो बनवण्यासाठी सल्फ्युरिक अॅसिडची आवश्यकता असते. तुम्ही जो साबण वापरता तो शक्यतो ग्रीस किंवा तेलापासून बनवतात. त्यासाठी सल्फ्युरिक अॅसिडची गरज लागते. तुम्ही ज्या ब्रशने केस विंचरता तो किंवा जो कचकड्याचा कंगवा वापरता तो बनवण्यासाठीसुद्धा सल्फ्युरिक अॅसिड लागते. तुमचा रेझरसुद्धा तापवल्यानंतर तो सल्फ्युरिक अॅसिडमध्येच ठेवावा लागतो.

मग तुम्ही नाश्त्यासाठी तयार होता. कप आणि बशी वापरता ती जर पांढऱ्या रंगाव्यतिरिक्त दुसऱ्या रंगाची असेल तर ती सल्फ्युरिक अॅसिड शिवाय बनू शकत नाही. तुमचे चमचे, काटे, सुऱ्या हे जर सिल्व्हर प्लेटेड असतील तर त्यांना सल्फ्युरिक अॅसिडनेच अंघोळ घालावी लागते आणि अशा प्रकारे दिवसभरात अनंत प्रकारे सल्फ्युरिक अॅसिड तुमच्या आयुष्याशी निगडित असते. तुम्ही तुम्हाला हवे तेथे जा तरीही सल्फ्युरिक अॅसिड तुमचा पिच्छा सोडणार नाही.'

'तुम्ही' हा शब्द या वक्त्याने अशा कौशल्याने वापरला आहे की त्याने तुमच्यासमोर जे चित्र उभे केले आहे त्यात तुम्हाला महत्त्वाचा रोल दिला आहे, आणि त्यायोगे हे चित्र जिवंत आणि चमचमणारे बनवले आहे. तरीसुद्धा काही वेळा काही प्रसंगात 'तुम्ही' हे सर्वनाम वापरणे फार धोकादायक असते. विशेषत: जेव्हा तुम्ही तुमच्यात आणि श्रोत्यांमध्ये पूल बांधण्याऐवजी त्यांच्यात आणि तुमच्यात विभक्तपणाची लक्ष्मणरेषा ओढता तेव्हाच असे घडते. जेव्हा तुम्ही स्वत:ला श्रोत्यांपेक्षा श्रेष्ठ समजता किंवा त्यांना उपदेश करायला निघता अशा वेळी 'तुम्ही' म्हणण्यापेक्षा 'आपण' हे सर्वनाम वापरणे अधिक चांगले. 'हेल्थ एज्युकेशन ऑफ

दि अमेरिकन मेडिकल असोसिएशन'चे डायरेक्टर डॉ. डब्ल्यू. डब्ल्यू. बॉवर त्यांच्या रेडिओ आणि टेलिव्हिजनवरील भाषणांमध्ये हेच तंत्र वापरायचे. 'आपल्या सगळ्यांना हे माहिती पाहिजे की चांगला डॉक्टर कसा निवडायचा, हो की नाही?' एकदा ते त्यांच्या भाषणात म्हणाले, 'आणि जर आपल्याला आपल्या डॉक्टरकडून उत्तम सेवा मिळत असेल तर चांगले पेशंट कसे व्हायचे हे आपल्याला माहिती नको का?'

चौथा / **तुमच्या श्रोत्यांना तुमच्या भाषणातला जोडीदार बनवा**

तुमच्याबाबतीत असे कधी घडले आहे का की तुम्ही तुमच्या श्रोत्यांना व्यासपीठावर काही कौशल्यपूर्ण करामती दाखवून प्रत्येक शब्दावर खिळवून ठेवले आहे? ज्या क्षणी तुम्ही श्रोत्यांपैकी एखाद्याला किंवा काहींना तुमचा एखादा मुद्दा समजावून सांगण्यासाठी निवडाल किंवा तुमची कल्पना नाट्यपूर्ण पद्धतीने समजवून सांगाल तेव्हा श्रोत्यांकडून तुम्हाला पसंतीची पावती मिळेल. आपण केवळ श्रोते आहोत ही भूमिका मनात असतानाच आपल्यापैकी एक जण व्यासपीठावर जातो आणि वक्ता त्याच्याकडून काहीतरी कृती करून घेतो. हे पाहून बाकीचे श्रोतेही जरा सावरून बसतात. अनेक वक्ते हे सांगतात की जर श्रोते आणि वक्ता यांच्यामध्ये काल्पनिक भिंत असेल तर अशा प्रकारचा श्रोत्यांचा सहभाग ही भिंत मोडून काढतो. मला एक प्रसंग आठवतो, एकदा एक वक्ता त्याने ब्रेक लावल्यांनतर गाडी किती वेळाने थांबली हे समजावून सांगत होता. त्याने पहिल्या रांगेतल्या एका श्रोत्याला व्यासपीठावर बोलावले आणि अंतर मोजून दाखवण्याच्या कामात मदत करण्यासाठी त्याला विनंती केली. मग त्या श्रोत्याने त्याने दिलेला स्टीलचा टेप हातात घेतला आणि ४५ पावले सांगितलेल्या ठिकाणापर्यंत चालत गेला आणि वक्त्याने सांगितले तेथे थांबला. मीसुद्धा श्रोत्यांमध्ये होतो आणि प्रेक्षक त्या सगळ्या प्रसंगात किती मग्न झाले होते ते पाहण्याखेरीज मी दुसरे काही करू शकत नव्हतो. मी स्वत:शी म्हटले की हेच ते अंतर मोजणे ही चित्ररूपी उदाहरण देण्याची पद्धत ही नक्कीच वक्ता आणि श्रोते यांच्यात अधिक चांगला सुसंवाद घडवण्यास कारणीभूत ठरते. अशा नाट्यपूर्णतेचा अभाव असेल तर श्रोते नक्कीच आता रात्रीच्या जेवणासाठी घरी काय आहे किंवा आत्ता टेलिव्हिजनवर कोणता कार्यक्रम चालू आहे याचा विचार करतील.

श्रोत्यांचा आपल्या भाषणात सहभाग घडवून आणण्याची माझी आवडती पद्धत म्हणजे त्यांना सहज प्रश्न विचारायचे आणि त्यांच्याकडून प्रतिसाद मिळवण्यासाठी श्रोत्यांनी आपल्या पायांवर उभे राहून माझ्या पाठीमागे वाक्ये म्हणायची किंवा हात वर करून माझ्या प्रश्नांची उत्तरे द्यायची. हे मला आवडते. *'हाऊ टू पुट ह्युमर इन*

युवर स्पीकिंग अॅन्ड रायटिंग' या पुस्तकात पर्सी एच. व्हाईटिंग यांनी श्रोत्यांचा सहभाग याविषयी खूप मोलाचा उपदेश केला आहे. त्यांनी असे सुचवले आहे की एखाद्या मुद्द्यावर श्रोत्यांचे मतदान घ्या किंवा तुमची एखादी समस्या सोडवायला त्यांना व्यासपीठावर बोलवा. मि. व्हाईटिंग पुढे म्हणतात, 'तुम्ही तुमच्या मनाशी असे निश्चित करा की भाषण म्हणजे केवळ पाठांतर नव्हे - तर श्रोत्यांच्या प्रतिक्रिया मिळवण्याच्या दृष्टीने ते तयार केले पाहिजे - या साहसामध्ये श्रोत्यांना सहभागी करून घेतले पाहिजे.' मला ही संज्ञा आवडली की, 'साहसामधील जोडीदार'. या प्रकरणाचे हेच तर सार आहे. तुम्ही जर श्रोत्यांना सहभागी करून घेतले तर तुमच्या भाषणाच्या भागीदारीचे हक्क तुम्ही त्यांना देऊ शकता.

* * *

पाचवा / **श्रोत्यांसमोर स्वत:कडे कमीपणा घ्या**

अर्थातच श्रोते आणि वक्ता यांच्यामधील हृद्य नातेसंबंधांमध्ये प्रामाणिकपणा इतके महत्त्व कशालाच नाही. नॉर्मन व्हिन्सेंट पेले यांनी आपल्या एका मंत्री असलेल्या मित्राला एक अत्यंत उपयुक्त सल्ला दिला होता. ज्या मित्राला त्याचे म्हणणे श्रोत्यांपर्यंत पोहोचवण्यात अडचण येत होती. मग नॉर्मनने या मित्राला सांगितले की रविवारी सकाळच्या सभेमध्ये तो जे बोलतो त्या मागे त्याच्या काय भावना असतात ते एकदा स्वत:च्या मनाला विचारून बघा - त्याला स्वत:ला ते लोक आवडतात का? त्याला त्यांना खरोखर मदत करायची आहे का? तो स्वत:ला त्यांच्यापेक्षा खूप हुशार समजतो का? डॉ. पेले म्हणतात की ते जेव्हा भाषणासाठी व्यासपीठ चढतात तेव्हा त्यांच्या मनात तेथे जमलेल्या सर्व स्त्री-पुरुषांविषयी अपार प्रेम असते. जो वक्ता स्वत:ला खूप श्रेष्ठ समजतो किंवा आपल्या सामाजिक प्रतिष्ठेबाबत व मिळवलेल्या यशाविषयी गर्विष्ठ असतो त्याचा वास त्याच्या श्रोत्यांना लगेच येतो. म्हणूनच श्रोत्यांना आपण आवडण्यासाठी एक सगळ्यात चांगला उपाय म्हणजे स्वत:कडे कमीपणा घेणे.

त्या काळातील अमेरिकेचा मेन मधील सिनेटर एडमंड एस. मस्की याने जेव्हा अमेरिकन फोरॅन्सिक असोसिएशन, बोस्टन येथे भाषण केले तेव्हा हेच दाखवून दिले. तो म्हणतो,

'आज सकाळी जेव्हा मी माझ्या नेमून दिलेल्या कामासाठी येथे आलो तेव्हा माझ्या मनात अनेक शंका होत्या. त्यापैकी पहिली म्हणजे येथे जमलेल्या श्रोत्यांच्या व्यावसायिक गुणकौशल्यांविषयी मला माहिती होती आणि त्यांच्या टीकेला माझ्या अल्पबुद्धीचे प्रदर्शन करून मी कसे तोंड देऊ शकेन याची माझ्या मनात शंका होती.

दुसरे असे की, ही सकाळची नाश्त्याच्या वेळची आपली सभा! दिवसातील सर्वांत जास्त सतर्कतेची वेळ! आणि राजकारण्यासाठी हे अपयश फारच मारक! आणि तिसरे असे की माझा हा विषय, मी राजकारणात सक्रिय असल्यामुळे माझ्या मतदारसंघातील लोकांवर प्रभाव टाकण्यासाठी मी जे काही बोलेन त्याच्याबद्दल चांगले किंवा वाईट मत होणारे दोन गट पडतील याची मला खात्री आहे.

'या सगळ्या शंका मनात घेऊन मी जेव्हा तुमच्या समोर उभा राहिलो तेव्हा मला असे वाटले की मी जणू काही अचानक उघड्यानागड्यांच्या वस्तीत शिरलेला एक डास आहे. ज्याला कोठून सुरुवात करावी तेच समजत नाही.'

सिनेटर मुस्कींची ही भाषणाची सुरुवात छानच झाली.

मिशिगन स्टेट युनिव्हर्सिटीच्या शुभारंभाच्या वेळी भाषण करताना स्वत:ला हलके लेखून ॲडलाय इ. स्टीव्हनसन म्हणाले,

'अशा प्रसंगी माझ्या मनात अपुरेपणाची भावना येते आणि मग मला सॅम्युअल बटलरला जेव्हा एकदा एकाने विचारले, ते आठवते की, 'आयुष्याचा पुरेपुर उपयोग कसा घ्यायचा?' यावर त्याने मिश्किलपणे म्हटले होते की, 'पुढील १५ मिनिटांचासुद्धा पुरेपुर उपयोग कसा करायचा हे मला माहिती नाही.' आणि माझेसुद्धा तसेच आहे. पुढील २० मिनिटे माझी कशी जाणार आहेत हे माझे मलाच माहिती नाही.'

श्रोत्यांबरोबर संघर्ष घडवण्याचा एक खात्रीचा मार्ग म्हणजे स्वत:ला श्रोत्यांपेक्षा फार वरच्या दर्जाचे समजणे. जेव्हा तुम्ही बोलायला उभे राहता तेव्हा जणू काही तुम्ही शोकसमध्येच उभे असता. तुमच्या व्यक्तिमत्त्वाचा प्रत्येक पैलू प्रदर्शित होत असतो. तुम्ही पोकळ वल्गना करीत आहात याची पुसटशी कल्पना जरी श्रोत्यांना आली तर तुम्ही संपलात! उलटपक्षी तुमची नम्रता तुम्हाला आत्मविश्वास आणि सदिच्छा मिळवून देईल. कुठलीही क्षमायाचना न करता तुम्ही नम्रता धारण करू शकता. तुम्ही स्वत:च तुमच्या मर्यादा कबूल केल्या आणि तरीही तुमच्या जवळचे सर्वोत्तम देण्याचा तुमचा प्रयत्न आहे हे कळल्यावर तुमचा श्रोतृवर्ग तुमच्यावर प्रेम करेल आणि तुमचा आदरही करेल.

अमेरिकन टेलिव्हिजन हे अत्यंत मागणीखोर आहे आणि प्रत्येक वर्षी अगदी कसलेल्या कलाकारांनासुद्धा स्पर्धेचा बळी पडावे लागते व दु:खी व्हावे लागते. पण त्यातही जो वर्षानुवर्षे तरून गेला आहे त्याचे नाव इड सुलीवॅन. तो टेलिव्हिजनचा माणूस नसून तो पत्रकार होता. त्याच्या प्रचंड स्पर्धेच्या क्षेत्रात तो अजून नवशिका आहे आणि तो आजही यशस्वी आहे कारण तो स्वत:ला नेहमी 'नवशिका'च समजतो. तो कॅमेऱ्यासमोर मुद्दामच अशा काही माकडचेष्टा करतो की तो बावळट नसताना तसा दिसतो. तो त्याची हनुवटी हाताने कपासारखी करतो, खांदे पाडतो,

टायची गाठ बांधतो, बोलताना वारंवार अडखळतो, पण तरीही या दोषांमुळे त्याला अपयश येत नाही. वर्षातून एकदा तरी एखाद्या व्यंगचित्रकाराला तो स्वत: पैसे देऊन स्वत:च्या दोषांची अतिशयोक्ती करणारे व्यंगचित्र काढून घेतो. ही चित्रे जणू काही आरशासारखी असतात. तरी पण इतरांइतकीच तो त्याची मजा लुटतो. तो टीकेचे स्वागत करतो आणि म्हणून प्रेक्षकांना तो आवडतो. प्रेक्षकांना नम्रता आवडते. अहंकारी आणि दिखाऊ वक्त्यांच्याबद्दल त्यांच्या मनात चीड असते.

हेन्री आणि डॅना ली थॉमस यांनी त्यांच्या *'लिव्हिंग बायोग्राफिज ऑफ रिलिजस लिडर्स'* या पुस्तकात कॉनफ्युशिअसबद्दल असे म्हटले आहे की, 'त्याच्या प्रचंड विद्वत्तेने त्याने कधीच त्याच्या श्रोत्यांना दिपवून टाकले नाही, त्याने केवळ सहानुभूतीने त्यांच्या ज्ञानात भर घालण्याचा प्रयत्न केला.' जर आपण आपल्यामध्येही अशीच सहानुभूती समाविष्ट केली तर आपण श्रोत्यांच्या हृदयाच्या दरवाजाच्या कुलपाची किल्लीच हस्तगत केली, असे समजायला हरकत नाही.

भाषण, वक्ता आणि श्रोते

प्रकरण ४ - भाषणाचा हक्क मिळवणे.

१) तुमच्या विषयाची व्याप्ती ओळखा.

२) राखीव ताकद विकसित करा.

३) तुमच्या भाषणामध्ये उदाहरणे आणि दाखल्यांची रेलचेल असू द्या!

भाषणात मानवी उदाहरणे द्या.

तुमच्या भाषणातील व्यक्तींना नावे द्या.

नेमके बोला! तुमच्या भाषणात तपशील असू दे!

संवाद वापरून तुमचे भाषण नाट्यपूर्ण करा.

तुम्ही जे काही बोलत आहात त्याचे चित्र श्रोत्यांच्या डोळ्यांसमोर उभे करा.

४) असे मूर्त, परिचित शब्द वापरा जे चित्र उभे करतील.

प्रकरण ५ - तुमचे भाषण चैतन्यपूर्ण बनवा.

१) तुम्हाला ज्याबद्दल आस्था आहे असाच विषय निवडा.

२) तुमच्या भाषणाच्या विषयाविषयीच्या भावनांमधून मुक्त व्हा.

३) आस्थेवाईकपणाचा अभिनय करा.

प्रकरण ६ - तुमच्या भाषणात श्रोत्यांचा सहभाग असू घ्या.

१) तुमच्या श्रोत्यांना ज्यामध्ये रुची आहे तेच बोला.

२) मनापासून प्रामाणिकपणे कौतुक करा.

३) श्रोत्यांशी एकरूप व्हा.

४) तुमच्या श्रोत्यांना तुमच्या भाषणात जोडीदार बनवा.

५) श्रोत्यांसमोर स्वत:कडे कमीपणा घ्या!

भाग ३

पूर्वतयारीनिशी आणि तयारीशिवाय केलेल्या भाषणामागचे उद्देश

आता आपण भाषणाच्या दोन स्वीकारार्ह पद्धती विकसित करणार आहोत. पहिली पद्धत आहे, पूर्वतयारी न करता केलेले भाषण आणि दुसरी पूर्वतयारीनिशी केलेले भाषण.

पहिल्या तीन प्रकरणात आपण पूर्वतयारीविना केलेल्या भाषणांवर प्रकाश टाकणार आहोत. यात विशिष्ट कृती घडवून आणण्यासाठी केले जाणारे भाषण, माहितीपर भाषण आणि मतपरिवर्तनासाठी केले जाणारे भाषण या तीन घटकांवर भर असेल.

एका प्रकरणात पूर्वतयारीनिशी केलेल्या भाषणावर भर असेल. यात विशिष्ट कृती घडवून आणण्यासाठी केले जाणारे भाषण, माहितीपर भाषण आणि तत्कालीन गरजेनुसार उत्स्फूर्तपणे केले जाणारे भाषण या घटकांचा समावेश असेल.

वक्त्याच्या मनात भाषणाच्या हेतूची पुरती जाणीव असेल, तर पूर्वतयारी न करता केलेले भाषण आणि पूर्वतयारीनिशी केलेले भाषण या दोन्ही पद्धतीत यशस्वी भाषणाची खात्री देता येईल.

प्रकरण ७

कृती घडवून आणण्यासाठी केलेले भाषण

अपटॉन कॅम्प येथे पहिल्या महायुद्धाच्या दरम्यान एका प्रसिद्ध धर्मोपदेशकाने एका सैन्याच्या तुकडीसमोर भाषण केले. ते त्यांच्या खंदकांकडे जाण्याच्या मार्गावर होते. त्यापैकी फारच थोड्या सैनिकांना त्यांना तिकडे का पाठवण्यात आले आहे याची कल्पना होती. मला हे का माहिती आहे? कारण मी त्यांना तसे विचारले होते. तरीसुद्धा लॉर्ड बिशप त्यांच्याशी कोणत्या विषयावर बोलत होते तर, 'आंतरराष्ट्रीय बंधुभाव' आणि 'सर्बियाचा सूर्यावरचा हक्क' कशासाठी? कारण त्यांच्यापैकी निम्म्या लोकांना हेसुद्धा माहिती नव्हते की 'सर्बिया' हे शहराचे नाव आहे की एखाद्या रोगाचे नाव आहे. बिशप कदाचित आकाशगंगेच्या संकल्पनेवरसुद्धा पांडित्यपूर्ण बोलू शकले असते. असो पण जोपर्यंत ते बोलत होते तोपर्यंत एकाही सैनिकाने सभागृह सोडून जाण्याचे धारिष्ट्य केले नाही. कारण प्रत्येक बाहेर जाण्याच्या मार्गावर मिलिटरी पोलिस बंदूक रोखून उभे होते.

मला त्या धर्मोपदेशकाची टिंगल-टवाळी करायची नाही. तो अत्यंत विद्वान होता याबद्दल तिळमात्र शंका नाही आणि तो चर्चचा धर्मोपदेशक बनण्यापूर्वी बऱ्याच मोठ्या हुद्द्यावर असावा, पण तरीसुद्धा त्या सैनिकांबरोबर बोलताना तो पूर्णतः अपयशी ठरला, अगदी हे निखालस सत्य आहे! का? कारण त्याच्या भाषणाचा नेमका हेतू काय होता ते त्याला माहिती नव्हते आणि ते भाषण यशस्वी कसे करायचे याचाही त्याला अंदाज नव्हता.

भाषणाचा हेतू, मी जे म्हणतो त्यामागे मला काय म्हणायचे आहे? फक्त एवढेच की, वक्त्याला ही गोष्ट माहिती असो किंवा नसो, पण प्रत्येक भाषणाचे पुढील चारपैकी एक ध्येय असते, ते असे की –

* * *

१) मन वळविणे किंवा कृती घडवून आणणे.   २) माहिती पुरवणे.
३) एखादी गोष्ट पटवून देणे किंवा छाप पाडणे. ४) मनोरंजन.

अब्राहम लिंकनच्या भाषणाच्या कारकिर्दीचा आढावा घेऊन आपण आता हे उदाहरणासह समजून घेऊ.

काही लोकांना हे माहिती आहे की, लिंकनने एकदा असे एक मशीन शोधून काढले होते ज्याचा उपयोग वाळूच्या टेकड्यांमध्ये किंवा इतर कुठल्या अडचणीत सापडलेल्या बोटींना बाहेर काढण्यासाठी होत असे. त्याच्या वकिलीच्या ऑफिसच्या शेजारीच एका मेकॅनिकचे दुकान होते तेथे तो त्या मशीनचे मॉडेल बनवत असे. जेव्हा त्याचे मित्र ऑफिसमध्ये येत तेव्हा ते ते मॉडेल बघत. त्या वेळी लिंकन त्यांना त्या मॉडेलबद्दल इत्यंभूत माहिती पुरवताना कधीही थकत नसे. मित्रांना हे सगळे समजावून सांगण्यामागे त्याचा उद्देश होता तो म्हणजे माहिती पुरवणे.

जेव्हा लिंकनने गेटीसबर्ग येथे त्याचे अमर भाषण दिले किंवा संसदेतील त्याचे पहिले आणि दुसरे भाषण हेन्री क्लेचा मृत्यू झाला त्या वेळी लिंकनने त्याच्या कारकिर्दीबद्दल केलेले विवेचन या सगळ्या प्रसंगांमध्ये त्याच्या भाषणा मागचा उद्देश होता, श्रोत्यांवर छाप पाडणे आणि आपली मते पटवून देणे.

जेव्हा तो ज्युरींबरोबर बोलत असे तेव्हा त्याचा उद्देश असे आपल्या बाजूने निकाल मिळवणे. जेव्हा तो राजकीय भाषणे देत असे तेव्हा त्याच्या मागचा त्याचा उद्देश असे मत मिळवणे. म्हणजेच त्याचे ध्येय होते आपल्या मनासारखी कृती घडवून आणणे.

दोन वर्षांपूर्वी तो अमेरिकेचा अध्यक्ष म्हणून निवडला गेला. लिंकनने नवीन शोधांवर व्याख्यान तयार केले. त्या वेळी त्याचा उद्देश होता मनोरंजन, म्हणजे तेच त्याचे ध्येय असावे. पण त्या ध्येयाची पूर्ती करण्यात तो निश्चितच अयशस्वी झाला. खरे तर त्या वेळी त्याची लोकप्रिय वक्ता ही प्रतिमा धुळीला मिळाली. एकदा तर एका शहरात त्याचे भाषण ऐकायला एकही श्रोता मिळाला नाही.

पण त्याच्या इतर भाषणांमध्ये त्याने लक्षणीय यश मिळवले त्यापैकी काही भाषणे तर संस्मरणीय ठरली. का? कारण प्रामुख्याने या सगळ्या भाषणांमागचे त्याचे ध्येय ठरलेले होते आणि ते कसे गाठायचे हे त्यांना माहिती होते.

अनेक वक्ते आपल्या भाषणामागचा हेतू व त्या विशिष्ट प्रसंगाची गरज यांची सांगड घालण्यात अयशस्वी होतात व परिणामी अडखळत जातात आणि दु:खी होतात.

तुम्हाला याचे एक उदाहरण देतो. एकदा एक अमेरिकेच्या एका काँग्रेसमनला श्रोत्यांनी हुर्ये करून जुन्या न्यू यॉर्क हिपोड्रममध्ये बळजबरीने व्यासपीठ सोडायला लावले होते. त्याचे कारण हेच होते की, त्याने मुद्दाम नाहीतर स्वत:च्या नकळतपणे

लोकांना शहाणे करून सोडण्यासाठी माहितीपर भाषण देण्याचे ठरवले होते. लोकांना सूचना केलेल्या आवडत नाहीत. त्यांना मनोरंजन हवे होते. सुरुवातीला दहा मिनिटे त्यांनी त्या वक्त्याचे भाषण शांतपणे, नम्रपणे ऐकून घेतले. पाव तास ते चुळबुळ करत बसलेल्या या आशेवर की आता तरी हे रटाळ भाषण संपेल, पण तसे घडले नाही. तो वक्ता भाषण खेचतच राहिला. शेवटी मात्र श्रोत्यांच्या सहनशक्तीचा अंत झाला. आता अधिक काळ श्रोतृवर्ग हे सहन करू शकत नव्हता. मग कोणीतरी उपहासात्मक बाकं वाजवली. इतरांनी त्याची री ओढली. पुढच्याच क्षणी हजारो लोक शिट्ट्या वाजवू लागले आणि आरडाओरड करू लागले. तो वक्ता बधीर झाला आणि श्रोतृवर्गाच्या मन:स्थितीचा अंदाज आल्यामुळे त्याला भाषण करणे अशक्य झाले. पण तरीही तशाही परिस्थितीत त्याने त्याचे भाषण चालू ठेवले. त्यामुळे श्रोत्यांचा संताप वाढला. जणू काही युद्धच सुरू झाले. श्रोत्यांचा भावनिक असंतोष शिगेला पोहोचला. त्यांनी त्याला गप्प करण्याचा प्रयत्न केला. श्रोत्यांचा विरोध अधिक-अधिक वाढत गेला. शेवटी श्रोत्यांच्या गर्जनांमध्ये आणि संतापात त्याचे शब्द वाहून गेले. त्याचे बोलणे २० पावलांवरसुद्धा ऐकू येत नव्हते. अशाप्रकारे बळजबरीने पराभूत होऊन आणि अपमानित होऊन त्याला खाली बसावे लागले.

या उदाहरणाचा आपण लाभ घेऊ. तुमच्या भाषणाचे उद्दिष्ट प्रसंग पाहून आणि श्रोत्यांचा अंदाज घेऊन मगच ठरवा. जर त्या काँग्रेसमनने आधीच ठरवले असते की मला माहितीपर भाषण द्यायचे आहे तर लोकांना राजकीय हेतूने प्रेरीत करून एकत्र आणले गेले असते आणि मग त्याचे असे हसू झाले नसते. तुम्ही आधी श्रोत्यांचे परीक्षण करा आणि कोणत्या प्रसंगासाठी श्रोते एकत्र येणार आहेत हे समजून घ्या आणि मगच या चार हेतूंपैकी एक हेतू निवडा.

भाषणाची बांधणी कशी करायची या महत्त्वाच्या भागावर उपदेश करण्यासाठीच हे संपूर्ण प्रकरण लिहिलं गेलं आहे - एखादी कृती करण्यासाठी प्रेरणादायी छोटेसे भाषण हा या प्रकरणाचा गाभा आहे. पुढील तीन प्रकरणांमध्ये उरलेले तीन हेतू आपण अभ्यासणार आहोत. माहितीपर, पटवून देण्यासाठी आणि मनोरंजनासाठी ही उरलेली तीन उद्दिष्टे आहेत. यापैकी प्रत्येक उद्दिष्टासाठी वेगवेगळ्या प्रकारच्या सांघिक भावनांना कौशल्याने हाताळण्याची गरज आहे. प्रत्येक प्रकारच्या उद्दिष्टांमध्ये अडचणी आहेत ज्या पार करायच्या आहेत. सगळ्यात प्रथम आपण आपल्या पहिल्या उद्दिष्टाकडे वळू आणि आपल्या श्रोत्यांना एखादी विशिष्ट कृती करण्यासाठी चेतावणी देऊ.

आपण श्रोत्यांना जे सांगू ते ते करतील यासाठी आपले विचार त्यांच्यासमोर मांडण्याची काही विशिष्ट पद्धत आहे का? की हे नुसतेच हवेत गोळ्या झाडण्यासारखे

आहे?

साधारणपणे तीसच्या दशकात, जेव्हा माझे क्लासेस संपूर्ण देशभर बाळसे धरू लागले होते ते दिवस मला आठवतात की तेव्हा या विषयावर चर्चा करण्यासाठी मी माझ्या सर्व सहकाऱ्यांना बोलावले होते. आमच्या प्रत्येक गटाची संख्या इतकी जास्त असल्यामुळे आम्ही प्रत्येक विद्यार्थ्याला बोलायला दोन मिनिटाची मर्यादा दिली होती. जेव्हा भाषणाचा उद्देश हा फक्त मनोरंजन किंवा माहिती देणे एवढाच असे, तेव्हा वेळेची ही मर्यादा फारशी जाचक ठरत नव्हती. पण जेव्हा एखादी कृती घडवण्याची वेळ येई तेव्हा ते वेगळे असे. वक्ते ॲरिस्टॉटलच्या काळापासून प्रचलित असलेली पद्धत म्हणजे विषयाची ओळख, तपशील आणि शेवट या क्रमाने जात असत, तेव्हा ते फारसे फलदायी होत नसे. काहीतरी नवीन आणि वेगळे तंत्र आम्हाला हवे होते ज्यामुळे केवळ दोन मिनिटांच्या भाषणाच्या प्रभावामुळे श्रोते काही कृती करतील.

आम्ही शिकागो, लॉसएंजेलीस आणि न्यू यॉर्क येथे मीटिंग्ज घेतल्या. आम्ही आमच्या सर्व प्रशिक्षकांना आवाहन केले. त्यांच्यापैकी बरेचसे मान्यवर विद्यापीठात भाषण विभागात प्रोफेसर म्हणून काम करणारे होते. बाकीचे असे व्यावसायिक होते जे व्यवस्थापन क्षेत्रात मोठ्या हुद्द्यावर होते. काही वेगाने वाढणाऱ्या जाहिरात क्षेत्रातले होते. अशा प्रकारच्या वेगवेगळ्या पार्श्वभूमी असलेल्या अनेक बुद्धिमंतांकडून आम्हाला एक नवा विचार मिळण्याची आशा होती की जी या भाषण संघटनेची घडी नव्याने बसवेन आणि श्रोत्यांवर प्रभाव पाडून त्यांना काही करण्यासाठी उद्युक्त करेल अशा तर्कशुद्ध आणि मानसशास्त्रावर आधारलेली पद्धत आमच्यासाठी शोधून काढेल.

आम्ही निराश झालो नव्हतो. या चर्चासत्रांमधून एक भाषणाची बांधणी करणारे जादुई सूत्र आमच्या नजरेत भरले. मग आम्ही ते आमच्या वर्गांमध्ये वापरणे चालू केले आणि आजतागायत आम्ही हेच सूत्र वापरत आहोत. हे जादुई सूत्र आहे तरी काय? फारच सोपे आहे. तुमच्या भाषणाला सुरुवात करतानाच आम्हाला तुम्ही देत असलेल्या उदाहरणांचा तपशील द्या. तुम्हाला जो संदेश द्यायचा आहे तो ज्या उदाहरणातून घ्यायचा ती घटना सांगा. दुसरे असे की थेट मुद्द्याला हात घाला, तुमच्या श्रोत्यांनी काय करावे असे तुम्हाला वाटते ते स्पष्ट शब्दात नेमकेपणाने मांडा. तुम्हाला तसे का वाटते ते सांगा. त्यापासून श्रोत्यांना काय फायदा होणार ते अधोरेखीत करा.

हेच ते सूत्र जे आपल्या गतिमान आयुष्यासाठी उपयुक्त ठरते. वक्त्यांकडेसुद्धा निव्वळ ओळख करून देण्यासाठी लांबच लांब भाषण करायला वेळ नसतो. श्रोते तर कामाच्या व्यापातून वेळ काढून आलेले असतात, त्यामुळे वक्त्याने साधे,

सरळ, सोप्या भाषेत नेमके बोलावे हीच त्यांची इच्छा असते. सध्या पत्रकार जशी नेमक्या शब्दात लोकांना हवी असलेली माहिती पुरवतात, तशा प्रकारचेच ज्ञान स्वीकारण्याची त्यांना सवय झाली आहे. मॅडीसन या प्रसिद्ध जाहिरात कंपनीकडून लोकांना इतकी सुंदर सचित्र, सुस्पष्ट माहिती मिळते, तसेच आकर्षक जाहिरातींचे कोर्स, मासिके, टेलिव्हिजन आणि वृत्तपत्रे हे सगळे माहितीचे स्त्रोत त्यांना सहज उपलब्ध असतात. या सगळ्या माध्यमांमध्ये शब्द अत्यंत तोलूनमापून वापरलेले असतात आणि एकही शब्द विनाकारण, अवाजवी नसतो. तुम्हीसुद्धा हेच जादुई सूत्र वापरून लोकांचे लक्ष तुमच्या मुख्य मुद्द्यावर केंद्रित करू शकता. हे सूत्र तुम्हाला हा पण सावधानतेचा इशारा देते की कृपा करून भाषणाची सुरुवात अशी करू नका, 'मला भाषणाची तयारी करण्यास पुरेसा वेळ मिळाला नाही' किंवा 'तुमच्या अध्यक्षांनी मला जेव्हा या विषयावर बोलण्यासंबंधी विचारले तेव्हा मला आश्चर्य वाटले की त्यांनी मला का निवडले.' श्रोत्यांना तुमच्या क्षमायाचनांमध्ये किंवा खऱ्याखोट्या कारणांमध्ये अजिबात रुची नसते, त्यांना कृती हवी असते. तुमच्या जादुई सूत्रामध्ये हेच सांगितले आहे की अगदी आरंभीच्या वाक्यापासून त्यांना कृतिशील बनवा.

हे सूत्र छोट्या भाषणासाठी आदर्श आहे, कारण पुढे काय घडणार याची उत्सुकता ठरावीक मर्यादेपर्यंत ताणली जाते. श्रोता तुम्ही सांगत असलेल्या गोष्टीमध्ये गुंतून पडतो. पण तुमच्या भाषणाचा रोख नेमका कशाकडे आहे हे त्याला शेवटच्या दोन-तीन मिनिटांपर्यंत समजत नाही. विशेषत: जेव्हा श्रोत्यांकडून वक्त्याच्या काही मागण्या असतात तेव्हा यश मिळवण्यासाठी हे जरुरीचे असते. जो वक्ता 'सभ्य स्त्री-पुरुषांनो, मी येथे एका हॉस्पिटलसाठी तुमच्या प्रत्येकाकडून ५ डॉलर्स जमवून देण्यासाठी आलो आहे.' अशी आपल्या भाषणाची सुरुवात करेल. त्या सभागृहात बाहेर जाण्याच्या दरवाजासाठी एकच पळापळ सुरू होईल. पण जर त्या वक्त्याने वर्णन करून सांगितले की, मी नुकताच एका लहान मुलांच्या हॉस्पिटलला भेट देऊन आलो. तेथे मी एका विशिष्ट प्रकारची केस पाहिली. तेथे एका लहान मुलाचे ऑपरेशन पैशाविना अडले आहे आणि मग श्रोत्यांकडे माफक पैशाची मागणी केली तर श्रोत्यांकडून प्रतिसाद मिळण्याची शक्यता खूप मोठ्या प्रमाणात वाढेल. वक्त्याला श्रोत्याकडून एखादी कृती करून घ्यायची असल्यास ती कशा पद्धतीने करून घ्यावी, याचे हे उदाहरण आहे.

आता हे वरील उदाहरण लेलँड स्टोव्हने युनायटेड नेशन्सने मुलांसाठी आपल्या श्रोत्यांना आव्हान करताना कसे वापरले ते पाहा.

'मी परमेश्वराकडे अशी प्रार्थना करतो की आज मी जे काही करतो आहे ते पुन्हा करण्याची वेळ माझ्यावर न येवो. छोटेसे मूल आणि मृत्यू यांच्यामध्ये एक

छोटासा दाणा ठेवण्याइतके क्रूर दुसरे काही असू शकते का? मला अशी आशा वाटते की तुम्ही असे काहीही करणार नाही की ज्या गोष्टीची दुष्ट आठवण तुमच्या मनावर आयुष्यभर रेंगाळत राहील. अथेन्समध्ये ज्या शहरावर जानेवारी महिन्यात बॉम्ब पडला तेथे तुम्ही प्रत्यक्ष तुमच्या डोळ्यांनी आणि कानांनी घडलेला आकांत पाहिला व ऐकला असता तर... मी काय करू शकलो तर फक्त अर्ध्या पाऊंडाचा दाण्यांचा पुडा त्यांच्यासाठी ठेवून आलो! मी तो पुडा उघडायचा प्रयत्न करत होतो तेवढ्यात अंगावर कपड्यांची लक्तरे लोंबत असलेली अनेक डझन मुले आर्ततेने माझ्याकडे रांगत आली आणि त्यांनी मला घेरून टाकले, शेकडो आया कडेवर लहान मुलांना घेऊन माझ्या भोवती जमा झाल्या. माझ्यापर्यंत पोहोचण्यासाठी त्यांना ढकलाढकली करावी लागत होती. त्या लहान मुलांच्या हाताची नाजूक त्वचा आणि हाडे माझ्याभोवती पसरल्याने मला अधूनमधून हलकेसे धक्के बसत होते, मी प्रत्येक दाण्याचा हिशेब ठेवण्याचा प्रयत्न केला.

हेलावून टाकणाऱ्या त्यांच्या या परिस्थितीमुळे माझ्या पायाखालची जमीन हादरली. काय होते ते चित्र? शेकडो हात याचना करणारे हात! निराश झालेले हात! मला घट्ट पकडणारे हात! अत्यंत दयनीय चिमुकले हात! पण माझ्याकडे काय होते, फक्त थोडेसे खारवलेले दाणे! माझ्या हातातून सहा दाणे खाली पडले तोच कृश बालकांचा थवाच माझ्या पायाखाली आला. दाणा गोळा करण्यासाठी जिवाचा आकांत! शेकडो हातांच्या त्या दाण्यापर्यंत पोहोचण्याचा प्रयत्न! शेकडो डोळ्यांमध्ये उमटलेला आशेचा किरण! मी हतबल झालो - माझ्या हातात रिकामा निळा पुडा - होय, मला आशा आहे की तुमच्याबरोबर असे कधीही घडणार नाही.'

हे जादुई तंत्र तुम्हाला व्यवसायधंद्यातली पत्रे लिहिताना उपयोगी पडू शकते, तसेच आपल्या हाताखालील लोकांना सूचना देताना पण याचा उपयोग होऊ शकतो. आपल्या मुलांना एखादी चांगली गोष्ट करण्यास उद्युक्त करण्यासाठी आयांना याचा उपयोग होतोच, पण मुलांनासुद्धा आपल्या पालकांकडून हवी ती सवलत मिळवण्यासाठी किंवा हट्ट पुरवून घेण्यासाठी होतो. तुमच्या असं लक्षात येईल की हे आपल्या दैनंदिन आयुष्यातील आमची मते दुसऱ्यांपर्यंत पोहोचवण्याचे एक मानसशास्त्रीय साधन आहे.

जाहिरातक्षेत्रातसुद्धा हे जादुई तंत्र रोजच्या रोज वापरले जाते. एव्हरेडी बॅटरीजने याच तंत्रावर आधारलेल्या जाहिराती रेडिओ आणि टेलिव्हिजन वर प्रसारित केल्या. उदाहरणादाखल सांगायचे तर, निवेदकाने एका अडचणीत सापडलेल्या व्यक्तीचा खराखुरा अनुभव सांगितला आहे. असे घडले की अचानक एके रात्री त्या व्यक्तीची गाडी पलटी झाली. मग त्याने त्याच्या अपघाताचे तपशील सांगून पुढे त्या व्यक्तीलाच बोलावून त्याच्या हाती माईक दिला आणि त्याची गोष्ट पूर्ण करायला

सांगितली आणि शेवटी एव्हरेडी बॅटरी वापरलेल्या टॉर्चमधून बाहेर पडलेल्या उजेडाच्या झोतामुळे त्याची संकटातून सुटका झाली. मग निवेदक पुन्हा त्याच्या मुद्द्याकडे वळला आणि सकारण पटवून देऊ लागला. 'म्हणून एव्हरेडी बॅटरीज विकत घ्या, कारण अशा संकटात तीच तुम्हाला तारून नेईल.' एव्हरेडी बॅटरीजने वापरलेल्या या सगळ्या गोष्टी, त्यांच्या फाईलमधून शोधून काढलेले सत्यकथन होते! खरे खुरे अनुभव होते! या अशा जाहिराती केल्यामुळे किती एव्हरेडी बॅटरीज खपल्या हे मी सांगू शकणार नाही. पण हा, हे मी जरूर सांगू शकतो की श्रोत्यांना एखादी गोष्ट करण्यास उद्युक्त करण्यासाठी किंवा एखादी गोष्ट न करण्यास उद्युक्त करण्यासाठी या जादुई तंत्राचा नक्कीच उपयोग होतो. आता आपण पुढील पायऱ्या बघू! पण एका वेळी एकच!

पहिली / **तुमचे स्वतःचे उदाहरण द्या, तुमच्या आयुष्यातील खरीखुरी घटना**

तुमच्या भाषणातला हा भाग असा असेल की तुम्हाला त्याला जास्तीत जास्त वेळ द्यावा लागेल. या भागात तुम्ही आयुष्यात ज्या अनुभवावरून धडा शिकलात त्याचे वर्णन तुम्हाला करायचे आहे. मानसशास्त्रज्ञ असे म्हणतात की तुम्ही दोन प्रकारांनी शिकता. एक म्हणजे 'लॉ ऑफ एक्सरसाईज' ज्यामध्ये त्याच त्याच घटनांची मालिका तुमच्या आयुष्यात घडते. ज्यामुळे तुम्ही तुमची वागण्याची पद्धत बदलता आणि दुसरे म्हणजे 'लॉ ऑफ इफेक्ट'. एखादीच विशिष्ट घटना जी धक्कादायक असते आणि ती तुमची वागणूक बदलून टाकते. आपल्यापैकी सगळ्यांनाच कधी ना कधी अशा विचित्र अनुभवांना तोंड द्यावे लागते. अशा घटना आठवण्यासाठी आपल्याला फार स्मरणशक्तीला ताण द्यावा लागत नाही. तर त्या आपल्या मनाच्या पृष्ठभागावर आसपासच रेंगाळत असतात आणि मग आपल्या वर्तणुकीवर याच आठवणींचा मार्गदर्शनपर प्रभाव असतो. या प्रसंगाची चांगली बांधाबांध करून, पुरेसा तपशील देऊन आपण इतरांच्या वागणुकीवर त्याचा प्रभाव टाकू शकतो. आपण हे करू शकतो कारण लोक एखादी प्रत्यक्ष घटना पाहताना जसा प्रतिसाद देतात तसाच प्रतिसाद ते आपल्या शब्दांनासुद्धा देतात. तुमच्या भाषणाची उदाहरणं देण्याच्या या भागामध्ये तुम्ही तुमच्या अनुभवाचे असे काही वर्णन केले पाहिजे की त्या प्रसंगांचा तुमच्या मनावर जेवढा परिणाम झाला होता, तेवढाच परिणाम तुमच्या श्रोत्यांच्या मनावर देखील झाला पाहिजे. यासाठी तुमच्यावर ही अट बंधनकारक आहे की तुम्ही तुमचे अनुभव अशा रीतीने रंगवून आणि श्रोत्यांना ऐकण्यात रुची वाटेल अशा पद्धतीने सांगितले पाहिजे की जे सुस्पष्ट असतील, त्यांच्यात तीव्रता असेल आणि जे नाट्यपूर्ण असतील. खाली तुमच्यासाठी

अत्यंत उपयुक्त सूचना दिल्या आहेत. ज्यामुळे तुमची उदाहरणे सुस्पष्ट, तीव्र आणि अर्थपूर्ण बनतील.

तुमच्या उदाहरणात एकच वैयक्तिक अनुभव असू दे

तुमच्या भाषणातील उदाहरणात एखादी घटना जिचा तुमच्या आयुष्यावर फार नाट्यपूर्ण परिणाम झालेला असेल ती जर तुम्ही सांगितली तर त्याचा श्रोत्यांवर जबरदस्त प्रभाव पडतो. कदाचित ती घटना काही सेकंदाचीच असेल पण इतक्या थोड्या वेळात तुम्ही कधीही न विसरण्याजोगा आयुष्यभराचा धडा शिकला असाल. फार दिवस नाही झाले या गोष्टीला! आमच्या क्लासमधील एकाने जो अनुभव सांगितला तो फार भयंकर होता. भर समुद्रात त्याची बोट पलटी झाली होती आणि तो पोहत किनाऱ्यावर जाऊन पोहोचला होता. मला खात्री आहे त्या दिवशी त्या वर्गात असलेल्या सर्वांनीच मनाशी असा निश्चय केला असेल की उद्या जर खरेच त्यांच्यावरही असा प्रसंग ओढवला तर ते त्या वक्त्याचा उपदेश मानतील आणि जोपर्यंत मदत मिळणार नाही तोपर्यंत ते पलटी झालेली बोट सोडण्याचा विचारही करणार नाहीत. मला आणखी दुसरे एक उदाहरण आठवते. ज्या वक्त्याने सांगितले की त्याने बागेतील गवत काढताना अत्यंत भयप्रद प्रसंगाला कसे तोंड दिलं. जेव्हा तो विद्युत मॉवर एका लहान मुलाच्या अंगावर उलटला तेव्हा! त्या दिवशी त्या वर्गात उपस्थित असलेल्या सगळ्याच विद्यार्थ्यांच्या आणि प्रशिक्षकांच्यासुद्धा मनावर ही गोष्ट इतक्या तीव्रतेने कोरली गेली की त्यांच्या घरात त्यांच्या बरोबर असे अपघात घडू नयेत म्हणून त्यांनी विशेष काळजी घेतली. एकाने भाषण ऐकल्यानंतर आपल्या घरातील स्वयंपाकखोलीत आग विझवणारे उपकरण बसवले; कारण त्याने त्या भाषणात स्वयंपाकघरातील गॅसमुळे लागलेल्या आगीबद्दल ऐकले होते. तर दुसरीने त्याच्या घरातील सर्व अपायकारक द्रव्य असलेल्या बाटल्यांवर 'पॉयझन' अशा चिठ्ठ्या चिकटवल्या. असे तिने का केले कारण तिने एका भाषणातल्या वक्त्याची मुलगी बाथटबमध्ये हातात 'विषारी पदार्थांची बाटली' पकडून बेशुद्धावस्थेत सापडली, याचे तपशीलवार वर्णन ऐकले होते.

कृतिशील भाषणासाठी एखादा छोटासाच प्रसंग पण जो आयुष्यात कधीही न विसरण्याजोगा धडा शिकवून जातो त्या प्रसंगाची गरज असते. अशा प्रकारच्या घटनेतूनच तुम्ही लोकांना कृती करण्यास भाग पाडता. जर ते तुमच्याबरोबर घडले तर ते त्यांच्या बरोबरही घडू शकते, असा श्रोते कार्यकारणभाव लावतात आणि अशा वेळी तुमचा सल्ला घेऊन तुम्ही जसे सांगता तसेच वागणे अधिक श्रेयस्कर ठरतं.

तुमच्या भाषणाची सुरुवात तुमच्या उदाहरणातील नेमक्या तपशीलाने करा

तुमच्या भाषणाची सुरुवात तुम्ही तुमच्या उदाहरणाने करणार आहात. याचे एक महत्त्वाचे कारण म्हणजे श्रोत्यांचे लक्ष वेधून घेणे होय. काही वक्ते श्रोत्यांचे लक्ष वेधून घेण्यात अपयशी ठरतात याचे कारण म्हणजे यांचे सुरुवातीचे शब्द हे रटाळ, कंटाळणारे, पुनरुच्चार केलेले किंवा क्षमा मागणारे असतात. ज्यामध्ये श्रोत्यांना अजिबात रस नसतो. 'जाहीर भाषणाला मी सरावलेला नाही.' अशी सुरुवात कदाचित आक्रमक ठरते, पण बाकी सर्वसामान्य पद्धती जर भाषणाच्या सुरुवातीला वापरल्या तर ते भाषण फार दुबळे वाटते. तुम्ही तुमच्या भाषणाच्या या विषयाची निवड कशी केली हे अधिक तपशीलवार सांगणे किंवा श्रोत्यांना हे उघड करून सांगणे की तुम्ही भाषणाची काहीच तयारी केलेली नाही (त्यांना हे लवकरच कळेल, सांगण्याची गरज नाही) किंवा तुम्ही धर्मोपदेशकासारखे काही तरी उपदेशाचे डोस घेऊन आला आहात हे सुरुवातीला जाहीर करणे हे सगळे छोट्या भाषणासाठी की जे कृतीला उद्युक्त करणारे आहे, त्यासाठी अत्यंत मारक आहे.

एखाद्या उत्कृष्ट, लोकप्रिय मासिकातून आणि वृत्तपत्रातून एखादा धागा घ्यावा आणि तुमच्या उदाहरणात ओवून त्यानेच सुरुवात करावी, अशा पद्धतीने तुम्ही ताबडतोब श्रोत्यांचे लक्ष वेधून घेऊ शकाल.

एखाद्या लोहचुंबकाप्रमाणे मी ज्या भाषणांकडे खेचलो गेलो त्यापैकी काही भाषणांची सुरुवात कशी होती ते पाहा. 'इ. स. १९४२ मध्ये मी शुद्धीवर आलो तेव्हा एका इस्पितळातील कॉटवर होतो', 'काल नाश्त्याच्या वेळी माझी बायको कपात कॉफी ओतत होती आणि...', 'मागच्या १ जुलैला मी ४२ नंबरच्या हायवेवरून जोरात खाली येत असताना...', 'माझ्या ऑफिसचा दरवाजा उघडला आणि चार्ली व्हॅन आमचा फोरमन धाडकन आत शिरला...', 'मी तळ्याच्या मध्यभागी फिशींग करत होतो, मी वर पाहिले तोच एक स्पीडबोट वेगाने माझ्याकडे येत होती.'

जर तुम्ही तुमच्या भाषणाची सुरुवात अशा वाक्यांनी केली की जे कोण? केव्हा? कोठे? काय? कसे? किंवा का? या प्रश्नांची उत्तरे देऊ शकतील तर तुम्ही जगातील संवादकौशल्याचा सर्वोत्तम प्रकार हाताळत आहात याची खात्री बाळगा. तो प्रकार म्हणजे गोष्ट! 'वन्स अपॉन अ टाईम' किंवा 'आटपाट नगर होते' हे शब्द जादुई शब्द असतात. जे बालसदृश्य कल्पनाविश्वाचे दरवाजे उघडतात. याच मानवी स्वभावविशेषाचा आधार घेऊन तुम्ही तुमच्या सुरुवातीच्या वाक्यांतील

श्रोत्यांचे लक्ष वेधून घेऊ शकतात.

तुमच्या उदाहरणात समर्पक तपशील भरा

प्रत्यक्ष तपशील हा फारसा आवडणारा नसतो. एखादी खोली फर्निचरने अगदी या भिंतीपासून त्या भिंतीपर्यंत गच्च भरलेली असेल तर ती चांगली दिसत नाही. एखाद्या चित्रात एकमेकांशी काहीच संबंध नसलेल्या गोष्टी एकत्र असतील तर आपली नजर त्याच्यावर खिळत नाही. तसेच हे आहे. खूप जास्त तपशील, बिनमहत्त्वाचा तपशील हा त्या संवादाला किंवा जाहीर भाषणाला कंटाळवाणा बनवतो व श्रोत्यांच्या सहनशक्तीचा अंत पाहतो. आपल्या भाषणाचा मुख्य मुद्दा पटवून देणाऱ्या तपशीलावरच अधिक भर देणे व तेवढाच तपशील निवडणे हे भाषणाच्या यशामागचे रहस्य आहे. जर तुम्हाला तुमच्या भाषणात प्रामुख्याने हा मुद्दा मांडायचा असेल की श्रोत्यांनी दूरवरच्या सहलीला जाण्यापूर्वी आपल्या गाड्या नीट तपासून घ्याव्यात, तर तुमच्या उदाहरणामध्ये तुम्ही श्रोत्यांना याचा तपशील दिला पाहिजे की तुम्ही दूरवरच्या सहलीला जाण्यापूर्वी गाडी नीट न तपासल्यामुळे तुम्हाला कोणकोणत्या संकटांचा सामना करावा लागला. त्याऐवजी तुम्ही जर हे सांगत बसलात की तुम्ही आजूबाजूच्या निसर्गसौंदर्याचा कसा आस्वाद घेतला आणि तुम्ही राहिलात ते हॉटेल किती अद्ययावत होते. तुम्ही कधी पोहोचलात वगैरे वगैरे तर तुमचा मूळ मुद्दा धूसर होईल आणि तुमचे श्रोते चुळबुळ करू लागतील.

परंतु समर्पक तपशील, मूर्त स्वरूपात, रंगतदार भाषेमध्ये व्यक्त करणे म्हणजे घडलेल्या प्रसंगाची आपल्या श्रोत्यांना चित्रफीत दाखवण्यासारखे असते. फक्त असे म्हणणे की तुम्हाला एकदा अपघात झाला होता, कारण तुम्ही निष्काळजीपणे वागलात हे अत्यंत कोरडे, न आवडणारे आणि ड्रायव्हिंग सीटवर बसणाऱ्या व्यक्तीस त्यापासून कोणताच धडा घेण्यास प्रवृत्त न करणारे असते. पण तुमच्याबरोबर घडलेल्या त्या भीतीदायक प्रसंगाचे वर्णन अत्यंत भावनात्मक शब्दांमध्ये, समर्पक वाक्ये निवडून केल्यास श्रोत्यांच्या सद्सद्विवेकबुद्धीला छेदून मनावर कोरले जाते. इथे आमच्या क्लासमधील विद्यार्थ्याने जे उदाहरण सांगितले आहे त्यावरून हिवाळ्याच्या दिवसात गाडी चालवताना किती व कोणती काळजी घ्यायची याचे सुस्पष्ट वर्णन कसे केले आहे, ते बघा.

इ. स. १९४९ मध्ये नाताळच्या थोडेसेच आधी एके सकाळी मी ४१ नंबरच्या हायवेवरून इंडियानामध्ये उत्तरेला चाललो होतो. गाडीमध्ये माझ्याबरोबर माझी बायको आणि दोन मुले होती. कित्येक तासांपर्यंत आम्ही आरशाप्रमाणे दिसणाऱ्या बर्फाच्या रस्त्यावरून जणू काही रांगत चाललो होतो. स्टीअरिंग व्हीलला थोडासा जरी धक्का लागला तरी माझ्या फोर्ड गाडीची मागची बाजू भीतीदायक कड्याकडे

जात होती. काही चालकांनी तेथेच थांबण्याचा निर्णय घेतला तर काहींनी ते अंतर कसेबसे पार करण्याचा प्रयत्न केला आणि घड्याळाचे काटेसुद्धा गाड्यांच्याच मंद गतीने हळूहळू पुढे सरकत होते.

नंतर आम्ही आता अशा ठिकाणी आलो की जेथे सूर्यामुळे बर्फ वितळले होते. त्याबरोबर मी लगेच ॲक्सिलेटरवर पाय दाबून वेळ भरून काढण्याचा प्रयत्न केला. इतर गाड्यांनीही तसेच केले. आता जणू काही शिकागोला कोण आधी पोहोचते याची शर्यतच सुरू झाली. माझी मुलेसुद्धा संकट टळल्यामुळे तणावमुक्त होऊन मागच्या सीटवर गाणे म्हणू लागली.

आता रस्ता डोंगरावरील नागमोडी वळणे घेत घनदाट जंगलात शिरला. गाडी वेगात असतानाच डोंगराच्या सर्वांत वरच्या शिखरावर पोहोचली आणि खूप उशिरा माझ्या लक्षात आले की डोंगराच्या उत्तरेकडील उतारावर अजून सूर्याची किरणे पोहोचली नव्हती आणि त्यामुळे तेथे जणू संथ पण न वाहणारी बर्फाची नदी होती. तेवढ्यात मला माझ्या डोळ्यांसमोर दोन अवाढव्य गाड्या, एका बाजूला कलंडलेल्या ओझरत्या दिसल्या आणि आम्ही घसरलो. आमचे आमच्या गाडीवरील नियंत्रण संपले आणि आम्ही बर्फाच्या दरीत पडलो. गाडी पलटी झाली नाही, पण आमच्या मागून येणारी गाडी पण घसरली आणि आमच्या गाडीच्या दारांवर इतक्या जोरात आदळली की आमच्या गाडीच्या काचांचा चक्काचूर झाला आणि आम्ही काचांच्या वर्षावात न्हाऊन निघालो.

या वरील उताऱ्यामधील तपशीलातील बारकावे श्रोत्यांसमोर कसे प्रसंगाचे मूर्तिमंत चित्र उभे करतात त्याचे उत्तम उदाहरण आहे. शेवटी तुमचा हेतू तर हाच असतो ना की जे तुम्ही स्वत:च्या डोळ्यांनी पाहिले आहे ते प्रेक्षकांनी पण पाहावे; जे तुम्ही तुमच्या कानांनी ऐकले ते श्रोत्यांनी पण ऐकावे आणि तुम्हाला जे वाटले तसे श्रोत्यांना पण वाटावे आणि हे सर्व साधण्याचा एकच मार्ग आहे तो म्हणजे प्रसंगाचे बारकाव्यासहित तपशीलवार वर्णन! जसे मी यापूर्वी तुम्हाला चौथ्या प्रकरणात सांगितले की भाषणाची तयारी म्हणजे कोण? केव्हा? कोठे? कसे? आणि का? या प्रश्नांची उत्तरे देऊन पुनरतयारी करण्याचे अवघड काम, तुमच्या श्रोत्यांसमोर शब्दचित्र रंगवण्याचे काम तुमच्या कल्पनाशक्तीला चालना देऊनच करावे लागेल.

अनुभव कथन करताना तो क्षण पुन्हा जगा

वक्ता जेव्हा श्रोत्यांना त्याचा अनुभव कथन करतो तेव्हा तो त्या प्रसंगाचे चित्र उभे करतो हे तर खरेच, पण त्याबरोबर त्याने तो प्रसंग पुन्हा जगायला हवा. अशा कथनाचा संबंध नाट्यरूपांतराशी येतो. नामांकित वक्ते हे नाट्यपूर्ण बोलतात.

अर्थात हा गुण तसा काही दुर्मिळ नाही की जो फक्त वक्त्यांमध्येच सापडतो. अनेक लहान मुलेसुद्धा फार नाटकी असतात. आपल्या ओळखीच्या माणसांनासुद्धा खोटेनाटे हावभाव, वेळेचे अचूक ज्ञान, चेष्टा, मस्करी, नकला, मूकनाट्य या सगळ्यांचे प्रदर्शन करण्याइतपत दैवी देणगी असते. आपल्यापैकी काही जण हे कौशल्याने करू शकतात आणि काही जण प्रयत्नपूर्वक सराव करून आपले गुण वाढवतात.

एखादी घटना सांगताना तुम्ही त्यामध्ये जितकी अधिक कृतिशीलता आणि खळबळ आणाल तितकी ती श्रोत्यांना अधिक भावेल. वक्त्याने ती घटना सांगताना श्रोत्यांना पुनर्प्रत्ययाचा आनंद दिला पाहिजे. जर असे झाले नाही तर त्यातली मजा निघून जाईल, मग तुम्ही शब्द कितीही साहित्यिक वापरले तरी त्याचा काही उपयोग नाही. तुम्ही आगीचे वर्णन करत आहात का? जेव्हा आग विझवणारे शूर सैनिक प्रत्यक्ष आगीशी सामना करताना प्रेक्षकांच्या सर्वांगात जी खळबळजनक लहर उमटते तिचा प्रत्यय तुम्ही श्रोत्यांना देण्यात यशस्वी झाले पाहिजे. तुम्ही आम्हाला तुमचे तुमच्या शेजाऱ्यांबरोबर जे भांडण झाले त्याबद्दल सांगता आहात का? तुम्ही प्रत्यक्ष भांडणाच्या वेळी जो अविर्भाव करता, जे शब्दांचे चढउतार केले ते आम्हालाही करून दाखवा आणि तो क्षण पुन्हा जगा. तुम्ही कधीतरी पाण्यात पडलात आणि जिवाच्या आकांताने पोहत होता. जीव वाचवण्याची धडपड करत होता. त्या वेळची तुमची मूर्तिमंत भीती आमच्या चेहेऱ्यावर उमटू द्या. कारण भाषणात उदाहरणे देण्याचा एक महत्त्वाचा हेतू हाच आहे की तुमचे भाषण संस्मरणीय व्हावे. तुमचे भाषण तुमच्या श्रोत्यांच्या मनात कायम घोळत राहील आणि तुम्हाला त्यांनी जे करायला हवे आहे ते तेव्हाच करतील जेव्हा तुमचे बोलणे त्यांच्या लक्षात राहील. आपण जॉर्ज वॉशिंग्टनचा प्रामाणिकपणा सदैव लक्षात ठेवतो. ते कसे तर विमच्या चरित्रामधील 'चेरी ट्री'चा प्रसंग आठवून! दि न्यू टेस्टमेंट हे अनेक नीतिशास्त्राच्या तत्त्वांनी भरलेलं आहे आणि त्याला मानवी नात्यातील सदाचरणाच्या उदाहरणांची जोड दिली आहे. उदा. गुड समारीटनची गोष्ट.

तुमचे भाषण अधिक संस्मरणीय करण्याच्या प्रयत्नात सत्य घटनांच्या कथनामुळे ते अधिक रसपूर्ण बनते, त्याची विश्वासार्हता वाढते आणि ते समजण्यासाठी सोपे जाते. तुम्ही आयुष्याकडून काय शिकलात हे सांगणारा प्रसंग तुमच्या श्रोत्यांनाही बरेच काही शिकवून जातो आणि असा प्रसंग आपल्यावर आला तर आपणही असेच वागायचे किंवा कसे नाही वागायचे हे ते मनोमन ठरवून तुम्हाला प्रतिसाद देतात आणि हे आपल्याला जादुई तंत्राच्या दुसऱ्या पायापाशी नेऊन ठेवते.

दुसरी / **तुमचा मुद्दा सांगा.**
तुमच्या श्रोत्यांनी काय करावे असे तुम्हाला वाटते?

तुमच्या भाषणातील उदाहरणाने आत्तापर्यंत तुमचा दोन तृतीयांश वेळ घेतला असेल. आता असे समजा की तुम्हाला २ मिनिटेच बोलायला वेळ होता. अजून तुमच्याकडे शेवटचे वीस सेकंद उरले आहेत आणि तेवढ्या वेळात तुम्हाला तुमच्या श्रोत्यांकडून एखादी कृती करवून घ्यायची आहे आणि तुम्ही जे त्यांना करायला सांगाल त्यापासून मिळणाऱ्या फायद्याची ते अपेक्षा करत आहेत. आता तपशील देण्याची गरज संपली आहे. आता थेट मुद्द्याचे बोलायची वेळ आली आहे, निश्चित विधान करण्याची वेळ आली आहे. हे वर्तमानपत्रातील हेडलाइनने सुरुवात करण्याच्या उलट आहे. आता आपल्याला हेडलाइन आधी न सांगता तुम्ही गोष्ट आधी सांगायची आहे आणि मग हेडलाइनवर जोर देऊन श्रोत्यांना आव्हान करायचे आहे. या पायरीसाठी तीन नियम लागू होतात.

नेमक्या आणि थोडक्या शब्दात मुद्दा मांडा

तुम्हाला श्रोत्यांनी जे करावे असे वाटते ते नेमक्या आणि थोडक्या शब्दात सांगा. लोकांना काय करायचे ते स्पष्टपणे समजल्याशिवाय ते तसे करणार नाहीत. तुम्ही हे स्वत:ला विचारण्याची गरज आहे की तुमच्या उदाहरणावरून नेमका कोणता धडा श्रोत्यांनी घेऊन काय करायला हवे आहे? तुम्ही तारेमध्ये जसे कमीत कमी शब्दात मजकूर बसवता तसेच कमीत कमी शब्दात तुमचे मुद्दे लिहून काढणे ही एक चांगली कल्पना आहे. अर्थात कमी शब्दात लिहिले तरी तुमची भाषा शक्य तेवढी सुस्पष्ट आणि नि:संदिग्ध हवी. असे म्हणू नका की, 'आमच्या स्थानिक अनाथाश्रमातल्या आजारी लोकांना मदत करा.' हे फारच सामान्य होईल, त्यापेक्षा असे म्हणा, 'आजच पक्के करा की पुढच्या रविवारी आपल्याला २५ मुलांना घेऊन पिकनिकला जायचे आहे.' आणखी एक महत्त्वाची गोष्ट म्हणजे श्रोत्यांना सरळसरळ दृश्य स्वरूपाची उघड कृती करायला सांगा, मनातल्या मनात काही करायला सांगू नका. कारण त्या फारच मोघम असतात. उदाहरणार्थ, 'तुमच्या आजी-आजोबांचा सदैव विचार करा' या सूचनेनुसार वागणे म्हणजे नेमके काय करायचे? त्यापेक्षा असे म्हणा, 'या विकेन्डला तुमच्या आजी-आजोबांना भेटायला जाण्याचा निश्चय करा.' एखादे असे विधान की, 'देशभक्त व्हा' त्यापेक्षा असे म्हणा, 'पुढील मंगळवारी मतदान नक्की करा.'

तुमचा मुद्दा इतका स्पष्ट करा की श्रोते तसे वागू शकतील

मुद्दा काय आहे ते फारसे महत्त्वाचे नाही; तो वादग्रस्त असू दे किंवा नसू दे,

ही वक्त्याची जबाबदारी असते की त्याने तो मुद्दा योग्य शब्दात मांडला पाहिजे व श्रोत्यांना कृती करण्याची विनंती अशा पद्धतीने केली पाहिजे की श्रोत्यांना ती सहज समजेल व ते तसे वागतील. याचा उत्तम मार्ग म्हणजे नेमके बोला.

जर तुम्हाला असे हवे असेल की श्रोत्यांनी त्यांची स्मरणशक्ती इतकी तल्लख केली पाहिजे की त्यांना नावे आठवली पाहिजेत, तर असे कधीही म्हणू नका, 'चला नावे लक्षात ठेवण्यासाठी काहीतरी प्रयत्न करा.' ते इतके सर्वसामान्य होईल की नेमकी काय कृती करायची हा प्रश्न बाकी राहील. त्याऐवजी असे म्हणा, 'पुढील वेळी जेव्हा तुम्हाला एखादा अनोळखी माणूस भेटेल तेव्हा त्याचे नाव त्याला भेटल्यानंतर पाच मिनिटांमध्ये ५ वेळा घ्या.'

जे वक्ते सर्वसामान्य विधाने करण्यावर जोर देतात त्यांच्यापेक्षा जे वक्ते तपशीलवार कृतीशील योजना बनवतात ते कमी यशस्वी बनतात व आपल्या श्रोत्यांना प्रेरीतसुद्धा करत नाहीत.

'गेट वेल सून'च्या कार्डावर सही करायला सांगणं हे तुमच्या श्रोत्यांना स्वत: कार्ड पाठवायला किंवा हॉस्पिटलमध्ये असलेल्या वर्गमित्राला पत्र पाठवायला सांगण्यापेक्षा कितीतरी पटीने अधिक चांगले आहे.

आपला मुद्दा सकारात्मक पद्धतीने सादर करायचा की नकारात्मक पद्धतीने सादर करायचा या प्रश्नाचे उत्तर हे सर्वस्वी श्रोत्यांच्या दृष्टिकोनातून पाहूनच ठरवावे लागते. सगळेच नकारात्मक मुद्दे प्रभावहीन ठरतील असे नव्हे. जेव्हा ही वाक्ये एखादी गोष्ट टाळण्यामागच्या दृष्टिकोनाचा सारांश सांगतील तेव्हा बहुधा ती वाक्ये श्रोत्यांसाठी सकारात्मक वाक्यांपेक्षाही अधिक आव्हानात्मक ठरतील. 'बल्बची चोरी करू नका' हे वाक्य एका जाहिरातीच्या मोहिमेत 'हा बल्ब वापरा' यापेक्षा अधिक परिणामकारक ठरले.

तुमचा मुद्दा पूर्ण शक्तिनिशी आणि खात्रीपूर्वक मांडा

तुमचा मुद्दा हाच तुमच्या संपूर्ण भाषणाचा विषय असतो. म्हणून तो तुम्ही सर्व शक्तिनिशी आणि खात्रीपूर्वक मांडला पाहिजे. तुमच्या भाषणाचे शीर्षक तर मोठ्या अक्षरात असणारच आहे, पण श्रोत्यांना एखादी कृती करण्याविषयीची तुमची विनंती अधिक प्रभावीपणे, आवाजातील चढ-उतारांवर, हावभावांवर आणि थेट आली पाहिजे. तुमच्या श्रोत्यांवर तुमचा जो प्रभाव पडेल तोच कायम टिकणार आहे म्हणून तो अशा प्रकारे पडू द्या की श्रोत्यांना तुमच्या कृतिशील बनण्याच्या आव्हानातील कळकळ दिसली पाहिजे. कोणत्याही प्रकारची अनिश्चितता किंवा आत्मविश्वासाचा अभाव दिसता उपयोगी नाही आणि भाषणाच्या सुरुवातीपासून श्रोत्यांचे मन वळविण्याचे जे व्रत तुम्ही घेतले आहे ते शेवटच्या शब्दापर्यंत तसेच

टिकून राहू दे आणि अशाप्रकारे तुम्ही जादुई तंत्राच्या तिसऱ्या पायरीपर्यंत जाऊन पोहोचणार आहात.

तिसरी / **कारण सांगा किंवा श्रोत्यांना अपेक्षित असलेला फायदा मिळवून द्या!**

इथे पुन्हा थोडासा संक्षेप आणि काटकसर गरजेची आहे. श्रोत्यांनी तुम्ही भाषणात जे करायला सांगितले ते केले तर त्यांना योग्य मोबदला मिळणे ही त्यांची न्याय्य मागणी असते.

खात्री असू द्या का तुम्ही सांगितलेले कारण प्रसंगाला अनुरूप आहे

जाहीर भाषणांमधून लोकांना उद्युक्त करण्याबद्दल बरेच काही लिहिले गेले आहे. हा एक खूप मोठा विजय आहे आणि जे कोणी इतरांना काही करण्यासाठी मन वळवण्याच्या प्रयत्नात आहेत त्यांच्यासाठी उपयुक्त पण आहे. आपण या प्रकरणात छोट्या भाषणात प्रामुख्याने श्रोत्यांकडून एखादी कृती करून घेण्यावर भर देत आहोत. अशा वेळी तुम्ही त्या कृतीपासून मिळणारे फायदे एक किंवा दोन वाक्यात सांगून खाली बसणे हेच श्रेयस्कर असते. तथापि हे महत्त्वाचे असते की भाषणात उदाहरण देतानाच या फायद्यांवर तुम्ही श्रोत्यांचे लक्ष केंद्रित करायला हवे. जर तुम्ही श्रोत्यांना असे सांगत असाल की सेकंडहँड गाडी विकत घेणे किती फायदेशीर असते, कारण तुमचे पैसे वाचतील तेव्हा तुम्ही श्रोत्यांनाही सेकंडहँड गाडी खरेदी करण्याचा आग्रह करताना त्यांनासुद्धा पैसे वाचवल्याने कसा फायदा होईल यावर जोर द्या. अशा वेळी सेकंडहँड गाड्या काही वेळेस लेटेस्ट गाड्यांपेक्षा किती मजबूत असतात असे सांगून त्यांना विचलित करू नका.

खात्रीने फक्त एकाच कारणावर जोर द्या!

अनेक विक्रेते त्यांचा माल तुम्ही का विकत घ्यावा याची अर्धा डझन कारणे देतात आणि हेसुद्धा शक्य आहे की तो माल नाकारण्याची तुमच्याकडेसुद्धा अनेक कारणे असू शकतील आणि हे सगळे तुमचा मुद्दा पटवून देण्याइतकी समर्थ असतील आणि तुम्ही दिलेल्या उदाहरणाला संयुक्तिक असतील. पण तरीसुद्धा मी तुम्हाला हेच सांगेन की त्यापैकी एकच सर्वांना पटणारे कारण किंवा एकच ठळक दिसणारा फायदा सांगा आणि निश्चिंत राहा. तुमच्या भाषणातील श्रोत्यांना उद्देशून उद्‌गारलेले शेवटचे शब्द की राष्ट्रीय मासिकातील जाहिरातीतील वाक्याइतके सुस्पष्ट पाहिजे तुम्ही जर कधी या जाहिरातीचा अभ्यास केला तर तुमच्या लक्षात येईल की या जाहिराती बनवताना किती हुशारी लागते आणि मग तुम्हीसुद्धा तुमच्या

भाषणात तुमचा मुद्दा पटवताना हे कौशल्य वापरू शकाल. कोणतीही जाहिरात एका वेळी फक्त एकाच प्रॉडक्ट विकण्याचा प्रयत्न करते. ज्यांचा खर्च खूप जास्त आहे अशाच मासिकातील जाहिराती फक्त तुम्ही एखादी वस्तू का विकत घ्यावी याची अनेक कारणे सांगतात. काही वेळच तीच कंपनी आपल्या जाहिरातीचे माध्यम बदलते म्हणजे उदाहरणार्थ जी जाहिरात फक्त वृत्तपत्रात होती, ती आत्ता टेलिव्हिजनवर पण झळकते, पण ती कंपनी याच मालाचे वेगळ्या शब्दात किंवा वेगळ्या चित्रांमध्ये आव्हान करत नाही.

तुम्ही जर मासिकांमध्ये, वृत्तपत्रांमध्ये किंवा टेलिव्हिजनवर दिसणाऱ्या जाहिरातींचा अभ्यास केला आणि त्यामधील मजकुराचे विश्लेषण केले तर तुम्ही हे पाहून चकित व्हाल की किती वेळा जादुई तंत्राचा अवलंब ग्राहकांचे मन वळवण्यासाठी केला गेला. तुम्हाला या गोष्टीची जाणीव होईल की, समयोचित कारणांची रिबन संपूर्ण जाहिरातीला बांधून ती व्यापारीकरणाच्या दृष्टिकोनातून एकसंध बनवली आहे.

आपली उदाहरणे आणखी वेगळ्या प्रकारे श्रोत्यांसमोर मांडण्याचे आणखीही काही प्रकार आहेत. जसे प्रदर्शित करणे, प्रात्यक्षिक देणे, इतर पुस्तकांमधील मोठ्या माणसांची वचने उद्धृत करणे, तुलना करून आकडेवारी सांगणे, हे सगळे आपण १३ व्या प्रकरणामध्ये अधिक विस्ताराने पाहणार आहोत. त्यामध्ये आपण लांबलचक भाषणांचा श्रोत्यांचे मन वळवण्यासाठी कसा उपयोग करायचा ते पाहणार आहोत. या प्रकरणामध्ये जे सूत्र किंवा तंत्र वापरले ते वैयक्तिक उदाहरणापुरतेच मर्यादित होते कारण छोट्या भाषणात श्रोत्यांकडून कृती करून घेण्यासाठी नाट्यपूर्ण, अधिक सोपी पद्धत आहे.

प्रकरण ८

माहितीपर भाषणे

बहुधा तुम्ही अशा अनेक वक्त्यांबद्दल ऐकले असेल. खासकरून अमेरिकेच्या संसदेतील एका शोधप्रक्रियेच्या कमिटीतील एका वक्त्यामुळे संताप निर्माण झाला होता. हा माणूस उच्च पदावरील सरकारी अधिकारी होता. पण तो एकदा बोलायला लागला की बोलतच सुटायचा; तो काय बोलायचा ते इतरांनाच काय पण त्यालादेखील समजत होते की नाही याबद्दल शंकाच आहे, तो मुद्द्याला सोडून संदिग्ध बोलत असे आणि त्यामुळे त्या कमिटीचा गोंधळ क्षणाक्षणाला वाढत असे. शेवटी कोणीतरी याबद्दल बोलणे गरजेचेच होते. सॅम्युअल जेम्स एर्विन, ज्यु. हा नॉर्थ कॅरोलिनाचा वरिष्ठ अधिकारी होता, तो एकदा संधी साधून उपरोधाच्या स्वरात म्हणाला की त्याला यावरून एका नवऱ्याची गोष्ट आठवली. त्या नवऱ्याने त्याच्या वकिलाला सांगितले की त्याला त्याच्या बायकोपासून घटस्फोट हवा आहे. अर्थात त्याच वेळेस त्याने कबूल केले की त्याची बायको सुंदर होती, ती उत्तम स्वयंपाक करायची व ती आदर्श माता होती.

'मग तरी तुला घटस्फोट का हवा आहे?' त्याच्या वकिलाने त्याला विचारले.

'कारण, ती सतत बोलत राहते.' नवरा उत्तरला.

'ती काय बोलते?' वकिलाने विचारले.

'तीच तर समस्या आहे. ती काय बोलते तेच समजत नाही.' नवरा म्हणाला.

इथेही हीच समस्या आहे. अनेक वक्ते - स्त्री आणि पुरुषसुद्धा काय बोलतात हेच समजत नाही. त्यांच्या श्रोत्यांना कळत नाही, कारण त्यांच्या बोलण्याचा अर्थ ते उलगडून सांगत नाहीत.

सातव्या प्रकरणात तुम्हाला श्रोत्यांकडून कृती करून घेणाऱ्या छोट्या भाषणाचे जादुई तंत्र मिळाले. आता मी तुम्हाला अशा काही पद्धती सांगणार आहे ज्यांच्या योगे तुम्ही श्रोत्यांना जी माहिती देणार आहात ती अधिक सुस्पष्ट असेल आणि तुम्ही आता श्रोत्यांना कोणतीही कृती करण्यास उद्युक्त करणार नाही आहात.

रोजच्या दिवसात आपण माहिती देणारे बरेच काही बोलतो. जसे मार्गदर्शन करतो, सूचना देतो, स्पष्टीकरण करतो आणि अहवालही देतो. सगळीकडेच प्रत्येक आठवड्याला अशा सगळ्या प्रकारचे बोलणे श्रोत्यांबरोबर होत असते. श्रोत्यांना एखादी कृती करण्यासाठी प्रवृत्त करणाऱ्या भाषणापेक्षा केवळ माहिती देणारे भाषण हे दुय्यम दर्जाचे असते. सुस्पष्ट बोलण्याची कला ही प्रेरणादायी भाषणापेक्षा अग्रक्रमावर असते. आजच्या जगात सुस्पष्टपणे विचार मांडण्याची कला किती गरजेची आहे हे प्रसिद्ध उद्योगपती ओवेग डी. यंग यांनी खालील शब्दात सांगितले आहे.

जेव्हा एखादी व्यक्ती स्वत:ला व्यक्त करण्याची क्षमता पूर्णपणे वापरते तेव्हा आपण इतरांसाठी किती उपयुक्त आहोत हे पटवून देण्याची जास्तीत जास्त संधी तिला उपलब्ध होते. निश्चितच आपल्या समाजात अगदी छोट्या-छोट्या गोष्टींमध्येसुद्धा एकमेकांच्या सहकार्याची गरज असते त्यामुळे सर्वच स्त्री-पुरुषांना एकमेकांच्या सहकार्याची गरज असते. त्यामुळे सर्वच स्त्री-पुरुषांना एकमेकांना समजून घेणे आवश्यक असते. एकमेकांना समजून घेण्यासाठी भाषा हे सर्वांत प्रभावी साधन आहे आणि म्हणून तिचा योग्य वापर कसा करायचा ते आपण समजून घेतले पाहिजे. ती दुष्टाव्याने न वापरता सद्भाव निर्माण करण्यासाठी वापरावी.

या प्रकरणामध्ये आम्ही तुम्हाला अशा काही सूचना करणार आहोत की ज्या योगे तुम्ही तुमची भाषा अगदी सुस्पष्टपणे वापरू शकाल की तुमच्या श्रोत्यांना ती समजण्यास कोणतीच अडचण येणार नाही. ल्युडविग विट्जेनस्टेन म्हणतो, 'ज्या ज्या गोष्टींचा विचार करायचा तो स्पष्टपणे करा आणि जी गोष्ट सांगायची आहे ती स्पष्टपणे सांगा.

* * *

पहिली / **समयोचित विषयाची निवड करा**

एकदा शिक्षकांसाठी भाषण करताना विल्यम जेम्स मध्येच थांबला व म्हणाला एका व्याख्यानामध्ये फक्त एकच मुद्दा सांगावा आणि हे त्याचे व्याख्यान १ तासापर्यंत चालले; तरीसुद्धा मी नुकतेच एका वक्त्याबद्दल असे ऐकले की त्याला स्टॉपवॉच लावून फक्त ३ मिनिटे भाषणासाठी दिलेली असतानाही त्याने त्याच्या भाषणाची सुरुवात असे म्हणून केली की, त्याला आम्हाला ११ मुद्दे सांगायचे आहेत जे आम्ही लक्षपूर्वक ऐकावे म्हणजे त्याच्या प्रत्येक मुद्द्याला १६॥ सेकंद सारेच अविश्वसनीय! तुम्हाला नाही असे वाटत एक बुद्धिमान माणूस इतके उघडउघड वेड्यासारखे कसे बोलतो! खरे आहे की मी ही एकदम टोकाची केस

सांगतो आहे, पण अशा प्रकारच्या चुका करणे ही फॅशन झाली आहे. अगदी तेवढे नाही तरी नवीन उमेदवारावर त्याचा परिणाम होतोच असा माणूस मला कुक कंपनीच्या टुरिस्ट गाईडसारखा एका दिवसात पॅरिस दाखवणारा वाटतो, असे घडून शकते. जसे '३० मिनिटांमध्ये अमेरिकन म्युझियम ऑफ नॅचरल फिरून येणे' पण त्याचा काय उपयोग, त्याचा आपण आनंदही लुटू शकत नाही, ना आपल्याला त्याचे पूर्ण ज्ञान होते. अनेक भाषणे सुस्पष्टता नसल्यामुळे अपयशी ठरतात, कारण वक्ते दिलेल्या वेळेमध्ये जास्तीत जास्त विषयाला गवसणी घालून जागतिक विक्रम करायला बघतात. डोंगरकपारीतून अवखळपणे व वेगाने बागडणाऱ्या एखाद्या मेंढीच्या कोकराप्रमाणे ते एका मुद्द्यावरून दुसऱ्या मुद्द्यावर उडी घेतात.

उदाहरणादाखल, तुम्हाला जर कामगार युनियनबद्दल बोलायचे आहे तर त्या अस्तित्वात कशा आल्या हे सांगण्यात तुमचे ३ ते ६ मिनिटे वाया घालवू नका. ते त्यांचा उपयोग कसा करतात, त्यांनी आत्तापर्यंत कोणते यश मिळवले. त्यांच्यातील दोष काय आहेत आणि औद्योगिक क्षेत्रातील कलह मिटवण्यासाठी ते कसे अपयशी ठरले, या सगळ्यांबद्दल बोलण्याचा तुम्ही प्रयत्न केला तर तुम्ही जे काही बोलता ते स्पष्टपणे कोणाला कळणार नाही, कारण हे विषय फार मोठे आहेत, ते तुम्ही हाताळाल तर ती निव्वल रूपरेषा किंवा निव्वळ आराखडा होईल.

मग त्यापैकी केवळ एका मुद्द्याची चर्चा करणे शहाणपणाचे होईल का? हो नक्कीच! मग कामगार युनियनचा एकच मुद्दा घ्या आणि उदाहरणे देऊन त्याची सांगोपांग चर्चा करा. ते यशस्वी होईल. त्याच्याने प्रेक्षकांमध्ये काहीतरी निश्चित विचारांना खाद्य मिळेल ते सुबोध असेल, श्रवणीय असेल आणि संस्मरणीय असेल.

एके दिवशी मी माझ्या ओळखीच्या एका कंपनीच्या अध्यक्षाकडे गेलो तेव्हा मला त्याच्या दरवाजावर वेगळीच पाटी दिसली; त्याचा वैयक्तिक सचिव जो माझा मित्र होता. त्याने मला जी माहिती दिली ती अशी, 'त्याचे नाव त्याच्याबरोबरच गुंडाळले गेले' माझा मित्र म्हणाला, "त्याचे नाव? काय सांगतोस, तो तर त्या सगळ्या जोन्सेसपैकीच एक होता ना, ज्यांच्या ताब्यात कंपनी होती?" "मला त्याचे टोपण नाव असे म्हणायचे आहे" माझा मित्र म्हणाला, "त्याचे टोपण नाव होते 'व्हेअर इज ही नाऊ' जोन्स तो फार काळ टिकला नाही. त्या घराण्याने त्याच्याच एका चुलत भावाला त्याच्या जागेवर बसवले. त्याने त्याच्या धंद्याची माहिती करून घेण्यासाठी कोणतेच कष्ट घेतले नाहीत. ठीक आहे, तो दिवसभर येथे असायचा, पण करायचा काय? याच्यात नाक खुपस, त्याच्यात नाक खुपस, सतत सगळीकडे डोकवत राहायचा जणू काही सगळेच ताब्यात घ्यायचे. त्याला वाटायचे की शिपिंग क्लर्कने लाईट बंद केला की नाही ते बघणे अधिक गरजेचे

आहे किंवा स्टेनोग्राफरने त्याच्या विक्रीच्या मोहिमेचा अभ्यास करण्यासाठी लागणारी पेपरक्लिप उचलून घरी तर नाही ना नेली? तो त्याच्या ऑफिसमध्ये नसायचाच म्हणून लोकांनी त्याचे नाव 'व्हेअर इज ही नाऊ' असे ठेवले.''

''व्हेअर इज ही नाऊ'' जोन्सवरून मला अनेक अशा वक्त्यांची आठवण होते की जे अधिक चांगले काम करू शकले असते. पण त्यांनी तसे केले नाही. कारण त्यांनी स्वत:ला तशी शिस्त लावली नाही ते मि. जोन्सप्रमाणे सगळीकडेच धावणारे होते. अशा लोकांची भाषणे तुम्ही ऐकली असतील ना? आणि अशा भाषणांच्या मध्यावरती तुम्हालाही असा प्रश्न पडला असेल ना की, ''हा आत्ता कुठे आहे?''

काही अनुभवी वक्तेसुद्धा अशी चूक करतात जे कदाचित आपण अष्टावधानी आहोत आणि सर्वांपेक्षा हुशार आहोत या गैरसमजामुळे आपण मूळ विषयापासून दूर जात आहोत याचे भान त्यांना राहत नाही. तुम्हीही त्यांच्यासारखे होऊ नका. तुमच्या मूळ विषयाला चिकटून राहा. जर तुमचे बोलणे तुम्हाला सुस्पष्ट असावे असे वाटत असेल तर तुमच्या श्रोत्यांनी नेहमी असेच म्हटले पाहिजे, ''मला त्याचे बोलणे समजते. तो आत्ता कोठे आहे ते मला माहिती आहे.''

दुसरी / **तुमच्या कल्पनांना क्रम द्या**

जवळपास सगळेच विषय तर्कशास्त्राच्या आधारावर वेळ, जागा आणि एखादा खास विषय यानुसार विस्तारीत करता येतात. वेळेनुसार क्रम लावायचा झाल्यास उदाहरणार्थ, तुम्ही तुमच्या विषयाचे तीन वेगळ्या प्रकारात वर्गीकरण करू शकता, जसे भूतकाळ, वर्तमानकाळ आणि भविष्यकाळ किंवा तुम्ही एखाद्या विशिष्ट तारखेने सुरुवात करून त्याच्या मागे किंवा पुढे कथेचा विस्तार करू शकता, एखादे प्रक्रिया करावयाचे भाषण असेल तर उदाहरणादाखल आधी ते कच्चा माल या पायरीवर असावे. नंतर त्याच्यावर उत्पादनाच्या सर्व प्रक्रिया व्हाव्यात यामुळे ते विक्रीसाठी तयार उत्पादन बनेल. आता ही सगळी प्रक्रिया पूर्ण करताना तुम्ही किती बारीक तपशील देणार आहात ते तुम्हाला मिळणाऱ्या वेळेवर अवलंबून राहील.

जागेनुसार क्रम लावताना तुम्ही तुमच्या कल्पना अशा क्रमाने मांडणार आहात की आधी मध्यवर्ती कल्पना मांडून मग त्याच्या भोवती धागे विणत जाणार आहात किंवा तुमच्याकडे जो मालमसाला आहे तो घेऊन उत्तर, दक्षिण, पूर्व आणि पश्चिम अशा दिशांना जाणार आहात. जर तुम्हाला वॉशिंग्टन डी. सी. या शहराचे वर्णन करायचे असेल तर तुम्ही तुमच्या श्रोत्यांना घेऊन आधी संसदेच्या इमारतीला भेट द्यायला घेऊन जाल आणि त्याच्या प्रत्येक दिशेला असलेली विशेष प्रेक्षणिय स्थळे दाखवाल. जर तुम्ही जेट विमानाचे वर्णन करत असाल किंवा एखाद्या ऑटोमोबाईलचे वर्णन करत असाल तर उत्तम उदाहरण म्हणजे तुम्ही त्या ऑटोमोबाईलचे सर्व भाग

विभक्त करून श्रोत्यांना त्या भागांविषयी तपशीलवार माहिती देणार आहात.

काही विषयच असे असतात की त्यांना अंगभूत क्रम असतो. तुम्ही जर युनायटेड स्टेट्सच्या सरकारची रचना समजून सांगणार असाल तर तेथील चालणाऱ्या कामाची कायमस्वरूपी रचना कशी आहे, ते समजून सांगून कायदेमंडळ, कार्यकारीमंडळ व न्यायमंडळ या सर्व शाखांबद्दल चर्चा करा.

तिसरी / **तुमच्या मुद्द्यांना आकडे घाला**

तुमच्या श्रोत्यांच्या मनावर तुमचे भाषण नेटकेपणाने ठसावे म्हणून साधा, सरळ, सोपा मार्ग असा की जसजसे तुम्ही मुद्दे मांडत पुढे जाल तसतसे ज्या मुद्द्यांना त्यांच्या क्रमानुसार आकडे घाला.

'माझा पहिला मुद्दा असा की...' इतके बेधडक तुम्ही होऊ शकता. जेव्हा तुमची पहिल्या मुद्याबद्दल चर्चा करून संपेल तेव्हा तुम्ही मनमोकळेपणाने श्रोत्यांना सांगू शकता की आता तुम्ही दुसऱ्या मुद्याकडे वळत आहात आणि हीच पद्धत तुम्ही भाषणाच्या शेवटपर्यंत वापरू शकता.

युनायटेड नेशन्सचे असिस्टंट सेक्रेटरी - जनरल असताना, डॉ. राल्फ जे. बंच यांनी रॉचेस्टर, न्यूयॉर्कच्या सिटी क्लबने प्रायोजित केलेल्या महत्त्वाच्या भाषणात त्यांच्या सरळसोट पद्धतीने कशी सुरुवात केली ते बघा, ते म्हणाले, 'आज रात्री मी 'मानवी नातेसंबंधांपुढील आव्हाने' हा विषय निवडला आहे.' नंतर लगेचच पुढे त्यांनी मुद्द्याला हात घातला. 'पहिले असे की...' त्यांचे भाषण चालू होते. पहिला मुद्दा संपल्याबरोबर ते म्हणाले, 'दुसरे असे की...' त्यांच्या संपूर्ण भाषणात त्यांनी श्रोत्यांना काळजीपूर्वक हे स्पष्ट केले की हे त्यांच्या निष्कर्षापर्यंत एकामागून एक मुद्दे पटवत येणार आहेत. त्यांनी त्यांच्या भाषणाचा शेवट असा केला की, 'आपण माणसाच्या भलेपणाच्या शक्तिमान ताकदीवरचा विश्वास कधीही गमावता कामा नये.'

एकदा अमेरिकेमध्ये प्रचंड मंदीची लाट आली असताना पॉल एच्. डगलस नावाच्या एका अर्थतज्ज्ञानी एका जॉईंट कमिटीसमोर - जी कमिटी मंदी कमी करण्याचा प्रयत्न करीत होती - तिच्यासमोर बोलताना हीच पद्धत वापरली. ते इलिऑनिसमधील एक करविषयक तज्ज्ञ आणि संसदपटू या दोन्ही नात्यानी बोलत होते.

ते म्हणाले, 'माझा विषय असा आहे. मंदीवर उपाय म्हणून सर्वांत जास्त लवकर व सर्वांत परिणामकारक मार्ग असा की कनिष्ठ आणि मध्यम वर्गावरील कर कमी करा - कारण या गटातील लोकांचा बराचसा उत्पन्नाचा भाग करामध्ये खर्च होतो.'

'विशिष्टपणे...' ते बोलत होते.

'पुढे जाऊन...' त्यांचे बोलणे चालूच होते.

'त्यांच्याशिवाय आणखी...' त्यांनी बोलणे चालू ठेवले. 'त्याची प्रमुख तीन कारणे अशी की... पहिले..., दुसरे..., तिसरे...'

'सारांश काय, तर लोकांच्या मागण्या वाढाव्यात आणि त्यांची क्रयशक्ती वाढावी म्हणून आपल्याला ताबडतोब कनिष्ठ आणि मध्यम वर्गावरील कर कमी करायला पाहिजेत.'

चौथी / **अपरिचिताची परिचिताबरोबर तुलना करा**

काही वेळेस तुम्हाला असे जाणवेल की तुम्हाला जे काही सांगायचे आहे, ते पटवून देण्याचा तुमचा निष्फळ प्रयत्न चालू आहे ही गोष्ट अशी आहे की जी तुम्हाला पूर्णपणे समजली आहे, पण तुमच्या श्रोत्यांनासुद्धा ही पूर्णपणे समजावी म्हणून स्पष्टीकरण देण्याची तुमची आत्यंतिक इच्छा आहे. मग काय करायचे? त्या गोष्टीची तुलना अशा गोष्टीबरोबर करा की जी तुमच्या श्रोत्यांना पटकन समजेल. असे म्हणा की, हे त्याच्यासारखे आहे - एखादी अपरिचित गोष्ट तुमच्या परिचयाच्या गोष्टीसारखी आहे.

असे समजा की, तुम्ही एखाद्या रासायनिक गोष्टीने औद्योगिक क्षेत्रात केवढी क्रांती घडवली, याची तुम्ही चर्चा करत आहात– कॅटलिस्ट - असा एक पदार्थ जो स्वत: न बदलता इतर गोष्टींमध्ये बदल घडवून आणतो. खरे तर हे सांगणे सोपे आहे. पण पटवून देण्यासाठी असे म्हणणे अधिक चांगले नाही का? की शाळेच्या आवारातील एखाद्या लहान मुलासारखे हे आहे, जो इतर मुलांच्या खोड्या काढतो, त्यांना गुद्दे मारतो, इतरांना पायात पाय घालून पाडतो, भांडणे करतो पण स्वत:च्या अंगावर मात्र एकही ओरखडा उठवून घेत नाही.

एक धर्मप्रचारक मंडळींना अफ्रिकेतील विषुववृत्तावर राहणाऱ्या काही मागासलेल्या जातींसमोर बायबल त्यांच्या बोली भाषेत समजावून सांगताना एक विशिष्ट वाक्य त्यांना समजेल असे कसे सांगावे, याबद्दल समस्या निर्माण झाली होती. ते शब्दश: त्याचे भाषांतर करू शकत होते का? करू शकले असते, पण त्यांना हे जाणवले की त्यांनी असे केले असते तरी त्या आदिवासींसाठी ते शब्द कुचकामी ठरले असते.

उदाहरणार्थ, ते जेव्हा या ओळीपाशी आले, 'जरी तुमची पापे कितीही गंजलेली असली तरी बर्फासारखी पांढरीशुभ्र होतील.' हे वाक्य ते शब्दश: कसे भाषांतरीत करू शकतील? खरे तर या वाक्याचा अर्थ असा होता की त्यांनी त्यांच्या भूतकाळात कितीही पापे केली, तरी येशू त्यांना माफ करेल व ते त्यांचे भविष्य सुधारू शकतील. त्या आदिवासींनी 'स्नो' कधी पाहिला नाही. त्यामुळे जंगलातल्या

शेवाळापेक्षा ते कसे वेगळे असते हे त्यांना कसे समजणार, पण हे आदिवासी नेहमी नारळाच्या झाडावर चढतात आणि जेवणासाठी झाडे हालवून नारळ खाली पाडतात. त्यामुळे त्या धर्मप्रचारकांनी अपरिचिताची परिचिताशी असलेले साम्य दाखवले. त्या बदललेल्या ओळी अशा, 'जरी तुमची पापे गंजलेली असली तरी ती नारळाच्या आतील कोवळ्या खोबऱ्यासारखी होतील.'

अशा परिस्थितीत यापेक्षा आणखी सुधारणा करणे अवघड असते होय ना?

सत्याला चित्रात उतरवा!

आपल्यापासून चंद्र किती लांब आहे? सूर्य किती लांब आहे? आपल्या सगळ्या जवळ असणारे तारे कोणते? शास्त्रज्ञ या सगळ्या अवकाशयात्रेसंबंधीच्या प्रश्नांची उत्तरे गणिताच्या साहाय्याने देऊ शकतात. पण या शास्त्रज्ञांना आणि लेखकांना हे माहिती असते की, सर्वसामान्य जनतेच्या हे सगळे डोक्यावरून जाणारे आहे. म्हणून त्या आकडेमोडीचे रूपांतर ते चित्रात करतात.

सुप्रसिद्ध शास्त्रज्ञ सर जेम्स जिन्सला विशेषत: सर्व सृष्टीचा वेध घेण्याची मानवी सुप्त इच्छा मोहून टाकायची. त्याचा या क्षेत्रातील अभ्यास जबरदस्त होता. त्यासाठी लागणारे गणित त्याचे पक्के होते आणि त्याला हेसुद्धा माहिती होते की या विषयावर तो विस्तृतपणे बोलू किंवा लिहू शकतो, अगदी नेमक्या आकड्यांसह!

'दि युनिव्हर्स अराऊंड अस' या पुस्तकास सर जेम्स जिन्सने हे सांगितले की आपला सूर्य व त्याच्याभोवती असलेली ग्रहमाला आपल्याला खूप जवळ असल्याचे भासतात, पण प्रत्यक्षात ते आपल्यापासून किती दूर आहेत याची आपल्याला जाणीव नसते. सगळ्यात महत्त्वाचे जवळचा तारा प्रोक्झिमा सेंटॉरी हा आपल्यापासून २५,०००,०००,०००,००० मैल इतक्या दूर आहे. फक्त हा आकडा मोठ्या आकड्याचे आणखी स्पष्ट रूप कळावे म्हणून त्याने असे स्पष्टीकरण दिले की जर एखाद्याने पृथ्वीवरून प्रकाशाच्या वेगाने म्हणजे १८६,००० मैल प्रति सेकंदास जायचे ठरले तरीसुद्धा त्याला प्रोक्झिमा सेंटॉरीवर पोहोचायला ४। वर्षे लागतील.

अशाप्रकारे जेव्हा जिन्सने अवकाशातील ही अंतरे श्रोत्यांना समजतील अशा प्रकारची उदाहरणे देऊन सांगितली. दुसऱ्या एका वक्त्याचे मी एकदा भाषण ऐकले तेव्हा अलास्काचे अंतर अशा पद्धतीने सोपे करून त्याला सांगता आले नाही. तो म्हणाला, 'अलास्काचा भूप्रदेश ५,९०,८०४ चौरस मैल इतका आहे' आणि फक्त एवढेच सांगून अलास्काच्या आकारमानाचे चित्र श्रोत्यांच्या डोळ्यापुढे आणण्यास तो असमर्थ ठरला.

अमेरिकेच्या ४९ व्या राज्याचे चित्र या वर्णनाने तुमच्या डोळ्यासमोर येते का? माझ्या तर नजरेसमोर काहीच उभे राहिले नाही. अलास्काच्या प्रचंड विस्ताराचा

नजारा डोळ्यासमोर आणण्यासाठी मला दुसरा एखादा माहितीचा स्रोत मिळेपर्यंत प्रतीक्षा करावी लागली आणि मग मला समजले की, व्हरमाँट, न्यू हॅम्पशायर, मेन, मॅसॅच्युसेट्स, ऱ्होडे आयलंड, कनेक्टीकट, न्यू यॉर्क, न्यू जर्सी, पेनासिल्व्हानिया, डेलावेअर, मेरीलँड, वेस्ट व्हर्जिनिया, नॉर्थ कॅरोलिना, साऊथ कॅरोलिना, जॉर्जिया, फ्लोरिडा, टेनिसी आणि मिसिसिपी हे सगळे प्रदेश एकत्र केले तर त्याचे क्षेत्रफळ अलास्काएवढे होते. आता ५,९०,८०४ स्क्वेअर मैल म्हणजे किती याचा नवीन अर्थ समजला, तुम्हालाही ना? आता तुम्हाला समजले असेल की अलास्कामध्ये फिरण्याला किती वाव आहे.

काही वर्षांपूर्वी आमच्या क्लासमधील एका विद्यार्थ्याने हायवेवरील मोटार अपघातात मरणाऱ्यांच्या संख्येचे फारच भीषण चित्र श्रोत्यांसमोर रंगवले होते. तो म्हणाला, 'तुम्ही न्यू यॉर्कहून लॉसएंजेलिसला गाडी चालवत जाता. हायवेवरील अपघातांची संख्या टाळण्यासाठी ठिकठिकाणी सूचना देणारे अनेक फलक आहेत. पण ते फलक नसून त्या सूचना पाळल्या नाही, तर ती जणू काही कॉफीन्सच रस्त्यावर जागोजागी उभी केली आहेत, असे समजा व मागच्या वर्षी किती लोकांची अपघातामध्ये कत्तल झाली हेच ते ओरडून सांगत आहेत, अशी कल्पना करा. जेव्हा तुम्ही वेगाने जाता तुमची गाडी या भीषण सूचनांना दर पाच सेकंदांना ओलांडून पुढे जात असते कारण देशाच्या एका टोकापासून ते दुसऱ्या टोकापर्यंत दर मैलामध्ये १२ सूचना फलक आहेत.'

ज्या दिवसापासून मी ते घाबरवून टाकणारे सत्य त्या भाषणातील चित्रात पाहिले, तेव्हापासून वेगवान गाड्यांमध्ये मी कधीच बसत नाही.

असे का? याचे कारण असे की कानांनी ऐकलेल्या गोष्टी आपल्या मनावर फार काळ रेंगाळत नाहीत. बीच झाडाच्या पातळ सालींवरून बर्फमिश्रित पाऊस जसा अलगद घरंगळून जातो त्याचप्रमाणे हे शब्द आपल्या कानांवरून घरंगळून जातात. पण प्रत्यक्ष डोळ्यांनी पाहिलेले दृश्य? काही वर्षांपूर्वी मी स्वत: माझ्या डोळ्यांनी असे पाहिले होते की दानुबी नदीच्या काठावर उभ्या असलेल्या एका जुन्या घरामध्ये तोफेच्या गोळ्याची प्रतिष्ठापना झाली होती. हा तोफेचा गोळा खुद्द नेपोलियनच्या सैन्याने उल्मच्या लढाईत फेकलेला होता. आपण प्रत्यक्ष डोळ्यांनी जेव्हा असं काही पाहतो त्याचा आपल्या मनावर या गोळ्याप्रमाणे ठसा उमटतो. जे आयुष्यात कधीही विसरणे शक्य नसते त्या आठवणी तुम्हाला चिकटून राहतात. नेपोलियन बोनापार्टने ऑस्ट्रेलियन्सला हाकलवून लावले वगैरे नकारात्मक विरोधी भावनांना हे दृश्य परिणाम हाकलवून लावतात.

तांत्रिक शब्दप्रयोग टाळा

जर तुम्ही एखाद्या अशा व्यवसायात असाल की जेथील काम हे काहीसे तांत्रिक स्वरूपाचे आहे जसे की तुम्ही वकील आहात, डॉक्टर आहात, इंजिनिअर आहात किंवा एखाद्या विशिष्ट व्यवसायधंद्यात आहात, तेव्हा तुम्हाला बाहेरच्यांशी बोलताना तुमच्या योजना समजावून सांगताना किंवा आवश्यक ते तपशील देताना दुहेरी सावधानता बाळगावी लागते.

खरोखर दुहेरी सावधानता बाळगा! कारण माझ्या व्यवसायाचा भाग म्हणून आत्तापर्यंत मी अपयशी ठरलेली अशी शेकडो भाषणे ऐकली आहेत. केवळ याच मुद्द्यावर अत्यंत वाईट पद्धतीने अयशस्वी झालेली भाषणे! वक्त्यांना या गोष्टीचा विसर पडलेला दिसतो की त्यांचा जो विशिष्ट विषय आहे त्याबद्दल सर्वसामान्य प्रेक्षकांमध्ये प्रचंड अज्ञान आहे. त्यांना त्याची जाणीवही नसते, असे वक्ते आपल्या श्रोत्यांची पर्वा करत नाहीत. उलट म्हणतात, 'मग काय झाले?' ते त्यांच्या भाषणात वाहवत जातात. एकामागून एक विचार मांडत जातात. त्यांचे अनुभव जाड्या-जुड्या, भरभक्कम शब्दात मांडत जातात, त्यांच्यासाठी ते अर्थपूर्ण असते, परंतु श्रोत्यांसाठी मात्र जसे जून महिन्यात पाऊस पडल्यानंतर सगळे पाणी नुकत्याच नांगरलेल्या आयोबा आणि कनसासमधील मक्याच्या शेतात जाते व मिसुरी नदीचे पात्र कोरडे राहते तसे ते कोरडे राहतात.

मग अशा वक्त्याने काय केले पाहिजे? त्यांनी इंडियानामधील पूर्वीचा सिनेटर विव्हरीज याच्या अस्खलीत लेखणीतून साकारलेला उपदेश वाचला पाहिजे व त्याचे वाचन केले पाहिजे.

ही एक चांगली युक्ती आहे की आपल्या श्रोत्यांमधून सगळ्यात जास्त मठ्ठ दिसणाऱ्या व्यक्तीला निवडायचे आणि त्याला किंवा तिला तुमच्या भाषणात जास्तीत जास्त रुची घ्यायला भाग पाडायचे. पण हे कधी घडू शकेल जेव्हा तुम्ही केलेली विधाने ही जास्तीत जास्त सोप्या भाषेत आणि तर्कशुद्ध असतील. याच्याहीपेक्षा अधिक चांगली पद्धत म्हणजे आपल्या पालकांबरोबर आलेल्या मुलाला किंवा मुलीला केंद्रस्थानी मानावे.

स्वत:शी असे म्हणा - जर तुम्हाला आवडले तर श्रोत्यांना मोठ्याने असे म्हणा की तुम्ही इतक्या सोप्या शब्दात भाषण करणार आहात की लहान मुलालासुद्धा ते समजेल आणि ज्या प्रश्नांवर चर्चा झाली ती लहान मुलांच्याही लक्षात राहील आणि मीटिंग संपल्यानंतर ते तुम्ही काय सांगत होता ते इतरांना सांगू शकतील.

आमच्या क्लासमधील एका डॉक्टरने त्याच्या भाषणात असे मत व्यक्त केले की, 'श्वासपटलाच्या साहाय्याने होणारा श्वासोच्छ्वास ही इंटेनस्टाईनच्या पुढे-

मागे होणाऱ्या हालचालींसाठी होणारी विशिष्ट मदत आहे आणि तो आरोग्य चांगले राहण्यासाठी मिळालेला एक वर आहे.' एवढे बोलून तो वक्ता तो विषय तिथेच सोडून दुसऱ्या विषयाकडे गडबडीने वळण्याच्या बेतात होता, पण आमच्या प्रशिक्षकाने त्याला थांबवले आणि वर्गातील विद्यार्थ्यांना सांगितले की श्वासपटलाने होणारे श्वसन आणि एरवीचे नेहमीचं श्वसन यातील फरक ज्या कोणाला कळला आहे त्यांनी हात वर करावे, ते आरोग्यासाठी वरदान कसे आहे हे स्पष्ट करावे आणि पुढे-मागे होणारी हालचाल म्हणजे काय? विद्यार्थ्यांना काहीच कळले नव्हते याचे त्या डॉक्टरला आश्चर्य वाटले. म्हणून तो पुन्हा व्यासपीठावर गेला आणि त्याने अधिक सुस्पष्ट करून सांगितले ते असे.

'श्वासपटल हा एक पातळसा स्नायू आहे. तो छातीच्या खालच्या बाजूला आणि फुफ्फुसाच्या तळाशी आणि पोटाचे छप्पर असल्यासारखा पोटाच्या पोकळीत असतो. तो जेव्हा स्तब्ध असतो आणि श्वासोच्छ्वास फुफ्फुसांच्या साहाय्याने चालू असतो तेव्हा तो एखाद्या वॉशबाऊलसारखा वक्राकार असतो.

पोटातील श्वासोच्छ्वासाच्या वेळी प्रत्येक श्वास या श्वासपटलाला खाली ढकलते तेव्हा त्याचा वक्राकार जाऊन ते सरळ रेषेत येते आणि तुम्हाला जाणवते की तुमचे पोटाचे स्नायू तुमच्या कमरेच्या बेल्टला धडका मारत आहेत. श्वासपटलावरचे हा खालच्या बाजूला पडलेल्या दाबामुळे पोटाच्या वरच्या बाजूच्या अवयवांना मालिश करतो व हालचालींना उद्युक्त करतो - हे अवयव म्हणजे पोट, लिव्हर, पॅन्क्रियाज, स्प्लीन, नर्व्हज् वगैरे.

आता तुम्ही उच्छ्वास सोडता तेव्हा तुमचे पोट आणि तुमचे इंटेन्स्टाईन श्वासपटलाला धडकतात आणि त्यांचे मर्दन होते. हे मर्दन अन्न बाहेर ढकलण्यास मदत करते.

अनेक रोगांचे माहेरघर हे इंटेन्स्टाईनच असते. वारंवार होणारे अपचन, मलावरोध आणि फुड पॉयझनींग हे विकार जर तुम्ही श्वासपटलाच्या सहाय्याने खोलवर श्वासोच्छ्वास केले तर नाहीसे होतात. कारण त्यांना योग्य तो व्यायाम मिळतो.'

कोणत्याही गोष्टीचे स्पष्टीकरण करताना सोप्या गोष्टीकडून अवघड गोष्टीकडे जाणे हे नेहमी चांगले असते. असे समजा की गृहिणींच्या एका गटाला रेफ्रिजरेटर नियमितपणे डिफ्रॉस्ट का करायचा असतो याची कारणे समजावून सांगत आहात. जर तुम्ही हे खालीलप्रमाणे केले तर तुम्ही ती मोठी चूक करत आहात.

रेफ्रिजरेटर या तत्त्वावर काम करतो की बाष्पीभवनाने आतील उष्णता बाहेर काढली जाते. जेव्हा उष्णता बाहेर काढली जात असते तेव्हा त्याबरोबरीची आर्द्रता इव्हॅपोरेटरला चिकटते आणि एकावर एक थर बसून ते इतके जाड होते की इव्हॅपोरेटरकडून उष्णता बाहेर जाण्यास प्रतिबंध करते आणि मोटारवर अतिरिक्त

भार पडतो.

गृहिणी ज्या गोष्टींना परिचित आहेत अशाच गोष्टी त्यांना सांगितल्या तर त्यांना हे समजणे कसे सोपे होईल ते बघा.

तुमच्या रेफ्रिजरेटरमध्ये तुम्ही मांस टिकवण्यासाठी कोठे ठेवता ते तुम्हाला माहितीच आहे. ठीक आहे तुम्हाला हेसुद्धा माहिती आहे की फ्रिझरमध्ये बर्फ कसा गोठतो. रोज त्याचे थरावर थर बसून काही वेळेस फ्रिझरचा दरवाजाही बंद करणे मुश्किल होते, म्हणून फ्रीज चालू सुस्थितीत ठेवण्यासाठी तो डिफ्रॉस्ट करणे गरजेचे असते. आता असे बघा की, फ्रिझरच्या भोवती जमलेले हे बर्फ तुम्ही गादीवर झोपताना ब्लँकेट अंगावर ओढता तसे आहे किंवा तुमच्या घरातून उष्णता बाहेर जाऊन नये म्हणून तुमच्या भिंतींमध्ये असलेल्या रॉकवूलप्रमाणे आहे. आता जितका बर्फाचा हा थर अधिक अधिक जाड होईल तितके फ्रिझरसाठी गरम हवा रेफ्रिजरेटरच्या इतर भागातून बाहेर टाकणे मुश्किल होईल व त्यामुळे रेफ्रिजरेटर थंड राहू शकणार नाही. त्याचा परिणाम असा होईल की रेफ्रिजरेटरच्या मोटारला रेफ्रिजरेटर थंड राहण्यासाठी अधिक काम करावे लागेल. पण जर तुमच्या रेफ्रिजरेटरला अॅटोमॅटिक डिफ्रॉस्टर असेल तर बर्फाचे थर बनण्यास संधी मिळत नाही. त्याचा परिणाम असा होतो की मोटारला थोडेच काम थोड्या वेळासाठी करावे लागते.

या विषयावर अॅरिस्टॉटलने मोठा मोलाचा सल्ला दिला आहे. तो म्हणतो, 'विचार शहाण्या माणसासारखा करा. पण बोलणे सामान्य माणसासारखे असू द्या.' जर तुम्हाला काही तांत्रिक शब्द उच्चारणे गरजेचे असेल तर जोपर्यंत तुम्ही तुमच्या श्रोत्यांमधील प्रत्येकाला याचा अर्थ समजावून सांगत नाही तोपर्यंत ते उच्चारू नका. खास करून तुम्ही एखादा सिद्धान्त समजावून सांगतात तेव्हा ते शब्द तुम्हाला पुन:पुन्हा वापरावे लागतात.

मी एकदा एक स्टॉक ब्रोकर काही बायकांच्या समुदायासमोर बोलताना ऐकले. तो त्यांना बँकिंगची आणि इन्व्हेस्टमेंटच्या मूलभूत गोष्टी समजावून सांगत होता. तो अत्यंत साधी-सोपी भाषा वापरत होता आणि ते तो संवादाच्या स्वरूपात मांडत होता. जवळपास सगळ्या गोष्टी त्याने त्यांना समजावून सांगितल्या. फक्त काही महत्त्वाचे शब्द जे त्यांच्यासाठी नवीन होते जसे की तो म्हणाला, 'क्लिअरिंग हाऊस', 'पुल्स अॅन्ड कॉल्स', 'रिफंडींग', 'मॉर्गेजेस' आणि 'शॉर्ट सेल्स व लाँग सेल्स'. असे असले तरी जे भाषण अत्यंत आकर्षक व नेटके झाले असते ते काहीसे 'पझल' (कोडे) होऊन बसले. कारण त्याला त्याची पुसटशीही जाणीव नव्हती की जे शब्द फक्त ट्रेडिंग मध्येच वापरले जातात ज्याची त्या बायकांना ओळखही नव्हती.

आमचे असेही काही म्हणणे नाही की तुम्ही त्या त्या विषयातले काही खास

शब्द वापरू नका. फक्त जेव्हा केव्हा असे विशिष्ट शब्द वापराल तेव्हा तेव्हा त्याचे स्पष्टीकरण द्या. असे करायला कधीही विसरू नका. कारण ही डिक्शनरी सर्वस्वी तुमची असते.

तुम्हाला व्यावसायिक गाण्याबद्दल काही बोलायचे आहे का? किंवा प्रेरणादायी खरेदीबद्दल बोलायचे आहे का? वर्ग मुक्त कला शिकवणाऱ्या अभ्यासक्रमाबद्दल किंवा कॉस्ट अकाउंटींगबद्दल किंवा शासनाच्या सवलतींबद्दल किंवा स्वयंचलित वाहनांबद्दल जे रस्त्याच्या चुकीच्या बाजूने जातात? तुम्हाला मुलांना मोकळीक देणारा दृष्टिकोन बाळगण्यासाठी उपदेश देणे तुम्हाला आवडेल का? किंवा लिफो सिस्टीमची यादी बनवणे आवडेल? पण एका गोष्टीची खात्री करून घ्या की तुम्ही ज्या विशिष्ट विषयाबद्दलचे ज्ञान त्यांना सांगणार आहात त्या वेळी तुम्ही जे विशिष्ट शब्द स्वीकारले ते तुमचे श्रोतेसुद्धा तसेच स्वीकारणार आहेत का?

* * *

पाचवी / **दृश्य कल्पनांचा आधार घ्या**

डोळ्यांपासून मेंदूपर्यंत जाणाऱ्या रक्तवाहिन्या या कानापासून मेंदूपर्यंत जाणाऱ्या वाहिन्यांपेक्षा अनेक पटीने मोठ्या असतात आणि शास्त्र आपल्याला हेच सांगते की डोळ्यांनी पाहिलेल्या सूचनेकडे आपण कानांनी ऐकलेल्या सूचनेपेक्षा २५ पट अधिक लक्ष देतो.

एक जपानी म्हण अशी आहे की, '१०० वेळा एखाद्या गोष्टीबद्दल सांगण्यापेक्षा एकदा ती गोष्ट पाहिली तर तिचा प्रभाव अधिक पडतो.'

म्हणून तुम्हाला तुमचे मुद्दे सुस्पष्ट करायचे असतील तर तुमच्या कल्पनांना मूर्त स्वरूप द्या. नॅशनल कॅश रजिस्टर कंपनीचे संस्थापक जॉन एच्. पॅटरसनची योजना हीच होती. त्याने *'सिस्टीम मॅगेझिन'*मध्ये जो अग्रलेख लिहिला होता त्याच्यामध्ये त्याच्या कामगारांशी बोलताना आणि त्याच्या विक्रेत्यांशी बोलताना तो हीच पद्धत वापरत असे.

'माझी अशी ठाम समजूत आहे की कोणीच एखादी गोष्ट समजून घेण्यासाठी किंवा वक्त्याने आपल्याकडे श्रोत्यांचे लक्ष वेधून घेण्यासाठी फक्त भाषणावर अवलंबून राहून नये. यासाठी काहीतरी नाट्यमय गोष्टींची पुरवणी लागते म्हणून जेथे जेथे शक्य असेल तेथे तेथे बरोबर काय व चुकीचे काय ते सांगण्यासाठी चित्रांची जोड द्यावी. शब्दांपेक्षा आकृत्या अधिक पटवून देणाऱ्या असतात आणि चित्र हे आकृत्यांपेक्षा अधिक आकर्षक असतात. एखाद्या विषयाचे आदर्श सादरीकरण असे असेल की ज्याच्या प्रत्येक भागाचे चित्र काढून त्या चित्रांना जोडण्याचे काम

शब्द करतील. मला हे खूप लवकर समजले की माणसांबरोबर व्यवहार करताना इतर कशापेक्षाही चित्र खूप काम करतात. एवढेच मी म्हणू शकतो.'

जर तुम्ही एखादा तक्ता वापरणार असाल किंवा आकृत्या दाखवणार असाल तर एक गोष्ट लक्षात ठेवा की तो श्रोत्यांना लांबून पाहता येईल इतपत मोठा हवा आणि त्यापेक्षा अधिक काही करायला जाऊ नका. एकामागून एक मोठमोठे तक्ते दाखवणेसुद्धा श्रोत्यांसाठी कंटाळवाणे होऊ शकते. जर तुम्ही फळ्यावर जाता-येता आकृती काढणार असाल तर कच्ची आकृती फार वेळ न दवडता काढा. कारण श्रोत्यांना तुमच्या चित्रकलेच्या कौशल्यात अजिबात रुची नसते. संक्षेप रूपे वापरा, मोठ्या आणि सुवाच्य अक्षरात लिहा; त्याचवेळी श्रोत्यांशी संवाद साधा आणि लिहिताना किंवा चित्र काढताना अधूनमधून मागे वळून श्रोत्यांकडे बघा.

तुम्ही पुराव्यांदाखल काही श्रोत्यांना दाखवणार असाल तर पुढील सूचना पाळा आणि बघा श्रोते तल्लीन होऊन तुमचे बोलणे ऐकतील.

१. तुम्ही पुरावा म्हणून नेलेली वस्तू जोपर्यंत ती वापरण्याची तुमची तयारी झाली नसेल तोपर्यंत वर काढू नका.
२. पुराव्यादाखल वापरण्याच्या वस्तू पुरेशा मोठ्या हव्यात जेणेकरून शेवटच्या रांगेतील लोकांनाही त्या दिसतील. निश्चितच कोणताही पुरावा पाहिल्याशिवाय श्रोते त्यापासून काही शिकणार नाहीत.
३. तुम्ही बोलत असताना पुराव्यादाखल आणलेली वस्तू श्रोत्यांमध्ये हाताळायला देऊ नका. संकट कशाला ओढवून घ्यायचे?
४. तुमचे श्रोते पाहू शकतील इतक्या उंचीवरूनच ही वस्तू दाखवा.
५. तुम्ही जी वस्तू आणली आहे ती वर हालणारी, डोलणारी असेल तर स्थिर वस्तूंपेक्षा ती दहापट परिणामकारक असेल. शक्य असेल प्रात्यक्षिक करून दाखवा.
६. बोलत असताना त्या वस्तूकडे टक लावून पाहू नका. तुम्ही तुमच्या श्रोत्यांबरोबर संवाद साधण्याचा प्रयत्न करत आहात, त्या वस्तूबरोबर नव्हे.
७. तुमचे त्या वस्तूबरोबरचे काम झाले असेल तर शक्य असल्यास ती श्रोत्यांच्या नजरेआड करा.
८. तुम्ही श्रोत्यांना दाखवायला नेलेली वस्तू ही स्वत:च 'गूढकथा' असेल तर ती टेबलावर अशा पद्धतीने ठेवा की तुम्ही बोलत असताना तिचे तोंड तुमच्याकडे असेल. ती झाकून ठेवा. तुम्ही बोलत असताना त्या वस्तूचे संदर्भ अंगुलीनिर्देश करून द्या. त्यामुळे श्रोत्यांची उत्सुकता ताणली जाईल. ते काय आहे ते अजिबात सांगू नका तरच जेव्हा तुम्ही ती उघडी करून दाखवाल तेव्हा लोकांमध्ये कमालीचे औत्सुक्य, उत्कंठा आणि रुची असेल.

कोणत्याही विषयातील संदिग्धता टाळण्याची दृश्य माध्यमे दिवसेंदिवस अधिक लोकप्रिय होऊ लागली आहेत. तुमच्या मनात तुमच्या श्रोत्यांना काय सांगायचे आहे त्याची उजळणी करून त्यांना सचित्र माहिती देणे हाच तुमच्या श्रोत्यांना तुमचे म्हणणे जाणून घेण्याची संधी देणारा उत्तम मार्ग आहे.

अमेरिकेचे दोन अध्यक्ष, दोघेही उत्तम भाषणे देण्यात मातब्बर. त्यांनी असे सांगितले की तुमचे विचार सुस्पष्ट असणे आणि ते लोकांना सुस्पष्टपणे समजणे हे प्रशिक्षण आणि शिस्त यांचाच परिणाम आहे. लिंकन जसे म्हणतो की सुस्पष्टपणाचे आपल्याला वेड लागले पाहिजे. त्यांनी नॉक्स कॉलेजच्या डॉ. गलिव्हर या अध्यक्षांबद्दल सांगितले की त्यांनी किती लहान वयात स्वत:मध्ये हे वेड प्रयत्नपूर्वक निर्माण केले ते सांगतात. मला जेथपर्यंत आठवते तेथपर्यंतच्या माझ्या बालपणीच्या आठवणीत, जेव्हा मी छोटा मुलगा होतो तेव्हा मोठी माणसे माझ्याशी बोलत असताना जर मला ते समजले नाही तर मी त्यांना त्रासून सोडायचो. मला असे वाटत नाही की मी कधीच शीघ्रकोपी होतो. पण मला असे काही समजले नाही की मात्र मी खूप अस्वस्थ होत असते आणि आजही होतो. मग अशा वेळी मी माझ्या छोट्याशा खोलीत जात असे आणि त्या संध्याकाळी आमचे शेजारी व माझे वडील यांच्यात काय गप्पा झाल्या या आठवून, रात्रीचा जराही वेळ वाया न घालवता सारखा वर-खाली फिरत त्या शब्दांचा अर्थ लावायचा प्रयत्न करत असे. कित्येकदा ते अनाकलनीय असे, मी झोपू शकत नसे, अगदी प्रयत्न करूनसुद्धा झोप येत नसे. मी जेव्हा या अशा शिकारीच्या मोहिमेवर निघत असे, तेव्हा मी पुन:पुन्हा ती वाक्ये मनाशी घोळत, त्यांना माझ्या स्वत:च्या साध्या भाषेत रूपांतर करून कोणत्याही सामान्य मुलाला समजेल अशी खात्री होईपर्यंत मी विश्रांती घेत नसे. ती सवय मला तेव्हापासून जी चिकटली ती आजतागायततशीच आहे.

दुसरा प्रथितयश अध्यक्ष वुड्रो विल्सन याने सुस्पष्टपणाबद्दल उपदेशाचे असे बोल लिहिले आहेत. ते तुम्हाला सांगूनच या प्रकरणाचा शेवट करणे उचित होईल असे मला वाटते.

माझे वडील हे एक प्रचंड विद्वतेचा स्त्रोत होते. माझे उत्तम प्रशिक्षण हे त्यांच्यामुळेच घडू शकले. त्यांना कधीच कुठलीही संदिग्धता खपली नाही आणि मी जेव्हापासून लिहायला लागलो तेव्हापासून तर थेट त्यांच्या मृत्यूपर्यंत म्हणजे इ. स. १९०३ पर्यंत, जेव्हा ते ८१ वर्षांचे होते तोपर्यंत मी लिहिलेला प्रत्येक शब्दन्‌शब्द ते वाचत असत.

ते मला मोठ्याने वाचून दाखवायला लावत. ज्याचा मला खूप त्रास होत असे. दर मिनिटा-मिनिटाला ते मला थांबवत, 'यामधून तुला नेमके काय म्हणायचे आहे?' मी त्यांना हे सांगायचो आणि अर्थातच असे करताना मी पूर्वी कागदावर

लिहिल्यापेक्षा अधिक सोप्या रीतीने व्यक्त व्हायचो. मग ते पुढे म्हणायचे, 'मग तू तसे लिहिले का नाहीस?'

तुला जे म्हणायचे आहे नेमके त्याच्यावरच तुझ्या बंदुकीचा रोख ठेव! एखाद्या पक्षाला मारताना त्याच्यावर नेम धरला की सगळेच पक्षी उडून जातात तसे तुझ्या शब्दांच्या अर्थाबाबत करू नको.

प्रकरण ९

मन वळविणारे भाषण

एकदा स्त्री-पुरुषांच्या एका गटाला आपण चक्रीवादळाच्या मार्गात सापडलो आहोत की काय असा भास झाला. हे चक्रीवादळ खरेखुरे नव्हते, पण जवळपास तसेच होते. थोडक्यात, मॉरीस गोल्डब्लॅट नावाचे हे मानवरूपी वादळ होते. त्या गटातील एकाने जे वर्णन केले ते असे.

आम्ही शिकागोमध्ये दुपारचे जेवण घेण्यासाठी एका टेबलावर बसलो होतो. आम्ही या माणसाला एक फर्डा वक्ता म्हणून ओळखत होतो, तो जेव्हा बोलायला उभा राहिला तेव्हा आम्ही उत्सुकतेने त्याच्याकडे पाहायला लागलो.

त्याने शांतपणे बोलायला सुरुवात केली. अत्यंत ऐटबाज, नीटनेटके कपडे केलेला, आनंदी, मध्यमवयीन माणूस त्याला तेथे बोलावल्याबद्दल आमचे आभार मानत होता. त्याला काहीतरी गंभीर विषयावर बोलायचे होते, तो म्हणाला आणि त्याला अशी आशा होती की जर त्याने आम्हाला काही त्रास दिला असेल तर आम्ही त्याला माफ करावे.

नंतर एखाद्या वावटळीप्रमाणे त्याने आम्हाला तडाखा दिला. तो पुढे झुकला व त्याने त्याचे डोळे आमच्यावर रोखून धरले. त्याने त्याच्या आवाजाची तीव्रता जराही वाढवली नाही, पण तरीही मला त्याचा आवाज घुमल्यासारखा वाटला.

तो म्हणाला, 'तुमच्या भोवताली पाहा, एकमेकांकडे पाहा, तुम्हाला माहिती आहे का या खोलीत बसलेल्या तुमच्यापैकी किती जण कॅन्सरने मृत्युमुखी पडणार आहेत? तुमच्यापैकी ४५ पेक्षा अधिक वयाच्या असणाऱ्यांमधले चारपैकी एक, पुन्हा सांगतो चारपैकी एक.'

मग तो काही क्षण थांबला, आता त्याच्या चेहेऱ्यावर सौम्य भाव आले, 'हे एक साधे पण कटू वाटणारे सत्य आहे; परंतु असे फार काळ चालणार नाही.' तो पुढे म्हणाला, 'यासाठी काहीतरी केले पाहिजे. हे काहीतरी म्हणजे कॅन्सरवरील उपचारांबाबत प्रगती केली पाहिजे आणि कॅन्सर होण्यामागच्या कारणांवर संशोधन

केले पाहिजे.'

त्याने आमच्याकडे गंभीरपणे पाहिले. त्याचे कटाक्ष टेबलाभोवतीच्या सगळ्यांवर फिरत होते. मग त्याने विचारले, 'या प्रगतीसाठी काही मदत करण्याची तुमची इच्छा आहे का?'

अशा प्रसंगी 'होय' या शिवाय दुसरे उत्तर आमच्यापैकी कोणाच्याच मनात येणे शक्य आहे का? मी ओरडलो, 'होय' आणि मला वाटते इतरांनीही तेच केले.

अगदी एका मिनिटापेक्षाही कमी वेळात आम्हाला मॉरीस गोल्डब्लॅटने जिंकून घेतले. त्याने आमच्यापैकी प्रत्येकाला व्यक्तिशः त्याच्या विषयाकडे खेचून नेले. त्याने आम्हाला सगळ्यांना, तो मानवतावादी तत्त्वावर कॅन्सरविरुद्ध जो लढा देत होता त्या मोहिमेत त्याने आम्हाला त्याच्या बाजूने करून घेतले.

आपल्याला हवी असलेली प्रतिक्रिया श्रोत्यांकडून मिळवणे हा कोणत्याही ठिकाणी, कोणत्याही वेळी, कोणत्याही वक्त्याचा अंतस्थ हेतू असतो आणि तसे घडलेही! मि. गोल्डब्लॅटला आमच्या प्रत्येकाकडून काहीतरी मिळविण्याचे नाट्यपूर्ण उत्तम कारण मिळाले. तो आणि त्याचा भाऊ नाथन यांनी अगदी शून्यातून धंद्याला सुरुवात केली होती. एका डिपार्टमेंटल स्टोअरची त्यांची साखळी होती. जे वर्षाला १,००,०००,००० डॉलर्सचा बिझिनेस करत होते. खूप वर्षांच्या मेहनतीनंतर त्यांना प्रचंड यश मिळाले होते आणि त्यानंतर त्याचा भाऊ फारच थोड्या काळासाठी आजारी पडला आणि त्यातच त्याचा मृत्यू झाला. तो कॅन्सरमुळे मेला. त्यानंतर मॉरीस गोल्डब्लॅटने मनावर घेतले आणि गोल्डब्लॅट फाउंडेशनने शिकागो विद्यापीठाला पहिले १ लाख डॉलर्स कॅन्सरवरील संशोधनासाठी दिले. एवढेच नव्हे तर आपल्या व्यवसायातून निवृत्त होऊन त्याने स्वतःचा वेळही दिला - लोकांना कॅन्सरविरुद्ध लढण्यासाठी गोडी उत्पन्न व्हावी म्हणून त्याने तन-मन-धन अर्पण केले.

मॉरिस गोल्डब्लॅटच्या व्यक्तिमत्त्वाला हा सगळा इतिहास आहे आणि त्यानेच आम्हाला जिंकून घेतले. प्रामाणिकपणा, कळकळ, उत्साह, अढळ विश्वास हे त्याचे सगळे गुण काही मिनिटांसाठी त्याने आम्हाला दिले. या महान कार्यासाठी त्याने स्वतःला वाहून घेतले होते. या सगळ्यामुळे आम्ही इतके भारावून गेलो की आम्ही वक्त्याशी जणू करारच केला की आम्ही त्याच्याबरोबर मैत्रीपूर्ण व्यवहार घेऊन आणि तो करत असलेले महान काम पुढे नेऊ.

एक / **तुम्ही ज्या आत्मविश्वासास पात्र आहात तो वाढवा**

क्विंटिलिअन याने वक्त्याचे वर्णन असे केले आहे की, 'बोलण्याचे कौशल्य असलेला भला माणूस'. तो चारित्र्य आणि प्रामाणिकपणा याबद्दल बोलत होता. या पुस्तकामध्ये प्रभावी भाषणकलेची वैशिष्ट्ये याशिवाय दुसरे काहीही नाही आणि

असणारही नाही. पिअरपॉन्ट मॉरगन म्हणाला की, 'प्रतिष्ठा, नावलौकिक मिळवण्याचा उत्तम मार्ग म्हणजे चारित्र्य' श्रोत्यांचे भय न बाळगता आत्मविश्वास मिळवण्याचा सुद्धा हाच मार्ग आहे.

अलेक्झांडर बुलकॉट याने असे म्हटले आहे की, 'माणूस जेव्हा कळकळीने, प्रामाणिकपणाने बोलतो तेव्हा त्याच्या आवाजाला सत्याची धार चढते, तेथे खोटेपणाला वावच नसतो.'

खासकरून जेव्हा आपल्या भाषणाचा हेतू हा खात्री पटवून देणे, मन वळवणे असा असेल तेव्हा आपले स्वत:चे विचार श्रोत्यांसमोर अंतस्फूर्तीने अशा पद्धतीने वाटावे की जे त्या गोष्टीबद्दल खात्री पटली पाहिजे, तरच आपण ते इतरांना पटवून देण्याचा प्रयत्न करू शकतो.

* * *

दोन / **सकारात्मक प्रतिसाद मिळवा**

नॉर्थवेस्टर्न विद्यापीठाचे माजी अध्यक्ष वॉल्टर डिल स्कॉट म्हणाले की, आपल्या मनात येणारी प्रत्येक कल्पना, प्रत्येक विचार किंवा निर्णय हे तोपर्यंत खरेच मानावेत जोपर्यंत त्याला विरोध करणारी दुसरी एखादी कल्पना समोर अवतरत नाही. हा विचार एकदा रुजला की श्रोत्यांकडून होकारच अपेक्षित असेल. न्यू यॉर्क शहरातील 'न्यू स्कूल फॉर सोशल रिसर्च' येथे भाषण करताना माझे चांगले मित्र प्रो. हॅरी ओव्हरस्ट्रीट यांनी मोठ्या हुशारीने या विचारधारेची मानसिक पार्श्वभूमी काय आहे याचा अभ्यास केला.

त्या कुशल वक्त्याने प्रारंभीलाच श्रोत्यांकडून माना डोलावून घेतल्या. त्याने कौशल्याने मानसशास्त्रीय प्रक्रियांचा वापर करून श्रोते होकारार्थी माना डोलावतील अशीच योजना केली होती. ही जणू काही बिलियर्ड खेळातील चेंडूप्रमाणे हालचाल होती. चेंडूला एका दिशेने पुढे ढकलले की तो अधिक वेगाने दिशा बदलून पुढे जातो आणि त्याला पुन्हा विरुद्ध दिशेनी पाठवायला फार जास्त जोर लागतो.

इथे दिलेली मानसशास्त्रीय पद्धत अगदी स्पष्ट आहे. जेव्हा एखादी व्यक्ती 'नाही' म्हणते आणि खरोखर तिला तेच अभिप्रेत असते तेव्हा ती व्यक्त या दोन अक्षरी शब्द उच्चारण्यापलीकडे फार जास्त काहीतरी करीत असते. त्या व्यक्तीचे सगळे अवयव चेतनसंस्था, ग्रंथी, मज्जासंस्था सगळ्या एकत्रितपणे ठाम नकार दर्शवतात. सहसा हे सगळे एका मिनिटातच घडून येते. पण काही वेळेस हा शारीरिक संप आपल्या निरीक्षणास येतो. थोडक्यात संपूर्ण मज्जासंस्था स्वीकाराच्या विरोधात दंड थोपटते. याच्या उलट जेव्हा एखादी व्यक्ती 'होय' असे शब्द

उच्चारते तेव्हा एकही नकारात्मक घटना घडत नाही. सगळे अवयव हालचालीत मग्न असतात. त्यांच्यात स्वीकार असतो व खुला, मनमोकळा दृष्टिकोन असतो म्हणून आपल्याला शक्य तितके होकार प्रारंभीच मिळाले तर आपली जी काही मागणी किंवा सूचना असेल तिच्याकडे लक्ष वेधून घेण्यात आपण यशस्वी ठरतो.

असा 'होय-होय प्रतिसाद' मिळवणे हे एक फार सोपे तंत्र आहे आणि तरीसुद्धा किती दुर्लक्षित आहे. पुष्कळ वेळा असे दिसून येते की प्रारंभीच अनेक लोक संघर्ष करून आपण किती महत्त्वाचे आहोत हे दाखवून देतात. ते त्यांचे मूलगामी विचार, शतकानुशतके चालत आलेल्या परंपरा यातून बाहेर पडायला तयार नसतात आणि मग ते जहाल होतात. यातून काही भले होते का? तर तो हे स्वत:च्या तत्त्वांना चिकटून राहण्यासाठी करत असेल तर हे क्षमस्व आहे पण केवळ काही फायदा मिळवण्यासाठी करत असेल तर ते मूर्खपणाचे आहे.

तुमच्या संभाषणाच्या सुरुवातीलाच एखादा विद्यार्थी किंवा ग्राहक, किंवा एखादे मूल, नवरा किंवा बायको 'नाही' म्हणाले तर त्यांच्या नकाराचा होकारात बदल घडवून आणण्यासाठी मोठे शहाणपण आणि चिकाटी लागते.

मग प्रारंभीच एखाद्याला अपेक्षित सकारात्मक प्रतिसाद मिळत असेल तर तो कसा मिळवायचा? फार सोपे आहे! लिंकन म्हणतो एखाद्या युक्तिवादाला सुरुवात करण्याची आणि तो जिंकण्याची माझी हातोटी अशी आहे की, सुरुवातीलाच सहमतीचे मुद्दे शोधायचे. अगदी गुलामगिरीच्या वादग्रस्त आणि भडक विषयावर देखील त्याला असे काही मुद्दे सापडलेच. समतोल विचारांची ख्याती असलेले वृत्तपत्र 'मिरर' मध्ये एका भाषणात त्याने असे म्हटलं आहे की, 'त्याचे कट्टर विरोधकसुद्धा लिंकनने उच्चारलेल्या प्रत्येक शब्दाशी सहमत होत असत. तो जेव्हा भाषणांना सुरुवात करत असे तेव्हा एक एक मुद्दा हळूहळू श्रोत्यांना पटवत आपल्या मुठीत घेत असे.'

जो वक्ता आपल्या श्रोत्यांशी वाद घालतो, तो त्यांच्यातील बंडखोरीला आमंत्रण देतो हे स्पष्ट आहे, असे नाही का तुम्हाला वाटत? तुमचे वार परतवून लावण्याच्या पावित्र्यात असलेल्या श्रोत्यांचे मतपरिवर्तन होईल हे कसे शक्य आहे? अशी सुरुवात करणे हे शहाणपणाचे आहे का की, 'मी तुम्हाला हे-हे पटवून दाखवतो!' मग तुमच्या श्रोत्यांनी हे आव्हान म्हणून स्वीकारले आणि शांतपणे अशी प्रतिक्रिया दिली की, 'बघतोच तू कसे करतोस ते?' तर त्यात काही चुकीचे आहे का?

तुम्ही आणि तुमचे श्रोते यांचा ज्या गोष्टीवर विश्वास आहे त्याच्यावरच जोर देऊन भाषणाला सुरुवात करणे आणि मग नंतर त्या अनुषंगाने असे प्रश्न विचारणे की ज्यांची उत्तरे ऐकण्यात श्रोते उत्सुक असतील. हे फारसे हितावह नाही, हो ना?

मग तुमच्या श्रोत्यांना त्या प्रश्नांची उत्तरे शोधण्यास बरोबर घेऊन चला. तो शोध घेत असताना त्यांच्यासमोर तुम्ही पाहिलेले वास्तव चित्र अशारितीने स्पष्टपणे उभे करा की तुम्ही ज्या निष्कर्षाला आला आहात तोच निष्कर्ष ते पण स्वीकारतील. त्यांनी स्वत:ते सत्य शोधून काढले असे त्यांना वाटेल आणि म्हणून त्यांचा त्यावर विश्वास बसेल. 'सगळ्यात चांगला युक्तिवाद तोच असतो जो जणू काही स्पष्टीकरण आहे असे वाटते.'

प्रत्येक मतभेदामध्ये, मग तो मतभेद किती पराकोटीचा किंवा कडवा असेल तरीही सहमतीचा एक तरी सामाईक धागा त्यात असतो, ज्यावर वक्ता सगळ्यांना एकत्र येण्याचे आमंत्रण देऊ शकतो. उदाहरणच द्यायचे झाले तर ग्रेट ब्रिटनचे मुख्यमंत्री हॅरॉल्ड मॅकमिलन यांनी ३ फेब्रुवारी १९९० या दिवशी साऊथ आफ्रिकेच्या संसदेच्या दोन्ही सभागृहांना सभेला बोलावले. त्यांना युनायटेड किंगडमची वंशद्वेष विरहीत असलेले परराष्ट्रीय धोरण व त्यांचा दृष्टिकोन कार्यकारिणीला समजावून सांगायचा होता. जेथे वांशिक द्वेष अस्तित्वात होता, मग त्यांनी या फरकापासूनच बोलायला सुरुवात केली का? मुळीच नाही. त्यांनी साऊथ आफ्रिकेनी केलेली नेत्रदिपक आर्थिक प्रगतीवर जोर देऊन भाषणाला सुरुवात केली आणि संपूर्ण जगाच्याच दृष्टिकोनातून त्यांचे योगदान किती उल्लेखनीय आहे ते सांगितले. नंतर मोठ्या कौशल्याने आणि हुशारीने त्यांनी दोन देशांच्या धोरणातील तफावतीच्या प्रश्नाकडे लक्ष वेधले, असे करत असतानासुद्धा त्यांनी हेच सांगितले की हे वेगळेपणसुद्धा त्यांच्या दोघांच्याही ठाम विश्वासावरच आधारलेले आहेत. त्याचे संपूर्ण भाषण हे अत्यंत कौशल्यपूर्ण विधान होते ज्यामुळे फोर्ट सुमटर समोर लिंकनने जसे सभ्यकं परंतु कडक शब्दात भाषण केले होते त्याचीच आठवण होते. मुख्यमंत्री म्हणाले, 'कॉमनवेल्थ संस्थेचे सभासद म्हणून साऊथ आफ्रिकेला आधार आणि प्रोत्साहन देणे ही आमची प्रबळ इच्छा आहे. पण सांगायला खेद होतो की (मी जरा स्पष्टच बोलतो) आपली धोरणे परस्परविरोधी आहेत, ज्यामुळे आम्हाला आमच्या तत्त्वांशी प्रतारणा करावी लागेल आणि आम्ही आमच्या राज्यांमध्ये जे वंशभेदमुक्त वातावरण तयार केले आहे त्या आदर्शांना तडा जाईल. मला असे वाटते की मित्र या नात्याने आपण दोघांनी मिळून आपल्यातील गोरे आणि काळे या वांशिक भेदाला प्रशंसा किंवा दोष यांची वाटणी न करता सामोरे जाऊ.'

वक्त्याच्या समतोल मताचे द्योतक असलेले हे भाषण श्रोत्यांना कितपत खात्री पटवून देऊ शकले की नाही किंवा त्यांची मते वक्त्यापेक्षा भिन्न होती, त्याने फारसे बिघडत नाही, परंतु हा एक आदर्श भाषणाचा नमुना होता.

जर पंतप्रधान मॅकमिलन यांनी ताबडतोब त्यांच्या धोरणांमधील फरकावर हल्ला चढवला असता आणि सहमती मिळणारे मुद्दे नंतर सांगितले असते, तर

काय परिणाम झाला असता! *'दि माईंड इन दि मेकिंग'* या पुस्तकात प्रो. जेम्स हार्वे रॉबिन्सन यांनी या प्रश्नाला मनोवैज्ञानिक दृष्टिकोनातून दिलेले उत्तर असे.

कधीकधी आपल्याला असे जाणवते की आपली मानसिकता कोणत्याही भावनांच्या कल्लोळाशिवाय आणि कोणत्याही बळजबरीशिवाय बदलते आहे. पण जर आपल्याला कोणी असे सांगितले की आपले चुकले की ते आपल्या संतापाला कारणीभूत ठरते आणि आपले हृदय निष्ठूर होते. आपण आपल्या समजूती धारण करताना अविश्वसनीयरीत्या बेपर्वा असतो, पण तरीही त्या समजूतींबद्दल आपला आग्रह असतो आणि त्याच्यावरील आपला विश्वास जेव्हा कोणी हिरावून घ्यायचा प्रयत्न करतो तेव्हा आपण त्यांना आणखीन घट्ट पकडतो. खरे सांगायचे तर आपल्या त्या समजुती, आपल्याला तितक्याच प्रिय नसतात, पण त्यामुळे आपल्या आत्मसन्मानाला ठेच पोहोचते. 'माझे' हा शब्द छोटासाच, मानवी नातेसंबंधात सगळ्यात जास्त महत्त्वाचा आहे आणि योग्य पद्धतीने तो तोलूनमापून वापरणे ही शहाणपणाची पहिली पायरी आहे आणि 'माझे' या शब्दाला तेवढेच वजन आहे. मग ते 'माझे जेवण' असू दे, नाहीतर 'माझा कुत्रा' आणि 'माझे घर' किंवा 'माझ्या श्रद्धा', 'माझा देश', 'माझा देव' असू दे . आपले घड्याळ चुकीचे आहे किंवा आपली गाडी लाज आणणारी आहे, याचे कदाचित आपल्याला वैफल्य कमी वाटेल, पण जर कोणी आपल्या मंगळावर पोहोचण्याच्या कल्पना किंवा 'एपिक्टेटस' या शब्दाचा उच्चार किंवा सलाईसिने ची औषधाच्या दृष्टीने उपयुक्तता किंवा सारगॉन वनच्या तारखेबद्दलचा गोंधळ या आपल्या समजूतींना सुरुंग लावला तर ते आपल्याला चालत नाही. जे आपण शतकानुशतके ऐकत आलो आहोत. तेच स्वीकारण्यास आपण तयार असतो. पण आपल्या त्या समजूती खोट्या ठरवण्याचा कोणी प्रयत्न केला तरी आपण आपले मुद्दे पटवून देण्याचा प्रयत्न करतो. याचा परिणाम इतकाच होतो की आपला कार्यकारणभाव पटवून देण्याच्या नादात प्रचंड वादावादी होते. पण आपले समज तेच राहतात.

तीन / **उत्साह पसरवणारे भाषण करा**

जेव्हा वक्ता आपले विचार भावनापूर्ण आणि उत्साहवर्धक शब्दांमध्ये श्रोत्यांत पसरवतो तेव्हा त्या विचारांना छेद देणारे विचार श्रोत्यांच्या मनात उमटण्याची शक्यता कमी असते. एखादा संसर्गजन्य रोग जेवढ्या वेगाने आणि निश्चितपणे पसरतो तेवढ्या वेगाने हे कार्य व्हायला हवे. मी 'संसर्गजन्य' हा शब्द मुद्दामच वापरतो आहे कारण उत्साह तसाच असतो. तो नकारात्मक आणि विरोधी भावनांना हद्दपार करतो. जेव्हा तुमचा हेतू हा एखादी गोष्ट पटवून देणे हाच असतो तेव्हा लक्षात ठेवा की विचारांना जागृत करण्यापेक्षा भावनांना हात घालणे अधिक

श्रेयस्कर असते. थंड विचारांपेक्षा हेलावून सोडणाऱ्या भावना अधिक सशक्त असतात. भावनांना चेतावणी देण्यासाठी तुमच्या मनात कळकळ-आस्था हवी. वक्त्याने फार अलंकारीक शब्द वापरले तर तो कदाचित ढोंगी वाटेल. फारशी उदाहरणे-दाखले दिले नाही तर कदाचित त्याच्या भाषणाची जुळणी तो व्यवस्थित करू शकणार नाही. जर त्याच्या भाषणात आनंददायी सुरेलपणा नसेल आणि चेहेऱ्यावर हावभाव नसतील तरीही फारसे काही बिघडणार नाही, पण त्याच्या बोलण्यात प्रामाणिकपणा नसेल, तळमळ नसेल तर त्याचे भाषण हे चमचमणाऱ्या पोकळ सापळ्याप्रमाणे वाटेल. तुम्ही तुमच्या श्रोत्यांवर मोहिनी टाकायला निघाला आहात का? मग ती तुमच्यावरसुद्धा पडू दे! तुमच्यातील चैतन्य तुमच्या डोळ्यांमधून दिसू दे! तुमच्या आवाजातून सळसळू दे; तुमच्या हालचालींमधून स्पष्ट होऊ दे; मग आपसूकच तुमचा तुमच्या श्रोत्यांशी सुसंवाद घडून येईल.

प्रत्येक वेळी जेव्हा तुम्ही बोलता तेव्हा खास करून तुमचा मुद्दा पटवण्याचा हेतू तुम्ही उघडपणे कबूल करता, तेव्हा तुम्ही तुमच्या श्रोत्यांचा कल लक्षात घेणे गरजेचे आहे. तुम्ही उदासिन असाल तर तुमचे श्रोतेसुद्धा उदासिन असतील. तुम्ही जर उद्धट आणि विरोधक असाल तर तुमचे श्रोतेसुद्धा तसेच असतील. हेन्री वॉर्ड बिचर लिहितो की, 'जर चर्चमधले लोक झोपी गेलेले असतील तर एकच गोष्ट करण्यासारखी असते. सभागृहातील लोकांना जो जागा दाखवतो त्या माणसाच्या हातात काठी द्या आणि त्याला त्या धर्मोपदेशकाला मागून ढोसायला लावा.'

एकदा कोलंबिया विद्यापीठामध्ये क्युर्टिस मेडल प्रदान करण्याच्या स्पर्धेसाठी ज्या तीन जजेस्ना पाचारण करण्यात आले होते, त्यापैकी मी एक होतो. ते सहा पदवीपूर्व विद्यार्थी होते, त्या सगळ्यांचे उत्तम प्रशिक्षण झालेले होते आणि सगळ्यांना एकदाचे भाषण करून कधी मोकळे होतो आहे असे झाले होते, पण त्यामध्ये एक अपवाद होता. बाकीचे सगळे ते पदक हासील करण्यासाठी उतावीळ झाले होते. त्यांना आपले म्हणणे पटवून देण्यामध्ये अगदी थोडा किंवा अजिबातच रस नव्हता.

त्यांनी त्याचे जे विषय निवडले होते त्यामागे त्यांची वक्तृत्वकला सुधारावी एवढा एकच उद्देश होता. ते जे काही युक्तिवाद करत होते, त्यामध्ये त्यांना फारसे स्वारस्य नव्हते आणि त्यांची पुढची भाषणे म्हणजेसुद्धा केवळ श्रोत्यांवर फेकलेलं शब्दबंबाळ बाण वाटत होते.

पण एका झुलु राजपुत्राचा मात्र याला अपवाद होता, त्याने जो विषय निवडला होता त्याचे नाव होते 'आधुनिक नागरी जीवनातील आफ्रिकेचे योगदान'. त्याने उच्चारलेला प्रत्येक शब्द हा भावनेने ओथंबलेला होता. त्याचे भाषण हा केवळ सराव प्रकार नव्हता, त्यामध्ये जिवंतपणा होता. जो त्याच्या ठाम समजूती आणि

उत्साह यामधून आला होता. तो त्याच्या बांधवांचा प्रतिनिधी म्हणून बोलत होता, देशाचा प्रतिनिधी म्हणून शहाणपण, चारित्र्यसंपन्न आणि सदिच्छा यांचे मिश्रण त्याच्यामध्ये होते. त्याने आमच्यापर्यंत त्याच्या लोकांच्या आशावादाचा संदेश पोहोचवला आणि तो आम्ही समजून घ्यावा अशी आम्हाला विनंती केली.

जरी एवढ्या मोठ्या समुदायासमोर भाषण करणे हे त्याच्या इतर २/३ स्पर्धकांइतके त्याला जमले नव्हते, तरीसुद्धा आम्ही त्यालाच पदक दिले. आम्हा तिन्ही जजेस ना काय जाणवले तर त्याच्यामधली खऱ्या कळकळीची आग! ती सत्याने तळपत होती. बाकीची भाषणे तर निव्वळ लुकलुकणाऱ्या गॅसच्या दिव्यांप्रमाणे होती.

दूरवरच्या देशात राहूनही राजपुत्र त्यांच्याच शहाणपणातून हे शिकला होता की तुम्ही तुमच्या भाषणात फक्त तर्कशक्तीच्या जोरावर स्वतःचे व्यक्तिमत्त्व श्रोत्यांवर थोपवू शकत नाही, तर तुम्ही जे काही सांगता त्यावर तुमचा स्वतःचा किती विश्वास आहे हे तुम्हाला लोकांना दाखवून द्यावे लागते.

* * *

चार / **तुमच्या श्रोत्यांबद्दल आदर व प्रेम दिसू द्या**

डॉ. नॉर्मन व्हिन्सेंट पेले एकदा व्यावसायिक विनोदी कलाकाराबद्दल भाषणाच्या सुरुवातीला असे म्हणाले की, ‘मानवी व्यक्तिमत्त्वाला प्रेमाची गरज असते आणि त्याबरोबर आत्मसन्मानाचीसुद्धा! प्रत्येक मानवाला प्रतिष्ठा, महत्त्व आणि किंमत याबद्दल त्याचा आतला आवाज काही सांगत असतो. समोरच्या माणसाच्या या मागणीला तुम्ही जर धुत्कारले तर तुम्ही त्या व्यक्तीला कायमसाठी गमावता म्हणून तुम्ही जेव्हा एखाद्या व्यक्तीवर प्रेम करता आणि त्याच्याबद्दल आदर दाखवता तेव्हा तो तुमचा होऊन जातो आणि त्यानुसार तोसुद्धा तुमच्यावर प्रेम करतो व तुमचा आदर करतो.

एकदा एका कार्यक्रमात मी एका कलाकाराबरोबर होतो. मला तो माणूस फारसा चांगला माहिती नव्हता. पण त्या भेटीनंतर माझ्या असे लक्षात आले की त्याला काहीतरी अडचण आहे आणि मला असे वाटते की मला त्याचे कारण कळले आहे. माझी आता भाषण करण्याची पाळी आली होती म्हणून मी त्याच्या शेजारी शांतपणे बसलो होतो. तो मला म्हणाला, ‘तुम्ही उदास तर नाही झालात ना?’

मी म्हणालो, ‘का नाही? झालो आहे. मी जेव्हा श्रोत्यांसमोर उभा राहातो त्याच्या आधी नेहमीच माझ्यावर ताण येतो. मला माझ्या श्रोत्यांबद्दल नितांत आदर

आहे आणि ही जबाबदारीच मला तणावपूर्ण बनवते. तुम्ही नाही का उदास होत?'

तो म्हणाला, 'छे! काय म्हणून मी हा ताण घ्यायचा? श्रोत्यांचे काय एवढे मनावर घ्यायचे, ते असे काय मोठे शहाणे असतात.'

मी म्हणालो, 'मी तुमच्याशी सहमत नाही. श्रोतेच तुमचे सार्वभौम न्यायाधीश असतात. मला त्यांच्याबद्दल मोठा आदर वाटतो.'

मी जेव्हा या माणसाच्या लोकप्रियतेला उतरती कळा लागल्याचे वाचले तेव्हा मला आश्चर्य वाटले नाही. डॉ. पेले यांना खात्री होती की त्याचे कारण त्या माणसाच्या दृष्टिकोनामध्ये आहे. जो समोरच्या व्यक्तीला जिंकायचे सोडून त्याला विरोध करत राहतो.

आपल्यापैकी ज्यांना इतरांना काही द्यावेसे वाटते त्यांच्यासाठी हा किती मोलाचा उपदेश आहे!

पाच / **मैत्रीपूर्ण सुरुवात करा**

एकदा एका निरिश्वरवादी माणसाने विल्यम पेलेला असे आव्हान दिले की या विश्वात सर्वश्रेष्ठ परमेश्वर नाही हे तुम्ही कसे खोडून काढू शकाल? यावर पेलेने अत्यंत शांतपणे आपले घड्याळ हातात घेतले, ते उघडले आणि म्हणाला, 'मी जर तुम्हाला असे सांगितले की हे काटे, ही चक्रे, ही स्प्रिंग यांनी स्वत:च स्वत:ला निर्माण केले आहे आणि ते या केसमध्ये एकत्रितपणे जाऊन बसले आहेत आणि स्वत:च्या बळावर धावत आहेत तर तुम्ही माझ्या बुद्धिमत्तेबद्दल शंका घ्याल ना? पण आता वर आकाशाकडे बघा. आकाशातील तारे पाहिले का! त्या प्रत्येकाला त्याचा नेमून दिलेला मार्ग आणि गती आहे. सूर्याभोवती फिरणारे पृथ्वी आणि इतर ग्रह! ते सगळे दिवसभरात लाखो मैलांचे भ्रमण करतात. प्रत्येक ग्रहमालेत एक सूर्य आहे आणि अवकाशात त्यांचे अस्तित्व आहे. जणू काही ही त्यांची स्वत:ची सोलर सिस्टीम आहे. सगळ्यांची भ्रमंती चालू असूनही तेथे धडका होत नाहीत, ते एकमेकांवर अतिक्रमण करत नाहीत, कोणताही संभ्रम नाही. सारे कसे शांत, कार्यतत्पर आणि सुनियंत्रित! हे सगळे आपोआप घडते किंवा कोणीतरी त्यांना तसे वागायला भाग पाडते. यापैकी कशावर विश्वास बसणे अधिक सोपे आहे?'

असे समजा की विल्यम पेलेने या विरोधकाच्या प्रश्नाला रागावून धुडकावले असते की, 'काय देव नाही? मूर्ख गाढवासारखे काहीतरी बोलू नकोस. तुला समजते का की तू काय बोलतोयस?' तर मग काय घडले असते? नक्कीच भांडाभांडी - निरर्थक शब्दयुद्ध, संताप, चिडचिड आणि काही नाही. त्या निरिश्वरवादी माणसाने पेलेवर अशोभनीय चिखलफेक केवळ आपल्या मतांचा पाठपुरावा करण्यासाठी केली असती. एखाद्या रानबोक्यासारखा तो फुरफुरला असता. का? प्रोफेसर

ओव्हरस्ट्रीट सांगतात त्याप्रमाणे, त्यांचं कारण हे की ती त्यांची मतं होती आणि त्यांच्यासाठी ती अत्यंत किमती अपरिहार्य! आणि त्याला विरोध म्हणजे त्याच्या स्वआदराला ठेच! त्याच्या अहंकाराला तडा गेला असता!

खरोखर, अभिमान हे मानवी स्वभावाचे असे एक विध्वंसक गुणवैशिष्ट्य आहे, की जे आपल्या विरोधी कार्य करते. का नाही या गुणवैशिष्ट्याचा आपल्या फायद्यासाठी उपयोग करून घेणे शक्य होईल? कसे? पेलेने ते करून दाखवले. त्याच्या मते आपण ज्या सूचना मांडतो त्या आपल्या विरोधकाच्या समजुतींशी बऱ्याच प्रमाणात मिळत्याजुळत्या असतात. त्यामुळे अशा सूचनांना विरोध करण्यापेक्षा त्या स्वीकारणे खरे तर विरोधकाला अधिक सोपे असते. त्यामुळे विसंगती रोखली जाते आणि आपण तो म्हणतो आहोत त्याला विरोध करून परिस्थिती बिघडवणारे विचार मनात येण्यापासून परावृत्त होतात.

पेलेने मानवी मनाच्या या नाजूक स्थितीचे जे सूक्ष्म निरीक्षण केले आहे ते असे. माणसाच्या मनाचा जो एक किल्ला असतो त्याच्यामध्ये प्रवेश करण्याची कला अनेक लोकांमध्ये नसते. माणसाच्या ठाम समजुतींचा हा अभेद्य किल्ला भेदण्याचे काम त्याच्या मालकाच्या गळ्यात गळा घालून करावे लागते. गैरसमजुतीने ते असा विचार करतात की आपल्याला हा किल्ला समोरून हल्ला करून भेदायचा आहे. त्याच्यासाठी युद्ध पुकारायचे आहे. त्यामुळे काय होते! ज्या क्षणाला आपण हे बंड पुकारतो त्या क्षणाला किल्ल्यापर्यंत नेणारा खास पूल आतमध्ये खेचला जातो, अवाढव्य मजबूत दरवाजे कड्याकुलपे लावून घट्ट बंद केली जातात. साखळी करून उभे असलेले तिरंदाज आपल्या लांब धनुष्यांनी सज्ज होतात, शब्दांचे युद्ध सुरू होते. एकमेकांना शब्दबंबाळ केले जाते, अर्थात अशा युद्धाचा शेवट 'अनिर्णित' असाच होतो आणि एकमेकांना काहीच पटवून देण्यात ते अपयशी ठरतात.

मी आता तुम्हाला यापेक्षा अधिक शहाणपणाचा सल्ला देणार आहे. जुनाच आहे! सेंट पॉल यांनी ही पद्धत फार पूर्वी वापरली होती. मार्स हीलवर अथेन्समधील लोकांसमोर त्याने जे प्रसिद्ध भाषण केले होते त्या वेळी ही पद्धत मोठ्या चातुर्याने आणि कौशल्याने वापरली होती, इतकी की आज १९ व्या शतकानंतरही आपल्याला त्याचे कौतुक करणे भाग पडते. तो उच्च विद्याविभूषित होता आणि त्याने ख्रिश्चन धर्म स्वीकारल्यानंतर त्याच्या अलौकिक वक्तृत्वामुळे तो त्यांचा प्रमुख सल्लागार बनला. एकदा तो अथेन्सला गेला - पेरिक्लीस नंतरचे अथेन्स. ते अथेन्स ज्याने अनेक वैभवशाली शिखरे गाठली होती; परंतु ज्याचे वैभव आता लयाला गेले होते. खुद्द बायबलमध्येसुद्धा या कालावधीचे वर्णन असे केले आहे की, 'तेथील सर्व अथेनियन्स आणि परकीयसुद्धा आपला सगळा वेळ काहीतरी नवीन ऐकण्यात किंवा सांगण्यात घालवत होते.'

त्या काळी रेडिओ नव्हता, केबल नव्हती, टेलिव्हिजन नव्हता, बातम्या पसरवण्याचे जलद साधन नव्हते. मग प्रत्येक संध्याकाळी काहीतरी नवीन बातमी मिळणार कशी याचे अथेन्समधील लोकांना वैषम्य वाटू लागले, आणि त्याच वेळी सेंट पॉलचे आगमन झाले. हे काहीतरी नवीन होते. ते त्याच्या भोवती गोळा झाले. त्याच्यामुळे त्यांचे मनोरंजन झाले. ते त्याच्याबद्दल उत्सुक होते आणि त्यांना त्याच्यात स्वारस्य पण होते. त्यांनी त्याला अेरोपॅगसकडे नेले व विचारले, 'तुम्ही जे काही बोललात ती नवीन धार्मिक तत्त्वे काय आहेत हे आम्हाला जरा समजावून सांगाल का? कारण तुम्ही जे बोललात ते यापूर्वी आमच्या कानांनी कधी ऐकले नाही. तुम्ही आम्हाला समजावून सांगितले तरच आम्हाला ते कळेल.'

थोडक्यात, दुसऱ्या शब्दात सांगायचे तर त्यांनी त्याला भाषण करण्यास आमंत्रण दिले आणि जराही आढेवेढे न घेता पॉलने कबूल केले. खरे सांगायचे तर तो तेवढ्यासाठीच तेथे आला होता. त्या वेळी बहुधा तो एखाद्या दगडावर किंवा विटेवर उभा राहिला असावा आणि काहीसे उदास होत - जसे की सगळेच चांगले वक्ते प्रारंभी उदास होतात - आपले तळहात एकमेकांवर चोळून आणि घसा खाकरून सुरुवात केली असेल.

तथापि त्या लोकांनी त्याला आमंत्रण देताना 'नवीन धार्मिक तत्त्वे आणि विचित्र गोष्टी' शब्द वापरले होते. तो त्याला अजिबात आवडला नाही. तो विचारी होता, या कल्पना मुळापासून उपटून टाकायला हव्या. संघर्ष आणि मतभेद पसरवण्यासाठी ती अत्यंत सुपीक जमीन होती. सेंट पॉलची अशी इच्छा नव्हती की त्याचे विचार अथेन्समधील लोकांना विचित्र परकीय वाटावे. त्याला त्यांना असे काही सांगायचे होते की ज्याच्याशी ते जोडलेले असतील, जे त्यांना आवडेल आणि ते असे असेल की तो पूर्वीपासून त्यावरच विश्वास ठेवत आले होते. असहमत होणाऱ्या सर्व सूचना त्यामुळे धुक्यात विरून जातील. पण कशा? तो एक क्षणभर थांबला आणि मग त्याला एक अत्यंत बुद्धिमान कल्पना सुचली आणि मग त्याने त्याचे एक अमर भाषण केले. 'माझ्या अथेन्समधील बंधू-भगिनींनो, मला असे ठायी-ठायी जाणवते आहे की, जवळपास सगळ्याच बाबतीत तुम्ही श्रद्धाळू आहात.'

आता या वाक्याचा अर्थ कोणी 'तुम्ही खूप धार्मिक आहात' असा लावेल आणि मला असे वाटते की तोच योग्य आहे. तोच तंतोतंत बरोबर आहे. ते अनेक देवांची पूजा करत, ते खूप धार्मिक होते. त्यांना त्याचा अभिमान होता. जॉन पॉलने त्यांचे कौतुकच केले, त्यांना खूष केले. त्यांना पण तो खूप आवडला. प्रभावशाली संवादकौशल्याचे मुख्य गमक हेच की तुमच्या विधानांच्या पुष्ट्यर्थ एखादा दाखला द्या. सेंट पॉलने तेच केले. तो पुढे म्हणाला,

'कारण, जेव्हा मी या रस्त्याने जात होतो तेव्हा तुमचा भक्तिभाव मी स्वत:

माझ्या डोळ्यांनी पाहिला. मला तेथे एक चौथरा दिसला ज्याच्यावर पुढील अक्षरे कोरलेली होती. ती अक्षरे होती, 'आम्हाला अपरिचित असलेल्या देवास.'

आता तुमच्या लक्षात आले ना की ते किती धार्मिक होते! त्याचाच हा पुरावा आहे. एखाद्या देवतेचासुद्धा आपल्याकडून अवमान व्हायला नको याची ते केवढी काळजी घेत होते! म्हणूनच त्यांनी त्या चौथऱ्यावर अपरिचित देवाचासुद्धा उल्लेख केला आहे. आपल्या नकळत होणाऱ्या क्षुल्लक चुकांचेही परिमार्जन करण्यासाठी ही एक प्रकारची ब्लँकेट पॉलिसी आहे. सेंट पॉलने मुद्दामच या विशिष्ट चौथऱ्याचा उल्लेख करून त्यांना असे दाखवले की त्याने त्याचे जे मत व्यक्त केले आहे ते त्याच्या प्रामाणिक अवलोकनातून!

आता येथे त्याने जे सुरुवातीचे वाक्य होते की, 'म्हणून तुम्ही अजाणतेपणाने ज्या देवाची पूजा करत आला आहात....' त्याच्या खरेपणाची पूर्तता त्याने केली.

नवी धार्मिक तत्त्वे... नवीन गोष्टी? असे काही नाही. तो त्यांना देवासंबंधीची काही वास्तवे स्पष्ट करून देणार होता जी की त्यांना आधीच माहिती होती. फक्त त्याची जाणीव नव्हती, त्या जाणिवांशिवायच ते देवाची पूजा करत आले होते. ज्या गोष्टींवर त्यांचा विश्वास नव्हता आणि ज्या गोष्टी ते भक्तीभावाने स्वीकारत होते. अशा विरुद्ध गोष्टींमधले साम्य दाखवून त्याने त्यांचे मतपरिवर्तन केले - इतके विलक्षण होते त्याचे तंत्र!

नंतर त्याने त्याच्या गुलामगिरीच्या आणि पुनरुज्जीवनाच्या तत्त्वांबद्दल सांगितले आणि त्यांच्या साहित्यातील ग्रीक कवींच्या कवितांमधील काही ओळी उद्धृत केल्या आणि आपले भाषण संपवले. त्याच्या काही श्रोत्यांनी नाके मुरडली, पण इतरांना ते आवडले. ते म्हणाले, 'आम्हाला या विषयावरील तुमचे विचार पुन्हा ऐकणे आवडेल.'

समोरच्याला आपले भाषण पटवून देण्यामध्ये किंवा इतरांवर छाप पडेल असे बोलण्यामध्ये आपली समस्या ही आहे की श्रोत्यांच्या मनात आपली कल्पना रुजवणे आणि त्या विरोधात श्रोत्यांच्या मनात नकारात्मक कल्पना निर्माण होण्यास प्रतिबंध करण्याचे ज्याच्या अंगी हे कौशल्य असेल त्याला ही भाषणकला प्राप्त होईल आणि तो इतरांवर प्रभाव टाकू शकेल. मी माझ्या *'हाऊ टू विन फ्रेन्ड्स अ‍ॅन्ड इन्फ्लुएन्स पिपल'* मध्ये जो नियम सांगितला आहे तो इथे नेमकेपणानं उपयुक्त ठरेल.

तुमच्या आयुष्यात जवळपास रोजच तुम्ही अशा लोकांशी बोलत असता ज्यांच्याबरोबर कोणत्या ना कोणत्या विषयावरील चर्चेमध्ये तुमच्यात मतभेद होतो. तुम्ही सततच घरी, ऑफिसमध्ये, मित्रमंडळींमध्ये, लोकांना तुमच्याशी सहमत करून घेण्याचा प्रयत्न करत असता. मग तुम्ही त्यासाठी ज्या पद्धती वापरता

त्यामध्ये सुधारणा करण्यास काही वाव आहे का? तुम्ही कशी सुरुवात कराल? लिंकनची किंवा मॅकमिलनची युक्ती वापरून? जर तुम्ही असे करू शकलात तर तुम्हाला मुत्सद्दी आणि असामान्य मानावे लागेल. वुड्रो विल्सनचे शब्द इथे आठवणे समर्पक ठरेल - 'तुम्ही जर माझ्याकडे आलात आणि म्हणालात, 'चला आपण जरा एकत्र बसू आणि चर्चा करू. जर आपल्यात काही मतभेद असतील तर ते समजून घेऊ की आपल्यामध्ये मतभेद का आहेत? त्याचे मुद्दे कोणते आहेत? लगेचच आपल्या असे लक्षात येईल की आपण एकमेकांपासून फार दूर नाही आहोत. आपल्यातील मतभेदाचे मुद्दे कमी आणि सहमतीचे मुद्दे अधिक आहेत आणि जर आपल्यामध्ये सोशिकता, औदार्य आणि मनापासून इच्छा असेल की आपल्याला एकत्र राहायचे आहे, तर नक्कीच आपण एकत्र राहतो.'

प्रकरण १०

हजरजबाबी भाषण

त्या गोष्टीला फार दिवस झाले नाहीत. एक प्रमुख व्यावसायिक व सरकारी अधिकारी यांची औषधकंपनीच्या नवीन प्रयोगशाळेचे यश साजरे करण्यासाठी एकत्र भेट होती. संशोधनाचे जे डायरेक्टर होते त्यांचे ६ मदतनीस एकापाठोपाठ एक उठून जीवशास्त्रज्ञ आणि रसायनशास्त्रज्ञ यांच्या नेत्रदीपक कामगिरीबद्दल भरभरून बोलत होते. ते संसर्गजन्य रोग प्रतिबंधक नवीन व्हॅक्सिन्स तयार करत होते. तसेच हवेतून पसरणाऱ्या रोगाविरुद्ध लढण्यासाठी नवीन प्रतिजैविके तयार करत होते. तसेच नवीन गुंगीची औषधे ताणतणाव दूर करण्यासाठी तयार करत होते. त्याचे प्रयोग आधी प्राण्यांवर आणि नंतर मानवांवर करून त्याचे अतिशय नाट्यमय परिणाम दिसून आले.

एक अधिकारी त्या डायरेक्टरला म्हणाला, 'फारच उत्कृष्ट कामगिरी आहे ही! तुमची माणसे तर जादूगार आहेत. पण तुम्हीसुद्धा याबद्दल आम्हाला काही का सांगत नाही?'

त्यावर उदासपणे तो डायरेक्टर म्हणाला, 'मी फक्त स्वत:शी बोलू शकतो, एवढ्या मोठ्या जमावाबरोबर नाही!'

पण थोड्याच वेळात अध्यक्षांनी त्या डायरेक्टरला आश्चर्यजनकरीत्या व्यासपीठावर आणले व म्हणाले, 'आपण या संशोधन पथकाच्या डायरेक्टरकडून या विषयावर काहीच ऐकले नाही. त्यांना औपचारीक भाषण देणे आवडत नाही. पण मी त्यांना विनंती करतो की त्यांनी आमच्यासाठी दोन शब्द बोलावे.'

खरोखर मोठी दयनीय अवस्था होती ती. डायरेक्टर जागेवरच उभे राहिले आणि कसेबसे महत्प्रयासाने ते दोन वाक्ये बोलले. ते विस्ताराने बोलू शकत नाही याबद्दल त्यांनी श्रोत्यांची माफी मागितली आणि असे सांगितले, या व्यासपीठासाठी एवढेच योगदान करू शकतो.

तुम्हीच बघा, त्याच्या क्षेत्रातील हा प्रचंड बुद्धिमत्ता आणि नावलौकिक असलेला

माणूस आणि तो एखाद्या बथ्थड माणसासारखा लाचार झाला होता! असे घडण्याची काय आवश्यकता होती? आपल्या पायांवर उभे राहून प्रसंगानुरूप चार वाक्ये बोलणे शिकून घेण्याइतकी त्याची पात्रता नक्कीच होती. आमच्या क्लासमधील एकही विद्यार्थी की ज्याला हे गंभीरपणे शिकायचे आहे तो अपयशी झाला असे मी अद्याप पाहिले नाही. हे सुरुवातीला या डायरेक्टरने जसे केले की विषयाचा आणि धारिष्ट्याचा अभाव आणि अपयशाची खात्री असलेला नकारात्मक दृष्टिकोन! परंतु त्यानंतर थोड्याच वेळात त्याच्या इच्छाशक्तीच्या जोरावर आणि निश्चयाच्या बळावर तो त्याचे भाषण पूर्ण करू शकतो, कितीही अवघड असले तरी!

तुम्ही कदाचित असे म्हणाल, 'जर मी माझ्या भाषणाची तयारी केली आणि सराव केला तर मी ही परिस्थिती निभावून नेऊ शकतो; पण अचानक अनपेक्षितपणे मला जर कोणी भाषण करायला सांगितले तर मात्र मला शब्दच सुचत नाहीत.'

आपल्या विचारांची जुळणी करून एका क्षणात त्यांना शब्दरूप देऊन श्रोत्यांपर्यंत पोहोचवण्याची क्षमता असणे हे लांबच लांब, तर्कशुद्ध, खूप परिश्रम घेऊन केलेल्या भाषणापेक्षा काही बाबतीत अधिक स्पृहणीय असते. आता काळ बदलला आहे. आधुनिक उद्योगधंद्यात, व्यवसायात सहजतेला अधिक प्राधान्य आहे. संवादात सहजता आणण्यासाठी आपले विचार लवचीक असणे आणि जलदगतीने त्यांना शब्दरूप मिळणे महत्त्वाचे असते. उद्योगावर आणि सरकारी कामांवर परिणाम करणारे अनेक निर्णय हे एकट्या माणसाकडून घेतले जात नाहीत तर ते कॉन्फरन्स टेबलाभोवती घेतलेले निर्णय असतात. अर्थात प्रत्येकालाच आपले मत व्यक्त करण्याचा अधिकार असतो. पण त्याला जे काही म्हणायचे असेल ते ताकदीनिशी पण आपल्या गटाला अनुसरून एकमुखानेच म्हणावे लागते आणि अशा वेळी हजरजबाबी भाषणाचे कौशल्य कामी येते आणि त्याचे इष्ट परिणाम घडून येतात.

एक / **हजरजबाबी बोलण्याचा सराव करा**

ज्याच्या अंगी आत्मसंयमन आहे असा कोणताही सामान्य बुद्धिमत्तेचा माणूस स्वीकारार्ह आणि अनेकदा विद्वतापूर्ण हजरजबाबी भाषण करू शकतो. हजरजबाबी भाषण याचा साधा, सोपा अर्थ असा की कोणतीही पूर्वतयारी न करता बोलणे. जेव्हा अचानकपणे तुम्हाला दोन शब्द बोलण्यासाठी व्यासपीठावर बोलावले जाईल तेव्हा तुम्हाला अस्खलित बोलता यावे आणि तुमची क्षमता सिद्ध करता यावी यासाठी अनेक मार्ग आहेत. त्यापैकी एक पद्धत अशी की, एक योजना तयार करा जी काही प्रसिद्ध सिनेमा नटांनी वापरली होती.

काही वर्षांपूर्वी डगलस फेअरबँक्स याने अमेरिकन, मॅगॅझिनमध्ये एक लेख लिहिला होता. ज्याच्यामध्ये त्याने चार्ली चॅप्लीन आणि मेरी पिकफोर्ड यांच्याबरोबर

जो गमतीशीर शो दोन वर्षांपर्यंत प्रत्येक रात्री केला गेला, त्याबद्दल लिहिले आहे. तो फक्त एक कार्यक्रम नव्हता तर त्यापेक्षा बरेच काही जास्त होते. हा एक वक्तृत्वकलेच्या क्षेत्रातील सगळ्यात अवघड प्रकाराचा सराव होता. ते म्हणजे स्वत:च्या पायावर उभे राहून विचार करणे. फेअरबँकने तो कार्यक्रम कसा होता ते लिहिले आहे.

आमच्या तिघांपैकी प्रत्येक जण कागदाच्या एका चिठोऱ्यावर एक विषय लिहायचे. मग त्या चिठोऱ्यांची घडी घालून ते खालीवर केले जायचे. एक जण एक चिठ्ठी काढायचे. चिठ्ठी वाचल्याबरोबर ताबडतोब त्याला उभे राहून त्या विषयावर ६० सेकंदांपर्यंत बोलावे लागायचे. आम्ही एकदा घेतलेला विषय परत घेत नव्हतो. एके रात्री तर मला 'लॅम्प शेड्स' या विषयावर बोलावे लागले. जर तुम्हाला वाटत असेल 'सोपे आहे, त्यात काय एवढे' तर एकदा बोलून बघा. मी कसेबसे निभावले.

पण विशेष सांगायचे म्हणजे आम्ही तिघेही तेव्हापासून अधिक खुसखुशीत नर्मविनोद करण्यास सरावलो. किती वेगवेगळ्या प्रकारचे विषय असू शकतात, याची आम्हाला जाणीव झाली. त्याहीपेक्षा अधिक चांगले तर हे झाले की केवळ एका क्षणाच्या पूर्वसूचनेवर आम्ही त्या विषयावरचे आमचे ज्ञान आणि आमचे विचार यांच्यात सुसुत्र बांधणी करू लागलो. आम्ही स्वत:च्या पायावर उभे राहून विचार करण्यास शिकलो.

माझ्या अभ्यासक्रमाच्या दरम्यान कित्येकदा वर्गातील विद्यार्थ्यांना हजरजबाबी भाषण देण्याबद्दल आदेश व्हायचे. या क्षेत्रातील माझा अनुभव तगडा असल्यामुळे मी हे शिकलो की, अशा प्रकारच्या सरावामुळे दोन फायदे होतात. पहिले हे की या सरावामुळे माझ्या वर्गातील मुलांनी हे स्वत: डोळ्यांनी पाहिले ते स्वत:च्या पायावर उभे राहून विचार करू शकतात आणि दुसरे असे की या अनुभवामुळे त्यांना जेव्हा पूर्ण तयारीनिशी भाषण करायची वेळ येत असे तेव्हा त्यांना सुरक्षित वाटे व ते आत्मविश्वासाने भरून जात असत. त्यांना अशी जाणीव होत असे की समजा अगदी वाईटात वाईट असे घडले की त्यांना पुढचे काही आठवलेच नाही आणि डोळ्यांसमोर अगदी काळोख पसरला तरी त्यांनी यापूर्वी स्वत:च्या बुद्धिमत्तेच्या जोरावर हजरजबाबी भाषण केलेले असल्यामुळे पुन्हा हरवलेल्या मार्गावर येईपर्यंत ते सहज निभावून नेतील.

म्हणून आमचा अभ्यासक्रम चालू असेपर्यंत एकदा किंवा दोनदा विद्यार्थ्यांना हे ऐकावेच लागे की, 'आज तुमच्यापैकी प्रत्येकाला वेगवेगळा विषय दिला जाईल त्याच्यावर तुम्हाला भाषण करायचे आहे. जोपर्यंत तुम्ही भाषणाला उभे राहात नाहीत, तोपर्यंत तो तुम्हाला कळणार नाही, शुभेच्छा!'

मग काय होणार? एखाद्या अकाउंटंटवर जाहिरातींबद्दल बोलायची वेळ येई तर जाहिरात क्षेत्रात विक्री करणाऱ्याला बालवाडीबद्दल बोलावे लागे. एखाद्या शाळेतल्या शिक्षकाला बँकिंगबद्दल बोलावे लागे आणि बँकरला शिकवायचे काम मिळे. एखाद्या कारकुनाला उत्पादनाबद्दल बोलावे लागेल तर उत्पादन क्षेत्रात माहीर असलेल्याला वाहतुकीच्या साधनांबद्दल बोलायची वेळ येई.

मग ते काही खाली माना घालून बसले का? आणि त्यांनी शरणागती पत्करली का? नाही कधीच नाही! पण, आपण सर्वज्ञानी आहोत किंवा मी म्हणतो तेच खरे, असा आव पण त्यांनी आणला नाही. त्यांच्या जे परिचयाचे होते त्याच्या चौकटीत त्यांनी त्यांचे ज्ञान बसवण्याचा प्रयत्न केला. त्यांच्या पहिल्या प्रयत्नात त्यांनी काही फारसे चांगले भाषण केले नाही, परंतु ते जागेवरून उठले, चालत व्यासपीठापर्यंत गेले. काहींसाठी ते सोपे होते तर काहींसाठी ते अवघड होते. पण तरीही त्यांनी त्यांचे प्रयत्न चालू ठेवले. त्यांना सगळ्यांनाच आनंद झाला, कारण त्यांना आपण एवढं करू शकणार नाही असे वाटत होते. त्यांच्या अपेक्षेपेक्षा त्यांची कामगिरी अधिक चांगली झाली. त्यांच्यासाठी हा एक रोमांचक अनुभव होता. त्यांनी स्वत: हे अनुभवले तरी त्यांच्यामध्ये जी क्षमता नाही अशी त्यांची खात्री होती तिचा विकास त्यांच्यामध्ये ते स्वत: करू शकले.

माझा असा विश्वास आहे की, जर ते हे करू शकतात तर कोणीही हे करू शकते - फक्त पाहिजे कठोर निश्चय आणि आत्मविश्वास - आणि जेव्हा कोणी हे अधिक वेळा करेल तेव्हा ते त्याला अधिक सोपे वाटेल. आपल्या पायावर उभे राहून विचार करण्यास प्रवृत्त करण्याचे प्रशिक्षण आम्ही आणखी एका मार्गाने देतो; आणि ते म्हणजे साखळी पद्धतीनं हजरजबाबी भाषण. आमच्या अभ्यासक्रमाचे ते एक प्रमुख आकर्षण आहे. वर्गातील एका विद्यार्थ्याला गोष्टीची सुरुवात करायला सांगितले आहे. जितक्या अधिक चांगल्या प्रकारे तो सांगू शकेल तितके ते स्वागतार्ह असेल. उदाहरणार्थ, तो म्हणेल, 'दुसऱ्या दिवशी जेव्हा मी माझे हेलिकॉप्टर घेऊन निघालो तेव्हा उडत्या तबकड्यांचा एक थवाच माझ्या दिशेने वेगाने झेपावत असताना मी पाहिला, मी माझे हेलिकॉप्टर खाली उतरवण्यास सुरुवात केली; पण माझ्या अगदी जवळ असलेल्या तबकडीतून एक छोटा माणूस बाहेर आला व त्याने बॉम्ब फेकायला सुरुवात केली.' मी या क्षणाला त्या वक्त्याला वेळ संपल्याची घंटा वाजवली आणि मग ज्याचा पुढचा नंबर होता त्याला ती गोष्ट पुढे न्यायची होती. प्रत्येकाची गोष्ट पुढे नेण्याची पाळी होईपर्यंत गोष्टीतील घटना पुढे सरकत सरकत सगळ्यांच्या योगदानामुळे ती कदाचित मंगळ या उपग्रहापर्यंत पोहोचली असेल किंवा काँग्रेसच्या हॉलपर्यंत! कोणतीही पूर्वतयारी न करता भाषण कौशल्य प्राप्त करणे हे एक प्रशिक्षणातले कौतुकास्पद साधन आहे. अशा प्रकारचा

सराव जे लोक करतील तितके वास्तव आयुष्यातील अशा प्रकारच्या परिस्थितीला सामोरे जाण्यात ते यशस्वी ठरतील आणि जे त्यांच्या व्यवसायाच्या संदर्भात किंवा सार्वजनिक आयुष्यात सातत्याने व गांभीर्याने वापरू शकतील.

* * *

दोन / **हजरजबाबी भाषण देण्यास मानसिकरीत्या तयार राहा**

जेव्हा तुमची काहीच तयारी नसताना तुम्हाला भाषण देण्यास बोलावले जाते तेव्हा तुमच्याकडून तुमचा ज्या विषयात हातखंडा आहे अशा विषयावर मत व्यक्त केले जाण्याची शक्यता असते. इथे समस्या ही असते की, भाषण करण्याच्या अचानक ओढवलेल्या परिस्थितीला तोंड द्यायचे असते आणि हे ठरवायचे असते की इतक्या थोडक्या वेळात आपल्याला नेमके काय सांगायचे आहे. यामध्ये प्रवीण होण्याचा एक उत्तम मार्ग असा की मानसिकदृष्ट्या स्वत:ला अशा परिस्थितीला तोंड देण्यास तयार ठेवायचे. जर तुम्ही एखाद्या मीटिंगमध्ये असाल तर स्वत:ला असा प्रश्न विचारा की आता जर तुम्हाला बोलावले गेले तर तुम्ही काय म्हणाल? आत्ता या वेळेला तुमच्या विषयाचे कोणते अंग या परिस्थितीला अनुरूप असेल? तुमच्या समोर ठेवलेल्या प्रस्तावाचा स्वीकार करणार की नाकारणार ते कोणत्या विशिष्ट वाक्यरचनेच्याद्वारे सांगणार आहात? म्हणून माझ्या उपदेशाचा पूर्वार्ध असा असेल की सर्वच प्रसंगात हजरजबाबी भाषण देण्यासाठी मानसिक तयारी असू द्या.

यासाठी गरज असते तुम्ही तुमच्या स्वत:च्या बुद्धिने विचार करण्याची! आणि असा विचार करणे ही जगातील सगळ्यात अवघड गोष्ट आहे. पण मी हे निश्चितपणे सांगू शकतो की ज्या माणसाला हजरजबाबी वक्ता म्हणून नावलौकिक मिळाला असेल त्याने सामाजिक क्षेत्रातील जेथे तो हजर असेल, तेथील घडामोडींचे विश्लेषण करण्यामध्ये आपला बहुमूल्य वेळ खर्च केला असेल. ज्याप्रमाणे एखाद्या विमानाचा वैमानिक कोणत्याही अवघड संकटाच्या प्रसंगात अतिशय थंड डोक्याने सामोरे जाण्यास सिद्ध असतो व अचूक निर्णय घेतो. तसेच हजरजबाबी वक्ता हा मनातल्या मनात अशा अनेक भाषणाची तयारी करून ठेवतो. ज्यापैकी क्वचितच काही भाषणे प्रत्यक्षात देण्याची वेळ येते. खरे सांगायचे तर ही भाषणे म्हणजे 'हजरजबाबी भाषणे' नव्हेतच. सर्वसामान्य तयारी केलेली ही भाषणे असतात.

जेव्हा तुम्हाला तुमच्या भाषणाचा विषय माहिती नसतो तेव्हा समस्या अशी असते की ती वेळेच्या आणि प्रसंगाच्या चौकटीत बसवावी लागतात. पण जेव्हा तुम्ही तत्काळ एखाद्या विषयावर बोलता तेव्हा कोणती बाजू तुम्ही उचलून धरणार आहात, हे निश्चित करा. तुमची पूर्वतयारी नाही याबद्दल माफी मागू नका. तुम्ही

अचानक बोलायला उठला आहात हे गृहीतच धरलेलं आहे. जरी ताबडतोब जमले नाही तरी शक्य तेवढ्या लवकर विषयाला हात घाला आणि माझी तुम्हाला कळकळीची विनंती की हा उपदेश पाळा.

* * *

तीन / **ताबडतोब दाखल्यांमध्ये शिरा**

का? तीन कारणांसाठी. (१) आता पुढचे वाक्य काय बोलायचे या समस्येतून तुमची सुटका होईल. कारण उदाहरण देणार म्हणजे आपण अनुभव सांगणार, त्यासाठी पाठांतराची गरज नसते. ते हजरजबाबी भाषणात सहज आठवतात. (२) तुम्ही भाषण करताना जणू काही उंच-उंच झोके घ्याल कारण तुमची प्रारंभीची भीती कुठल्याकुठे पळून जाईल. (३) श्रोतेसुद्धा सावरून बसतील आणि उत्सुकतेने तुमचे बोलणे लक्षपूर्वक ऐकतील जसे मी तुम्हाला यापूर्वी सातव्या प्रकरणात सांगितले की, एखाद्या घटनेचे कथन करणे हे श्रोत्यांचे लक्ष ताबडतोब आपल्याकडे वेधून घेण्याचे प्रभावी साधन आहे.

मानवी हिताच्या गोष्टी सांगणाऱ्या तुमच्या उदाहरणामध्ये श्रोते रंगून जातील आणि तुमच्या भाषणाच्या प्रारंभीच्या काही मिनिटांमध्ये ज्या प्रतिसादाची तुम्हाला गरज होती तो तुम्हाला भरभरून मिळेल. संवाद हा दुहेरी मार्ग आहे हे जेव्हा वक्ता श्रोत्यांचे मन जिंकून घेईल तेव्हा त्याच्या लगेच लक्षात येईल. जेव्हा वक्त्याच्या असे लक्षात येईल की त्याच्या बोलण्याने श्रोत्यांच्या डोक्यात हजारो व्हॉल्टसचे दिवे पेटले आहेत व ते ज्ञानाने उजळून निघाले आहेत. तेव्हा त्या वक्त्याच्या अंगी पण स्फुरण चढेल व तोसुद्धा श्रोत्यांना आपल्यातले जास्तीत जास्त चांगले देण्याचा प्रयत्न करेल. अशा पद्धतीची श्रोते व वक्ता यांच्यामधील एकरूपता, तीच यशस्वी भाषणाची गुरुकिल्ली आहे - त्याच्याशिवाय खऱ्या अर्थाने संवाद घडून येणे अशक्य आहे. म्हणूनच मी तुम्हाला आग्रह करतो की तुमच्या भाषणाची सुरुवात उदाहरणे देऊन करा. खास करून जेव्हा तुम्हाला दोन शब्द बोलण्यासाठी व्यासपीठावर आमंत्रित केले जाईल.

चार / **जोशपूर्ण हालचालींसह बोला**

आत्तापर्यंत या पुस्तकात यापूर्वीही अनेकदा सांगून झाले आहे की, पूर्ण ताकदीनिशी आणि उत्साहाने सळसळणारे असे बोला, तुमच्या शारीरिक बाह्य हालचालीचा तुमच्या मनावर आपल्याला हवा असलेला परिणाम होईल. तुम्ही कधी अशा एखाद्या माणसाचे निरीक्षण केले आहे का, की जो एखाद्या गटाबरोबर

बोलतो आहे? लक्षपूर्वक पाहिल्यास तुमच्या असे लक्षात येईल की थोड्याच वेळात बोलता बोलता त्याच्या चर्येवर वेगवेगळे भाव दिसून येतात. काही वेळाने तो ओघवत्या भाषेत बोलू लागतो. कधीकधी तर विद्वत्तापूर्ण बोलतो आणि त्याचे बोलणे लोक उत्सुकतेने त्याच्या भोवती जमून ऐकू लागतात. म्हणूनच मी म्हणतो की शारीरिक हालचालींचा मनाशी फार जवळचा संबंध आहे. आपण शारीरिक आणि मानसिक कृतीसाठी बरेचदा सारखेच शब्द वापरतो. उदाहरणार्थ आपण म्हणतो, 'आपण एखादी कल्पना ग्रास्प केली किंवा आपण एखादा विचार क्लच केला. आता ग्रास्प आणि क्लच या दोन्ही शब्दांचा अर्थ 'पकड' असाच होतो ना?' विल्यम जेम्स जसे म्हणतो की एकदा का आपल्या शरीरात चैतन्य संचारले की लवकरच आपले मन पण त्याच वेगाने धावायला लागते. म्हणून माझा तुम्हाला सल्ला आहे की तुमच्या भाषणात स्वत:ला पूर्णपणे झोकून द्या आणि मग 'हजरजबाबी वक्ता' म्हणून यशाची खात्री मिळवा.

पाच / **'इथेच आणि आत्ताच'चे तत्त्व अवलंबा**

तुमच्यावर अशीही वेळ येऊ शकते, की कोणीतरी तुमच्या खांद्यावर थोपटेल व म्हणेल, 'जरा दोन शब्द बोलता का?' किंवा कदाचित कोणतीही पूर्वसूचना न देतासुद्धा अशी वेळ येऊ शकते. तुम्ही अगदी निवांत बसला आहात आणि समारंभाची मजा लुटत आहात अचानक तुम्हाला जाणवते की व्यासपीठावरून कोणीतरी तुमचेच नाव पुकारत आहे. त्याबरोबर प्रत्येक जण मान वळवून तुमच्या दिशेने बघते आणि तुम्हाला काही समजायच्या आतच तुम्हाला पुढील वक्ता म्हणून घोषित केले आहे.

अशा अवस्थेत तुमचे मन स्टिफन लिकॉकच्या प्रसिद्ध पण संभ्रमित घोडेस्वाराप्रमाणे सैरावैरा चहूदिशेने धावते. जो घोड्यावर बसला आहे, पण कोठे जायचे हे समजत नाही. पण आता ही वेळ गप्प बसू शकण्याची असते का?

तुम्ही भाषणाला उभे राहून अध्यक्षांना व इतर व्यासपीठावरील मान्यवरांना आणि श्रोत्यांना सलामी देताना थोडासा वेळ विचार करायला घेऊ शकता. पण त्यानंतर मात्र तुम्ही त्या मीटिंगमधील वातावरणाशी मिळतेजुळतेच विचार व्यक्त केले पाहिजे. श्रोत्यांना फक्त स्वत:मध्ये आणि ते काय करतात यामध्येच रुची असते. म्हणून हजरजबाबी भाषणासाठी तुम्हाला विचार सुचण्याचे ३ प्रमुख स्रोत आहेत ते असे.

पहिला स्रोत म्हणजे श्रोते स्वत:! एक गोष्ट लक्षात ठेवा, सोपे बोला अशी माझी तुम्हाला कळकळीची विनंती आहे. तुमच्या श्रोत्यांविषयी बोला, ते कोण आहेत आणि ते काय करतात, खास करून कोणते महान कार्य ते करतात.

विशेषत: समाजकार्य किंवा मानवतावादी एखादे कार्य. त्याचा नावानिशी उल्लेख करून उदाहरण द्या.

दुसरा स्त्रोत म्हणजे प्रसंग! त्या दिवशी तुम्ही ज्या मीटिंगला हजर राहिलात त्या मागचे प्रायोजन काय होते? तो वाढदिवस होता, की काही धार्मिक प्रचारकार्य होते की वार्षिक सभा होती, काही राजकीय हेतू त्या मागे होता की स्वातंत्र्यदिन होता?

शेवटचा स्त्रोत असा की, जर तुम्ही दक्ष श्रोता असाल आणि तुमच्या आधीच्या दुसऱ्या एखाद्या श्रोत्याचे भाषण काळजीपूर्वक ऐकून त्याचा आस्वाद घेतला असेल तर तुम्ही त्याच्याच बोलण्याचा धागा पकडून तो पुढे नेऊ शकता. यशस्वी हजरजबाबी भाषण तेच असतं जे खरोखर प्रसंगावधान ठेवून बोलले जाते. अशा भाषणात वक्ता श्रोत्यांबद्दल त्याच्या अंत:करणात काय आहे आणि या प्रसंगाबद्दल त्याला काय वाटते हे व्यक्त करतो. हातमोजा जसा हातात चपखल बसतो तसे ते त्या परिस्थितीला हाताळू शकतात. ते या आणि फक्त या प्रसंगासाठीच स्वत:ला अनुरूप बनवतात. त्यातच त्यांचे यश समाविष्ट असते. त्या क्षणांपुरते ते फुलुन येतात आणि बहार संपलेल्या गुलाबाप्रमाणे नंतर कोमेजून जातात. पण तरीही तो बहार तुमच्या श्रोत्यांनी उपभोगलेला असतो आणि लवकरच तुमच्याही लक्षात येण्यापूर्वी हजरजबाबी वक्ता म्हणून तुमची ख्याती पसरलेली असते.

सहा / **फक्त हजरजबाबी बोलू नका तर हजरजबाबी भाषण करा**

वरील विधानात सूचित केल्याप्रमाणे या दोन्हीमध्ये फरक आहे. ज्याच्यामुळे काहीही परिणाम साधू शकत नाही असे काहीतरी विचार एखाद्या मालिकेप्रमाणे एकत्र गुंफून मुद्दा सोडून भरकटत जाणे काही हितावह नाही. तर तुम्ही तुमचे विचार तर्कशास्त्राच्या जोरावर मध्यवर्ती विचारांच्या भोवती अशा पद्धतीने गुंफले पाहिजे, ज्यायोगे त्याच्या साहाय्याने तुम्ही त्या विचारांच्या पुढे पोहोचू शकाल. तुमची उदाहरणेसुद्धा मध्यवर्ती कल्पनेला साधक-बाधकच हवीत आणि पुन्हा मी तुम्हाला हे सांगतो की जर तुम्ही उत्साहाने भरभरून बोललात तर जे तुम्ही अनौपचारिक पद्धतीनेसुद्धा सांगितले तरी सुद्धा ते पूर्ण तयारीनिशी केलेल्या भाषणापेक्षा अधिक चैतन्यमयी व परिणामकारक ठरते.

या प्रकरणात सांगितलेल्या सूचना तुम्ही जर अंत:करणापासून पाळल्या तर तुम्ही उत्तम हजरजबाबी वक्ता म्हणून नाव कमावू शकता. त्याच्या जोडीला तुम्ही अभ्यासक्रमातील वर्गांमध्ये जे शिकवले जाते ते तंत्र अवगत करून सराव केला तर सोन्याहून पिवळे!

जेव्हा काही सभा, समारंभ असतात त्या वेळी तुम्ही अशी जाणीव ठेवली की कदाचित कोणत्याही क्षणी आपल्याला जमावापुढे बोलावे लागेल आणि त्याची

थोडीशी जरी तयारी केलीत तरी तुमच्यावर खेदजनक परिस्थिती ओढवणार नाही. जर तुम्हाला असे वाटत असेल की कदाचित तुमचे मत किंवा तुमच्या सूचना मागावल्या जातील तर त्यासाठी चालू असलेल्या चर्चासत्रामध्ये तुम्ही काळजीपूर्वक लक्ष दिले पाहिजे. तुमचे विचार कमी शब्दात संक्षेप करण्याचा प्रयत्न करा. जेव्हा तुमची पाळी येईल तेव्हा तुमच्या जे मनात आहे ते अगदी सहजपणे सांगा. तुमचे विचार लोकांना समजले पाहिजे. ते थोडक्यात सांगून खाली बसा.

नॉर्मन बेल - नेड्स हा एक औद्योगिक नकाशाकार व स्थापत्यशास्त्रज्ञ होता. तो नेहमी म्हणत असे जोपर्यंत तो जमावापुढे स्वत:च्या पायांवर उभे राहात नाही तोपर्यंत स्वत:चे विचार शब्दामध्ये मांडता येत नाहीत. तो त्याच्या ऑफिसमध्ये जिन्यावर सतत वर-खाली करत-करत त्याच्या ग्राहकांशी आणि सहकाऱ्यांशी अवघड प्लॅन्सची चर्चा करत असे आणि असे करतानाच त्याच्या विद्वतेचे प्रदर्शन होत असे. मग बसून कसे बोलायचे यासाठी त्याला खास प्रशिक्षण घ्यावे लागले आणि अर्थात ते ही त्याला जमून गेले.

आपल्यापैकी बऱ्याच जणांबरोबर याच्या विरुद्ध घडते. आपल्याला उभे राहून कसे बोलायचे ते शिकण्याची गरज असते आणि अर्थात आपल्यालाही ते जमून जाते. या पाठीमागचे मुख्य गुपित तर सुरुवात करण्यात आहे! मग छोटेसे भाषण! आणि मग पुढची पायरी, त्याच्या पुढची आणि अनेक...

आपल्या असे लक्षात येईल की आपल्या पहिल्या भाषणापेक्षा त्याच्या पुढचे भाषण अधिक उठावदार झाले. अनुभवाने आपल्या लक्षात येईल की आपण आपल्या घरातल्या हॉलमध्ये मित्रांसमवेत बसून जे बोलतो त्याचीच पुढील सुधारीत आवृत्ती म्हणजे हजरजबाबी भाषण आहे.

पूर्वतयारीनिशी केलेल्या भाषणामागचा आणि तयारीशिवाय केलेल्या भाषणामागचा उद्देश

प्रकरण ७ - कृती घडवून आणण्यासाठी केलेले छोटे भाषण

१) तुमचे स्वत:चे उदाहरण द्या, तुमच्या आयुष्यातील खरीखुरी घटना.
तुमच्या उदाहरणात एकच वैयक्तिक अनुभव असू दे.
तुमच्या भाषणाची सुरुवात तुमच्या उदाहरणातील नेमक्या तपशीलाने करा.
तुमच्या उदाहरणात समर्पक तपशील भरा.
अनुभव कथन करताना तो क्षण पुन्हा जगा.

२) तुमचा मुद्दा सांगा. तुमच्या श्रोत्यांनी काय करावे असे तुम्हाला वाटते?
नेमक्या आणि थोडक्या शब्दांत मुद्दा मांडा.
तुमचा मुद्दा इतका स्पष्ट करा की श्रोते तसं वागू शकतील.
तुमचा मुद्दा पूर्व शक्तिनिशी आणि खात्रीपूर्वक मांडा.

३) कारण सांगा किंवा श्रोत्यांना अपेक्षित असलेला फायदा मिळवून द्या.
खात्री असू द्या की तुम्ही सांगितलेले कारण प्रसंगाला अनुरूप आहे.
खात्रीने फक्त एकाच कारणावर जोर द्या.

प्रकरण ८ - माहितीपर भाषणे

१) समयोचित विषयाची निवड करा.
२) तुमच्या कल्पनांना क्रम द्या.
३) तुमच्या मुद्द्यांना आकडे घाला.
४) अपरिचिताची परिचिताबरोबर तुलना करा.
सत्याला चित्रात उतरवा!
तांत्रिक शब्दप्रयोग टाळा.
५) दृश्य कल्पनांचा आधार घ्या.

प्रकरण ९ - मन वळविणारे भाषण

१) तुम्ही ज्या आत्मविश्वासास पात्र आहात तो वाढवा.
२) सकारात्मक प्रतिसाद मिळवा.
३) उत्साह पसरवणारे भाषण करा.
४) तुमच्या श्रोत्यांबद्दल आदर व प्रेम दिसू द्या.
५) मैत्रीपूर्ण सुरुवात करा!

प्रकरण १० - हजरजबाबी भाषण

१) हजरजबाबी बोलण्याचा सराव करा.

२) हजरजबाबी भाषण देण्यास मानसिकरीत्या तयार राहा.

३) ताबडतोब दाखल्यांमध्ये शिरा.

४) जोशपूर्ण हालचालींसह बोला.

५) 'इथेच आणि आत्ताच'चे तत्त्व अवलंबा.

६) फक्त हजरजबाबी बोलू नका तर हजरजबाबी भाषण करा.

भाग ४

संवादकौशल्ये

या भागातील प्रकरणे ही संपूर्णपणे 'बोलण्याची शैली' या विषयाला वाहिलेली आहेत.

इथेसुद्धा मूलभूत प्रभावी भाषणकलेच्या तत्त्वांवर जोर दिलेला आहे; जे की या पुस्तकाच्या पहिल्या भागात सांगितलेले आहेत. श्रोत्यांपर्यंत जो संदेश पोहोचवायचा आहे तो योग्य पद्धतीने आणि आंतरिक इच्छेने पोहोचवण्यासाठी जास्तीत जास्त चांगल्या प्रकारे स्वत:ला व्यक्त करणे गरजेचे असते. या प्रकरणात केलेला उपदेश तुम्ही पाळलात तरच तुमची भाषणशैली नैसर्गिक आणि उत्स्फूर्त होईल.

प्रकरण ११

संवादफेक

तुमचा यावर विश्वास बसेल का? आपण जगाशी संबंध चार आणि फक्त चारच मार्गांनी ठेवू शकतो. आपण हे चार मार्ग कोणत्या पद्धतीने हाताळतो यावरून आपले व्यक्तिमत्त्व जोखले जाते आणि त्यानुसार आपले वर्गीकरण केले जाते. हे चार प्रकार असे की, आपण काय करतो? आपण कसे दिसतो? आपण काय बोलतो? आणि आपण कसे बोलतो? या प्रकरणामध्ये आपण शेवटच्या मार्गाबद्दल म्हणजे 'आपण कसे बोलतो' याबद्दल चर्चा करणार आहोत.

जेव्हा मी प्रथम जाहीर भाषणकला शिकवण्यासाठी वर्ग सुरू केले, तेव्हा माझा जास्त वेळ हा वाणीचे व्यायाम आणि स्वरामध्ये कंपने आणण्यासाठी, आवाजाची तीव्रता वाढवण्यासाठी आणि आवाजात चपळाईने बदल करण्याचे उपाय अवलंबण्यासाठी खर्ची पडत असे. पण थोड्याच वेळात माझ्या हे लक्षात आले की, प्रौढांना असे शिकवणे म्हणजे वेळेचा प्रचंड अपव्यय आहे; कारण आता आवाजाची घनता, तीव्रता वाढवा, कमी करा, स्वर अनुनासिक उच्चारा असे सांगून त्यांच्यात बदल घडवून आणणे केवळ अशक्य होते. हे सगळे कोणासाठी श्रेयस्कर तर जे आयुष्यातील तीन ते चार वर्षे खर्च करून स्वत:ची बोलण्याची शैली कौशल्यपूर्ण करण्यासाठी उत्सुक आहेत. माझ्या असे लक्षात आले की माझे विद्यार्थी, त्यांना देवाने आवाजाची जी देणगी देऊन या जगात पाठवले आहे त्यावरच खूष आहेत. माझ्या असे लक्षात आले की माझ्या प्रौढ विद्यार्थ्यांना श्वासपटलाने श्वास घ्या हे सांगण्यात मी जो वेळ आणि जी शक्ती वाया घालवली होती ती जर त्यापेक्षा अधिक विधायक कामासाठी खर्ची घातली असती तर किती बरे झाले असते? मला त्याचे ताबडतोब आणि चिरकाल टिकणारे परिणाम पाहवयाला मिळाले असते. पण उशिरा का होईना मला शहाणपण सुचले याबद्दल मी देवाचे आभार मानतो.

* * *

एक / आत्मकोशातून बाहेर या

माझ्या अभ्यासक्रमामध्ये कित्येक तास आम्ही केवळ सभासदांनी त्यांच्या ओठांची महिरप उघडावी व चेहेऱ्यावरील गंभीर भाव सोडून द्यावा यासाठी खर्ची घातली आहेत. अक्षरशः मी माझ्या विद्यार्थ्यांपुढे गुडघ्यावर वाकून विनंती केली आहे की, त्यांनी त्यांच्या कोशातून बाहेर यावे आणि स्वत:च्या डोळ्यांनी हे बघावे की सर्व जगाकडून त्यांचे उत्स्फूर्त स्वागत आहे. जर त्यांनी काही करून दाखवले तर त्यासाठी काही तरी करावे लागेल हे कबूल! पण त्याचे मोठे फळ मिळणार आहे. मार्शल फोक जसे युद्धकलेबद्दल बोलताना म्हणाले, 'ते कल्पनेत फार सोपे आहे, पण दुर्दैवाने अमलात आणताना फार गुंतागुंतीचे आहे.' अर्थातच सगळ्यात मोठी अडचण हीच की 'ताठरपणा' फक्त शारीरिकच नव्हे तर मानसिकसुद्धा; आपण वयाने वाढत जातो तसतसे आपण स्वत:चे वर्गीकरण एका ठरावीक साच्यात करतो आणि मग त्यापेक्षा वेगळे आपल्या कल्पनेत बसत नाही.

आपल्या श्रोत्यांसमोर सहजपणे वावरणे हे तसे सोपे नसते. सिनेनटांना याची माहिती आहे. जेव्हा तुम्ही लहान होतात, असे समजा की चार वर्षांचे होतात तेव्हा व्यासपीठावर चढून गेल्याची शक्यता असेल आणि श्रोत्यांबरोबर संवाद साधत बोललासुद्धा असाल! पण जेव्हा तुम्ही चोवीस किंवा चव्वेचाळीस वर्षांचे झालात, तेव्हा जर तुमच्यावर व्यासपीठावर चढण्याची वेळ आली भाषणाला सुरुवात केली तर काय घडले? तुम्ही चार वर्षांचे असताना तुमच्यामध्ये तुमच्याही नकळत असलेली सहजता त्या वेळी कोठे गेली होती? कदाचित असेलही पण तुम्ही आता अधिक ताठर, औपचारिक आणि यांत्रिक व्हाल आणि एखादे कासव जसे क्षणार्धात स्वत:ला आकसून घेते, तसे तुम्ही तुमच्या कोशात परत गेलात याची मी पैज लावतो.

प्रौढांना बोलण्याची शैली शिकवण्याची किंवा त्यांना त्याबाबतीत प्रशिक्षित करण्याची पद्धत म्हणजे एकमेकांवर कुरघोडी करणारे वैशिष्ट्य नव्हे! तर प्रौढांच्या अंगी पुन्हा बालपणाची सहजता यावी व त्यांच्या मार्गातील अडथळा दूर व्हावा आणि जर कधी कोणी त्यांना अपमानित करण्याचा प्रयत्न केलाच तर त्याला उत्तर देण्याची क्षमता त्यांच्या अंगात यावी हाच तो प्रयत्न आहे!

शेकडो वेळा मी माझ्या विद्यार्थ्यांना त्यांच्या भाषणांमध्ये थांबवले आहे व कळकळीने विनंती केली आहे की, 'माणसासारखे बोला'. शेकडो रात्री मी निराश होऊन विद्यार्थ्यांना 'सहजतेने बोला' असे सांगून सांगून दमून भागून घरी आलो आहे. खरेच माझ्यावर विश्वास ठेवा, 'सोपे बोला' हे जेवढे सोपे असते तेवढे

सोपे बोलणे सोपे नसते.

आमच्या अभ्यासक्रमातील एका वर्गात मी विद्यार्थ्यांना असे सांगितले की, पुस्तकातील एका प्रकरणात जेथे बोली भाषेतले संवाद होते ते नाट्यमय पद्धतीने करा. मी त्यांना हे पण सांगितले की, तुम्ही स्वतःला त्या त्या भूमिकेत झोकून द्या. जेव्हा त्यांनी तसे केले तेव्हा ते स्वतःही हे बघून चकित झाले की, जरी त्यांनी मूर्खासारखा अभिनय केला होता तरी ते करताना त्यांना त्यामध्ये आनंदच झाला होता. माझा सांगायचा मुद्दा हा आहे की, जेव्हा तुम्ही स्वतःला लोकांसमोर सैल सोडता, अनौपचारिक पद्धतीने वागता, तेव्हा तुमच्या प्रत्यक्ष खऱ्या आयुष्यातील अशा दैनंदिन प्रसंगामध्येसुद्धा तुम्ही तुमची मते मांडण्यास कचरत नाही भले मग ते एखाद्या व्यक्तीसमोर असो की एखाद्या समूहासमोर असो!

अकस्मातपणे तुम्हाला स्वातंत्र्याची भावना जाणवेल, जणू काही पिंजऱ्यात कोंडलेल्या पक्ष्याच्या पंखात अचानक बळ आले. तुमच्या लक्षात आले का की सिनेमागृहात आणि नाट्यगृहात लोकांचे थवेच्या थवे का जाताना दिसतात? कारण तेथे त्यांना त्यांच्यासारखीच काही माणसे मुक्तपणे अभिनय करताना दिसतात. तेथे पडद्यावरची माणसे जणू काही प्रेक्षकांचेच मुखवटे घालून त्यांच्याच भावना व्यक्त करत आहेत, असे त्यांना वाटते.

दोन / **इतरांची नक्कल करू नका! तुम्ही तुम्हीच असा!**

जे वक्ते आपल्या भाषणात एखाद्या कलाकाराप्रमाणे कौशल्य दाखवतात, जे स्वतःला व्यक्त करण्यात कोणतीच कसर ठेवत नाहीत, स्वतःची वैयक्तिक, दुर्मिळ नैपुण्ये दाखवतात व आपल्या श्रोत्यांना हे सगळे दाखवताना कल्पकतेचा वापर करतात, अशा वक्त्यांचे आपण दिलखुलास कौतुक करतो.

पहिल्या महायुद्धाचा शेवट झाला, त्यानंतर लगेचच मी लंडन मधल्या सर रॉस आणि सर किथ स्मिथ या दोन बंधूंना भेटलो. ऑस्ट्रेलियन सरकारने जाहीर केलेले ५०,०००/- डॉलर्सचे बक्षीस जिंकण्यासाठी त्यांनी नुकतीच लंडन ते ऑस्ट्रेलिया ही विमानाची पहिली सफर केली होती. त्यांनी संपूर्ण ब्रिटिश साम्राज्यात खळबळ पसरवली होती आणि त्यांना राजाकडून सरदारकी बहाल झाली होती.

त्यांच्या सफरीचाच एक भाग म्हणून सुप्रसिद्ध सुंदर देखावे टिपणारा फोटोग्राफर कॅप्टन हुर्लेसुद्धा त्यांच्याबरोबर होता, त्याने प्रेक्षणीय फोटो काढले होते; म्हणून मी त्यांना त्यांच्या प्रवासाची सचित्र माहिती देणारे भाषण तयार करण्यासाठी व श्रोत्यांसमोर भाषण कसे द्यायचे याचे प्रशिक्षण देण्यासाठी गेलो

होतो. लंडनमधील फिल्हारमोनिक हॉलमध्ये रोज २ वेळेस असे चार महिन्यांपर्यंत भाषण चालू होते; एक भाऊ सकाळी भाषण करायचा तर दुसरा रात्री!

दोघांचेही अनुभव अगदी तंतोतंत एकमेकांशी जुळणारे होते, त्यांनी अर्धी पृथ्वी प्रदक्षिणा विमानात एकमेकांच्या शेजारी बसून केली होती आणि त्या दोघांनीही जवळपास शब्द न् शब्द जुळणारे भाषण केले होते, तरीही... ते भाषण सारखे वाटत नव्हते.

याचाच अर्थ केवळ शब्दांच्या पलीकडले असे काहीतरी नक्कीच होते ज्यामुळे ते भाषण सारखे वाटत नव्हते. हा तो वेगळा स्वाद होता; वेगळी लज्जत होती, वेगळा फ्लेवर होता जो त्यांच्या भाषणशैलीत होता! तुम्ही काय सांगता यापेक्षा तुम्ही कसे सांगता याबद्दलचे हे चांगले उदाहरण होते!

ब्रुलॉफ हा एक फार मोठा रशियन चित्रकार होता. एकदा त्याने त्याच्या शिष्याचे चित्र दुरुस्त केले. तो शिष्य आपल्या दुरुस्त केलेल्या चित्राकडे आश्चर्यचकित नजरेने पाहतच राहिला आणि उद्‌गारला, 'तुम्ही या चित्राला स्पर्श करून छोटासाच बदल केला, पण त्यामुळे ते तर नवीनच चित्र दिसू लागले आहे.' त्यावर ब्रुलॉफ उत्तरला, 'कला एका छोट्या तुकड्यापासूनच सुरू होते.' हे जसे चित्रकलेच्या बाबतीतही खरे आहे. तसेच ते भाषणकलेच्या बाबतीतही खरे आहे.

जेव्हा एखादी व्यक्ती शब्दांना स्पर्श करते तेव्हाही हेच घडते. इंग्लिश संसदेमध्ये एक जुनी म्हण आहे की प्रत्येक गोष्ट ही तुम्ही कसे बोलता यावर अवलंबून आहे, तुम्ही काय बोलता यावर अवलंबून नाही. क्विंटिलयन याने हे फार फार पूर्वी सांगून ठेवले होते, जेव्हा इंग्लंड हे रोमच्या अनेक वसाहतींपैकी एक वसाहत होती.

फोर्ड गाड्यांचा जनक असे म्हणत असे की, 'सगळ्या फोर्ड या अगदी सारख्या आहेत.' पण कोणतीच दोन माणसं सारखी नसतात. या सूर्याखाली जन्माला आलेला प्रत्येक नवीन जीव हा वेगळाच असतो आणि त्यासारखे दुसरे काहीच नसते आणि अगदी तसेच असण्याची भविष्यात शक्यता पण नसते. तरुणांनी यापासून बोध घेऊन स्वतःच विचार केला पाहिजे. त्यांनी आपल्या स्वत:मधील असा गुणविशेष शोधून काढला पाहिजे व तो जोपासला पाहिजे, जेणेकरून त्यांचे वेगळेपण इतर लोकांमध्ये उठून दिसेल आणि त्यांची ही योग्यता त्यांनी जोपासली पाहिजे. समाज आणि शाळा लहान मुलांमधील ही खुबी, हे वेगळेपण गाडून टाकायचा प्रयत्न करतात आणि मुलांना नेहमीच्याच साच्यात घालायला बघतात; पण माझे तुम्हाला हेच सांगणे आहे की तुमच्यातील ही खुबी, हे वेगळेपण नष्ट होऊ देऊ नका. हेच तुम्हाला पुढे विशेष योग्यता

मिळवून देईल.

माझे वरील विवेचन परिणामकारक भाषणकलेच्या बाबतीत तर दुपटीने खरे आहे. या जगात तुमच्यासारखा दुसरा कोणीच मनुष्य प्राणी नाही. शंभर दशलक्ष लोकांना दोन डोळे, एक नाक आणि एक तोंड आहे; पण त्यांच्यापैकी एकही तुमच्यासारखा दिसणारा नाही आणि त्यांच्यापैकी एकामध्येही तुमचे गुणविशेष, तुमची मनोवृत्ती आणि तुमच्या रीतीपद्धती नाहीत. जेव्हा तुम्ही सहजपणे बोलत असता तेव्हा त्यांच्यापैकी काही जण तुमच्या सारखेच बोलत आणि व्यक्त होत असतील. दुसऱ्या साध्या शब्दात सांगायचे तर तुम्हाला तुमचे स्वतंत्र व्यक्तिमत्त्व आहे. एक वक्ता म्हणून ही तुम्हाला मिळालेली सर्वांत किमती देणगी आहे; तिला घट्ट पकडून ठेवा, तिची जोपासना करा, तिच्यात सुधारणा घडवून आणा; तुमच्यातली ही ठिणगीच तुमच्या भाषणात चैतन्य आणि प्रामाणिकपणा आणेल. 'तुम्हाला मोठे करणारी हीच एक गोष्ट आहे. कृपाकरून मी तुम्हाला विनंती करतो की स्वतःला असे साचेबंद करू नका ज्यामुळे तुम्ही तुमच्यातले वेगळेपण नष्ट कराल.'

तीन / **तुमच्या श्रोत्यांबरोबर संवाद साधा**

हजारो लोक कोणत्या प्रकारे बोलतात याचे एक विशिष्ट उदाहरण आता मी तुम्हाला देतो. एकदा स्वीस आल्प्समधील एका उन्हाळ्यात म्युरेनमधील एका हॉटेलात थांबण्याची वेळ माझ्यावर आली. एका लंडनमधील कंपनीकडून ते हॉटेल चालवले जात होते आणि प्रत्येक आठवड्याला ते इंग्लंडमधून एखाद्या विद्वान व्यक्तीला पाहुण्यांशी बोलायला पाठवत असत. त्यांच्यापैकी एक होती. सुप्रसिद्ध इंग्लिश कांदबरीकार. तिचा विषय होता 'कादंबरीचे भवितव्य'. तिने हे कबूल केले की, तिने स्वतःहून हा विषय निवडलेला नव्हता आणि सांगायचा मतितार्थ हा की तिची मते योग्य रीतीने व्यक्त व्हावी याची तिला काहीच पर्वा नव्हती. तिने घाईघाईने मुद्दा भरकटवणारी टिपणे केली होती आणि तेवढ्याच तयारीवर ती श्रोत्यांसमोर उभी राहिली होती, तिच्या श्रोत्यांकडे दुर्लक्ष करत होती; फार काय त्यांच्याकडे बघतसुद्धा नव्हती. कधीतरी श्रोत्यांच्या डोक्याकडे ओझरते बघायची, तर कधी जमिनीकडे बघायची, तर कधी तिच्या टिपणांच्या कागदांमध्ये डोकवायची, ती जुनाट काळातील शब्द तिच्या पोतडीतून काढायची पण त्यांच्याशी साधर्म्य असलेले भाव ना तिच्या डोळ्यात होते; ना ती कंपने तिच्या आवाजात उमटायची.

याला काय भाषण म्हणायचे का? हे तर स्वगत झाले! त्याच्यामध्ये

कुणाशी संवाद साधण्याचे भाव नाहीत आणि चांगल्या भाषणाची पहिली कसोटी तर हीच असते की संवादात्मक बोलणे. श्रोत्यांना असे वाटले पाहिजे की, या भाषणात वक्त्याचा थेट अंत:करणातून मनापासून आलेला संदेश थेट त्यांच्या हृदयाला जाऊन भिडतोय आणि मनाला स्पर्शून जातोय; आत्ताच वरती मी तुम्हाला ज्या भाषणाबद्दल सांगितले हे बहुधा पाणी नसलेल्या, वाळूने भरलेल्या ओसाड, निर्जन गोबीच्या वाळवंटात केल्यासारखे वाटते. खरोखर ते भाषण कुणा जिवंत व्यक्तीसमोर केलेले नसून, वाळवंटातील एखाद्या निर्जन ठिकाणी केल्यासारखे वाटते.

संवादफेकीबद्दल आत्तापर्यंत अनेक व्यर्थ वटवट केली गेली व मूर्खासारख्या अनेक गोष्टी लिहिल्या गेल्या. जुन्या पद्धतीची 'वक्तृत्वकला' तर अनेकदा हास्यास्पद ठरली. त्याच्यावर अनेक नीतिनियमांची बंधने घालून ती झाकून टाकली गेली आणि तिला अधिकच गूढ बनवले गेले. जे व्यावसायिक पुस्तकांच्या दुकानांमध्ये जाऊन 'वकृत्वकले'बद्दलची पुस्तके शोधत ती भली मोठी पण निरुपयोगी होती. इतर सर्व क्षेत्रांमध्ये नेत्रदीपक प्रगती होत असतानादेखील; जवळपास प्रत्येक राज्यामध्ये शाळेतील मुलांना भाषणे पाठ करून जुन्या वक्त्यांच्या वक्तृत्वकलेतील जुनाट गोष्टी वापरण्याबद्दलची सक्ती केली जायची; हे पूर्वीच्या पिसाच्या (टाक) लेखणीइतके किंवा टायरमध्ये हवा भरणाऱ्या खारीच्या डोक्याचा आकार असलेल्या पंपाइतके निरुपयोगी होते.

साधारण वीसच्या दशकात भाषणकलेबद्दलच्या नवीन कल्पना रुजण्यास सुरुवात झाली. जसे काळाप्रमाणे ऑटोमोबाईल्स प्रचलित झाल्या, बिनतारी संदेश प्रचलित झाले, व्यवसायातले जाहिरातींचे महत्त्व सर्वमान्य झाले आणि हे जितके आधुनिक व व्यवहार्य होते व काळानुरूप होते तितकेच एकेकाळी लोकप्रिय ठरलेली शाब्दिक आतषबाजी कालबाह्य ठरली व श्रोत्यांना आता ती सहन करणे मुश्किल झाले.

आधुनिक श्रोते मग ते अगदी एखाद्या कॉन्फरन्सच्या ठिकाणी जमलेली १५ माणसे असू दे किंवा एखाद्या मंडपात जमलेली हजार माणसे असू दे, त्यांना वक्त्यांनी थेट त्यांच्याशी संवाद साधल्याप्रमाणे बोललेले आवडते; आणि त्यांच्यापैकीच एखाद्याला त्या संभाषणात सामील करून घेतले गेले तर त्यांची त्यातली रुची अधिकच वाढते; अर्थात हे सगळे करताना वक्त्याने जास्तीत जास्त ताकद लावली पाहिजे.

हे सगळे नैसर्गिक वाटावे म्हणून वक्त्याने एका व्यक्तीशी बोलतानासुद्धा जणू काही तो चाळीस व्यक्तींशी बोलतो आहे इतकी ताकद लावली पाहिजे;

आता असे बघा, जर एखाद्या इमारतीवर एखादा पुतळा असेल तर तो खाली जमिनीवर उभ्या असलेल्या माणसाला दिसावा म्हणून त्या प्रमाणात भव्य बनवावा लागतो; तरच त्याला तो सजीव वाटेल.

मार्क ट्वेन याने एकदा नेवाडामध्ये मायनिंग कॅम्पसमोर भाषण केले होते तेव्हा भाषणाच्या शेवटी एक विद्वान म्हातारे गृहस्थ त्याच्याजवळ गेले व म्हणाले, 'तुमच्या भाषणातला आज जो आवाज होता तोच तुमचा नेहमीचा आवाज आहे का?'

हेच ते जे श्रोत्यांना हवे असते; 'तुमची नैसर्गिक सहज भाषाशैली'.

बोलण्यातील या सहजतेचे कौशल्य प्राप्त करण्याचा फक्त एकच मार्ग आहे आणि तो म्हणजे सराव आणि सराव करता करता जर कधी तुम्हाला असे जाणवले की तुमचे बोलणे फारच औपचारीक होते आहे, तर एक क्षणभर थांबा आणि मनातल्या मनात कठोरपणे स्वतःला टोका, 'ए, काय चाललंय हे? चल उठ, माणसासारखे बोल.' नंतर मनातल्या मनातच श्रोत्यांमधून अशा एका माणसाला उठवा, जो तुमचे बोलणे लक्षपूर्वक ऐकतो आहे आणि त्याच्याशी संवाद साधा. हे विसरून जा की आत्ता तुमच्यासमोर कोणीच नाही; त्यांच्याशी संभाषण करा असे समजा की त्याने तुम्हाला प्रश्न विचारला आहे आणि तुम्ही आता त्याचे उत्तर देत आहात आणि फक्त तुम्हीच त्याचे उत्तर देऊ शकता. जर तो उभा राहिला आणि तुमच्याशी बोलला आणि तुम्हीही त्याच्याशी बोललात, तर या कृतीमुळे ताबडतोब तुमचे भाषण नक्कीच अधिक संवादात्मक होईल, अधिक सहज होईल आणि ते थेट हृदयाला जाऊन भिडेल म्हणून अशी कल्पना करा की हे सगळे प्रत्यक्ष घडतेय!

अशाच पद्धतीने तुम्ही स्वतःच प्रश्न उभे करून त्याची स्वतःच समाधानकारक उत्तरे देऊन भाषण पुष्कळ पुढे नेऊ शकता. उदाहरणार्थ, भाषणाच्या ऐन मध्यावर तुम्ही असे विचारू शकता की, 'आणि मग तुम्ही विचाराल माझ्या या विधानाच्या पुष्ट्यर्थ माझ्याकडे काय पुरावा आहे?' 'माझ्याकडे पुरेसा पुरावा आहे म्हणजे असे की...' आणि अशाप्रकारे तुम्ही या प्रश्नाचे उत्तर देऊन समर्थन करू शकता आणि हे सगळे अगदी सहजपणे करता येते. या पद्धतीमुळे भाषणात येणारा एकसुरीपणा नाहीसा होईल आणि ते भाषण संवादात्मक, आनंददायी आणि काळजाला थेट हात घालणारे ठरेल.

तुम्हाला 'चेंबर ऑफ कॉमर्स'च्या मीटिंगपुढे बोलायचे आहे का? काही हरकत नाही. तुम्ही जॉन, हेन्री, स्मिथबरोबर बोलता तसेच बोला. शेवटी चेंबर ऑफ कॉमर्सची मीटिंग म्हणजे तरी काय असते? तर तेथे अनेक जॉन, हेन्री,

स्मिथ एकत्रपणे बसलेले असतात. जर आपण वैयक्तिकपणे एकेकाशी जे बोलणे यशस्वीपणे बोलत असू तर तेच भाषण एकत्रितपणे त्यांच्याशी का यशस्वीपणे बोलू शकणार नाही?

या प्रकरणाच्या सुरुवातीलाच एका विशिष्ट कांदबरीकार महिलेच्या भाषणाचा मी उल्लेख केला होता. त्याच सभागृहात जिथे ती महिला बोलली होती तिथे त्यापूर्वी काही दिवस आधी आम्हाला सर ऑलिव्हर लॉजचे भाषण ऐकण्याचे भाग्य लाभले होते. त्याचा विषय होता 'अणू आणि जग' या विषयाच्या अभ्यासावर त्याने जवळपास पन्नास वर्षं खर्ची घातली होती आणि अनेक प्रयोग करून शोध लावले होते. त्याच्याकडे नक्कीच असे काही होते की जे त्याला जीवापाड प्रिय होते आणि ज्याबद्दल त्याला खूप काही सांगायचे होते. तो हे विसरला की त्याला जे काही सांगायचे होते तेच भाषण होते. त्याला भाषण या शब्दाविषयी काहीच देणेघेणे नव्हते. त्याला फक्त त्याच्या श्रोत्यांना अणूबद्दल सांगून त्यांच्या ज्ञानात भर घालायची होती; त्यांचे गैरसमज दूर करायचे होते आणि हे सगळे आत्मीयतेने करायचे होते. त्याने जे पाहिले ते तो आम्हाला उत्साहाने दाखवत होता व त्याने जे अनुभवले ते आम्ही अनुभवावे ही त्याची उत्कट इच्छा होती.

आणि मग त्याचा परिणाम काय झाला? त्याने अतिशय सुंदर, प्रशंसनीय भाषण दिले. त्या भाषणात ताकद होती आणि जादू पण होती. त्या भाषणाचा श्रोत्यांवर खूप खोलवर परिणाम झाला. असामान्य क्षमतेचा वक्ता होता तो! पण तरीही मला खात्री आहे की स्वत:ला तो तसे काही समजत नव्हता. मला खात्री आहे की ज्या लोकांनी त्याचे भाषण ऐकले ते त्याचे नाव 'जाहीर वक्ता' म्हणून कधी विसरले नाहीत.

जर तुम्ही जाहीर सभेत असे बोललात की लोकांना असा संशय आला की तुम्ही कोठूनतरी प्रशिक्षण घेऊन आलात तर ते तुमच्या प्रशिक्षकासाठी स्पृहणीय नसते; निदान आमच्या अभ्यासाक्रमात प्रशिक्षकासाठी तरी नक्कीच नाही. त्याची नेहमी हीच इच्छा असते की तुम्ही श्रोत्यांबरोबर इतक्या सहजतेनं संवाद साधला पाहिजे की, तुमच्या श्रोत्यांना असे स्वप्नातसुद्धा वाटायला नको की तुम्ही औपचारीकरीत्या वक्तृत्वकलेचे शिक्षण घेऊन आला आहात. एखादी चांगली खिडकी फक्त स्वच्छ प्रकाश आणि खुली हवा यांना आत खुणावते, कुणाला आकर्षित करून घेणे हे तिचे काम नव्हे. चांगला वक्ता हा तसाच असतो, तो कोणत्याही शस्त्रांशिवाय व्यासपीठावर चढतो व सहजतेने बोलतो त्यामुळे लोकांचे तो कसा बोलतो यापेक्षा तो काय बोलतो याकडे लक्ष असते.

चार / **अंतःकरणापासून बोला**

प्रामाणिकपणा, उत्साह आणि दुर्दम्य इच्छा या सगळ्या गोष्टी एकमेकांना पूरक आहेत. जेव्हा एखादी व्यक्ती आपल्या भावनांच्या प्रभावाखाली असते तेव्हा त्याचा आतला आवाज पृष्ठभागावरती येतो. त्या भावनांना रोखणे दुरापास्त होते. त्याच्या भावनांची धग सगळ्या अडीअडचणी जाळून टाकते. तो स्वयंस्फूर्तिने वागतो. तो ओघवत्या भाषेत बोलतो. तो अगदी स्वाभाविक असतो.

म्हणून अगदी भाषण देण्याच्या बाबतीतसुद्धा. पुनः पुन्हा हेच सांगावेसे वाटते जे आधीसुद्धा अनेकदा जोरकसपणे सांगितले आहे की, 'अंतःकरणापासून बोला.'

येल डिव्हिनिटी स्कूलमध्ये धर्मोपदेश करताना डीन ब्राऊन यांनी भाषणात असे सांगितले की, 'माझा एक मित्र लंडन शहरातील चर्चमध्ये एक भाषण चालू असताना उपस्थित होता. तेव्हा त्याने त्या वेळचे जे वर्णन केले आहे ते मी कधीच विसरणार नाही. धर्मोपदेशक जॉर्ज मॅकडोनाल्ड होता. त्या दिवशी सकाळी तो हिब्रुमधील बायबल संबंधीचे ११ व्या प्रकरणातील धडे वाचत होता. जेव्हा उपदेश करण्याची वेळ आली तेव्हा तो म्हणाला, 'तुम्ही सगळ्यांनी श्रद्धाळू लोकांबद्दल ऐकलेच आहे. मी तुम्हाला श्रद्धा म्हणजे काय हे समजावून सांगणार नाही. मी याबद्दल काही बोलण्यापेक्षा धर्मशास्त्राचे प्रोफेसर तुम्हाला हे जास्त चांगले समजावून सांगतील की इथे फक्त तुम्हाला तुम्ही विश्वास ठेवण्यासाठी उद्युक्त करणार आहे.' मग त्याने इतकी साधी, सोपी आणि भारावून टाकणारी उदाहरणे दिली की लोकांना न दिसणाऱ्या पण शाश्वत अशा गोष्टींवर ते विश्वास ठेवतातच ना! अशा प्रकारे त्याने त्याच्या श्रोत्यांच्या मनात आणि हृदयात श्रद्धा निर्माण केली. त्याने त्याचे स्वतःचे हृदय ओतून हे काम केले, आणि त्याचे भाषण अत्यंत प्रभावशाली झाले. कारण ते त्याच्या अंतःकरणातून आलेल्या खऱ्याखुऱ्या सौंदर्यावर विसावले होते.'

'तो त्याचे काम हृदय ओतून करत होता. हे त्याच्या यशामागचे गुपित होते. तरीसुद्धा मला हे माहिती आहे की अशा प्रकारचा उपदेश तुम्हाला आवडणार नाही, कारण तो काहीसा संदिग्ध आहे. तो काहीसा अनिश्चित स्वरूपाचा वाटतो. सर्वसामान्यपणे प्रत्येकाला फुलप्रुफ नियम हवे असतात, निश्चित स्वरूपाचे काम हवे असते, असे काही तरी की जे तो हातात घेऊ शकेल, असे नेमके नियम जसे की गाडी चालवण्याच्या सूचना!'

म्हणून तुम्हाला जे हवे तेच मलासुद्धा तुम्हाला देणे आवडेल. ते माझ्यासाठीसुद्धा सोपे आहे. वक्तृत्वकलेसंबंधी अनेक नियम आहेत, पण त्यातली एकच वाईट

गोष्ट अशी आहे की त्या नियमांचा काही उपयोग नाही. ते नियम तुमच्या वाणीतील सहजता काढून घेतात, तुमच्या प्रवाही भाषेला सुरुंग लावतात आणि बोलण्यातील सगळा रस आणि जीव नाहीसा होतो. हे सगळे मला माहिती आहे, कारण माझ्या तारुण्यात मी माझा फार वेळ आणि कष्ट या नियमांवर वाया घालवले आहेत. म्हणून तुम्हाला या पुस्तकातील पानांवर हे नियम दिसणार नाही. जोश बिलिंग म्हणतो त्याप्रमाणे, 'ज्या गोष्टी जशा नाहीत त्या तशा समजून घेणे व्यर्थ आहे.'

एडमंड ब्युर्क याने तर्कशास्त्रावर आणि कार्यकारणभावावर आधारलेली अनेक भाषणे आणि निबंध लिहिले. जे आज देशातील अनेक कॉलेजेसमध्ये वक्तृत्वकला हा विषय शिकवण्यासाठी क्रमिक पुस्तकांमध्ये बद्ध केले आहेत. तरीही हेच म्हणावे लागेल की ब्युर्क वक्ता म्हणून बदनाम होता, अपयशी होता. त्यांचे अतिशय उत्तम पांडित्यपूर्ण विचार तो लोकांपर्यंत पोहोचवू शकला नाही. लोकांना रुची वाटेल, बोध होईल असे तो कधीच बोलू शकला नाही. म्हणूनच हाऊस ऑफ कॉमन्सची डिनर बेल अशी उपाधी देऊन त्याची चेष्टा होत असे. तो जेव्हा बोलायला उठे तेव्हा बाकीचे लोक बळेच खोकला काढत, जांभया देत किंवा झोपायला किंवा फिरायला निघून जात.

तुम्ही स्टीलचे जॅकेट घातलेली बंदुकीची गोळी सर्वशक्तिनिशी कोणावर मारली तरी त्याच्या कपड्याला भोक पण पाडू शकणार नाही; परंतु मेणबत्तीच्या मागे पावडर टाकून तुम्ही पाइनबोर्डमधून नेम धरून मारू शकता. मला सांगायला खेद होतो की स्टील जॅकेट घातलेल्या मंद निर्जीव भाषणापेक्षाही पावडर असलेल्या टॅलो कॅन्डलचे भाषण अधिक प्रभावी ठरले आहे.

पाच / **सरावामुळे तुमचा आवाज सशक्त व लवचिक बनतो**

जेव्हा आपण आपल्या श्रोत्यांशी प्रत्यक्ष संवाद साधून आपल्या विचारांची देवाण-घेवाण करत असतो तेव्हा आपण आपल्या आवाजाच्या अनेक छटा वापरतो व वेगवेगळ्या शारीरिक हालचाली करतो. कधी आपण खांदे उडवतो, बाहूंची हालचाल करतो, आपल्या भुवया ताणतो, आवाज वाढवतो, स्वरांची उच्चनीचता बदलतो, कधी खूप घाईघाईत बोलतो तर कधी हळू बोलतो हे सगळे प्रसंगानुरूप आणि विषयानुरूप असते. पण हे कटाक्षाने लक्षात ठेवावे की हे सगळे परिणाम आहेत, कारणे नव्हेत! आवाजातील हे बदल किंवा वेगवेगळ्या छटा या आपल्या मानसिक आणि भावनिक परिस्थितीच्या प्रभावाखाली येतात. म्हणून हे सगळ्यात जास्त महत्त्वाचे ठरते की आपल्या माहितीचा विषय असावा

आणि त्या विषयाबद्दल श्रोत्यांसमोर जाण्यापूर्वी आपल्या मनात खूप खळबळ माजलेली असावी. तरच आपण तो विषय आपल्या श्रोत्यांबरोबर वाटून घेण्यास उत्सुक असू.

जसजसे आपले वय वाढत जाते तसतसे आपल्या तारुण्यातील स्वयंस्फूर्ती आणि सहजता आपल्यापैकी बहुतेक जण गमावतात. आपण शारीरिक पातळीवर व शब्दांच्या साहाय्याने होणाऱ्या संवादाला ठरावीक साच्यात घुसवण्याचा प्रयत्न करतो. चेहेऱ्यावरचे हावभाव दाखवण्यास व शारीरिक हालचाली करण्यास आपण फारसे उत्सुक नसतो. आपल्याला आपल्या आवाजात फारसे चढउतारही करवत नाहीत. थोडक्यात खऱ्या अर्थाने संवाद साधण्यातले सहजपण आणि ताजेपण आपण गमावले आहे. आपल्याला खूप हळू किंवा खूप भरभर बोलण्याची सवय आहे आणि जर आपण आपल्या भाषेकडे काळजीपूर्वक लक्ष दिले नाही तर तिच्या चिंध्याचिंध्या होतात आणि अधिक बेपर्वाई होते. या पुस्तकात तुम्हाला सतत सहजपणे, स्वाभाविकपणे वागायला सांगितले आहे आणि म्हणून तुमचा असा समज होण्याची शक्यता आहे की अतिसामान्य भाषा किंवा कंटाळवाणे भाषण अशा अर्थाने सहज असे मला म्हणायचे आहे. पण तुमचा हा गैरसमज आहे, मला असे म्हणायचे आहे की, 'सहज याचा अर्थ आपले विचार आपण सहजतेने व्यक्त करायला हवे, पण त्याच वेळी ते चैतन्यपूर्ण असावे. उलट माझे तर म्हणणे हे आहे की, कोणताच चांगला वक्ता हे कधीच स्वीकारणार नाही की, त्याच्यामध्ये शब्दसामर्थ्य आणि भाषेची समृद्धी आणि कल्पना व शैलीचा विकास, विषयाची विविधता आणि अभिव्यक्त होण्याची ताकद यांच्यात सुधारणा करण्याचे सामर्थ्य नाही. या सगळ्या अशा जागा आहेत की ज्यामध्ये प्रत्येक जण आपले जास्तीतजास्त कौशल्य दाखवून स्वत:च्या उठावदार व्यक्तिमत्त्वाचा प्रभाव पाडू शकतो.

ही एक अतिशय उत्तम कल्पना आहे की, स्वत:च्याच आवाजाचे, आवाजाच्या पट्टीचे, आवाजातील वैविध्याचे आणि गतीचे मूल्यमापन करायचे हे एखाद्या टेपरेकॉर्डरच्या साहाय्याने करता येते. आणखी एक मार्ग असा की, असे मूल्यमापन करण्यासाठी आपल्या मित्रांची मदत घ्यायची. जर एखाद्या तज्ज्ञाचा सल्ला घेणे शक्य असेल तर फारच उत्तम! तरीही हे मात्र कायम लक्षात ठेवायचे की हा सगळा सराव आपल्याला श्रोत्यांच्या अनुपस्थितीत करायचा आहे. तुम्ही श्रोत्यांसमोर उभे असताना ही तंत्रे सरावाशिवाय वापरण्याचा प्रयत्न केलात तर तुमच्या भाषणाची परिणामकारकता साधण्यात तुम्ही अपयशी ठराल. एकदा का भाषणासाठी व्यासपीठावर उभे राहिलात की स्वत:ला पूर्णपणे त्यामध्ये झोकून द्या. तुमच्या

श्रोत्यांच्या मानसिक आणि भावनिक अवस्थेवर संपूर्ण लक्ष केंद्रित करा आणि तुमच्या असे लक्षात येईल की १० पैकी ९ वेळा तरी तुम्ही आत्तापर्यंत पुस्तकातून जे ज्ञान मिळवले त्याच्या कित्येक पटीने जास्त तुमचे भाषण प्रभावी ठरेल.

संवादकौशल्ये

प्रकरण ११ - संवादफेक

१) आत्मकोषातून बाहेर या.
२) इतरांची नक्कल करू नका! तुम्ही तुम्हीच असा!
३) तुमच्या श्रोत्यांबरोबर संवाद साधा.
४) अंत:करणापासून बोला.
५) सरावामुळे तुमचा आवाज सशक्त व लवचिक बनतो.

भाग ५

प्रभावी बोलण्यासमोरील आव्हाने

या भागामध्ये आम्ही तुम्हाला दररोजच्या संभाषणामागची काही तत्त्वे आणि तंत्रे सांगणार आहोत. जी सर्वसाधारण संभाषणापासून ते औपचारिक, जाहीर भाषणांपर्यंत कोठेही वापरण्यास उपयुक्त ठरतील.

आता आमची अशी खात्री पटली आहे की एव्हाना तुम्ही या प्रशिक्षणाच्या अभ्यासक्रमाच्या कक्षेबाहेरही यशस्वीपणे बोलू शकाल. असे जाहीरपणे बोलण्याचे प्रसंग साधारणपणे दोन प्रकारचे असू शकतील. एक तर जो प्रमुख वक्ता आहे त्याची थोडक्यात ओळख करून देणे किंवा एखादे लांबलचक भाषण. याच कारणासाठी आम्ही हे प्रकरण ओळखीच्या भाषणासाठी आणि मोठ्या भाषणासाठी किंवा ओळख ते निर्णायक भाषणापर्यंत करण्याची जुळवाजुळवीसंबंधीचे मार्गदर्शन म्हणून या पुस्तकात समाविष्ट केले आहे.

या पुस्तकातील शेवटचे प्रकरणसुद्धा तुम्हाला पुनः पुन्हा, दररोजच्या संभाषणात आणि औपचारिक भाषणात ती तत्त्वे कशी वापरायची यावरच जोर देत आहे.

प्रकरण १२

वक्त्याची ओळख, सादरीकरण आणि बक्षिसांचा स्वीकार

जेव्हा कधी तुम्हाला व्यासपीठावर भाषण देण्यासाठी बोलावले जाते तेव्हा एकतर ते दुसऱ्या एखाद्या वक्त्याची ओळख करून देण्यासाठी बोलावले जाते, नाहीतर श्रोत्यांना एखाद्या विषयाची सखोल माहिती देण्यासाठी, त्यांचे मनोरंजन करण्यासाठी किंवा त्यांना एखादा मुद्दा पटवून देण्यासाठी किंवा त्यांचे मन वळवण्यासाठी बोलावले जाते. कदाचित तुम्ही एखाद्या सामाजिक संस्थेचे अध्यक्ष असाल किंवा एखाद्या बायकांच्या क्लबचे सभासद असाल आणि आता पुढच्या मीटिंगमध्ये प्रमुख वक्त्याची ओळख करून देण्याचे अवघड काम तुमच्यावर सोपवले गेले असेल किंवा कदाचित एखाद्या स्थानिक संस्थेसमोर तुम्हाला प्रारंभीचे भाषण करायचे किंवा विक्रीक्षेत्रातील एखाद्या गटासमोर बोलायचे किंवा एखाद्या राजकारणीय सभेसमोर बोलायचे आहे. असे कोणतेही प्रसंग येऊ शकतात. तेराव्या प्रकरणात मी तुम्हाला ओळख करून देण्याच्या मोठ्या भाषणांबद्दल काही सूचना करणार आहे. मी तुम्हाला बक्षीस वितरणाच्या प्रसंगीचे भाषण आणि बक्षीस स्वीकारण्याच्या वेळचे भाषण याबद्दलही मोलाच्या सूचना देणार आहे. जॉन मेसन ब्राऊन, हा प्रसिद्ध लेखक व व्याख्याता होता. त्याचे उत्साहवर्धक भाषण संपूर्ण देशात सर्वत्र लोकांना खिळवून ठेवत असे. एके रात्री तो अशा एका माणसाशी बोलत होता जो त्याची व्यासपीठावरून श्रोत्यांकडे ओळख करून देणार होता.

तो माणूस मि. ब्राऊनला अचानक म्हणाला, 'तुम्ही भाषणाची कसली चिंता करता! निवांत राहा, भाषणाची तयारी-बियारी करणे मला मुळीच पसंत नाही. ते चांगले पण नसते. कारण अशी तयारी उत्स्फूर्त भाषणाला मर्यादा घालते. त्यातले सगळे सौंदर्य, आनंद नष्ट करते. तो जेव्हा भाषणे करतो तेव्हा मी फक्त माझ्यात चैतन्य स्फुरण्याचीच वाट पाहतो आणि असे चैतन्य स्फुरल्यानंतर जेव्हा स्वत:च्या पायावर उभा राहतो तेव्हा कधीच अपयशी होत नाही.'

त्याच्या एवढ्या आश्वासक बोलण्यामुळे मि. ब्राऊनच्या आशा पल्लवित झाल्या की तो माणूस आपली चांगली ओळख श्रोत्यांना करून देईल. ही आठवण ब्राऊनने *'अ क्स्टम्ड ॲज आय कॅम'* या पुस्तकात अशा प्रकारे सांगितली आहे की, 'पण जेव्हा तो माणूस माझी ओळख करून द्यायला उठला तेव्हा असे घडले की....

'सभ्य गृहस्थांनो, कृपया माझ्याकडे लक्ष द्या. तुमच्यासाठी माझ्याकडे आज रात्री एक वाईट बातमी आहे. आम्हाला तुमच्या भेटीसाठी आयझॅक एफ. मार्कोसन याला बोलावण्याची खूप इच्छा होती, पण तो आजारी असल्यामुळे येऊ शकला नाही (टाळ्या). नंतर आम्ही सिनेटर ब्लेरीजला तुमच्यासाठी आमंत्रित केले, पण तो अत्यंत कार्यमग्न होता (टाळ्या). मग आम्ही कनसासच्या डॉक्टर लॉइड ग्रोगनला बोलावण्याचे प्रयत्न केले, ते निष्फळ ठरले (टाळ्या). म्हणून मग त्याऐवजी आम्हाला जॉन मेसन ब्राऊन यांना बोलावणे भाग पडले (शांतता).'

मि. बशऊन ते आठवून फक्त एवढेच म्हणाले की, 'हुश्श! या माझ्या मित्राने, माझ्या स्फूर्तीस्थानाने निदान माझे नाव तरी बरोबर उच्चारले.'

अर्थातच तुमच्या हे लक्षात आले असेल की त्या ओळखकर्त्याने वक्त्याला इतके नाउमेद केले होते की यापेक्षा अधिक वाईट काही करणे त्याला शक्य नसावे. त्याची वक्त्याची ओळख करून देण्यातली कर्तव्यतत्परता आणि भाषण ऐकायला आलेले श्रोते यांच्याप्रती असलेले कर्तव्य पार धुळीला मिळाले होते. खरे तर ही फारच छोटी-छोटी कामे असतात, पण ती महत्त्वाची असतात! कसे काय कार्यक्रमाच्या अध्यक्षांना हे समजून येणे जमत नाही आणि ते अपयशी ठरतात.

आपण समाजामध्ये एकमेकांशी ओळखी करून घेतो तोच हेतू ओळखीच्या भाषणामागचा असतो, हे ओळख करून देणारे भाषण श्रोते आणि वक्ता यांना जवळ आणण्यास कारणीभूत होते आणि त्यांच्यात एकमेकांबद्दल आस्था वाटण्यास कारणीभूत ठरते. जो माणूस असे म्हणतो की, 'तुला काही भाषण करायचे नाही. तुला फक्त पाहुण्यांची ओळख तर करून द्यायची आहे.' तो माणूस हीन उद्‌गार काढल्याबद्दल दोषी ठरतो. बहुधा ओळख करून देण्याच्या भाषणाची जबाबदारी ज्या अध्यक्षांवर टाकली जाते त्यापैकी अनेक जण ते गंभीरपणे घेत नाहीत म्हणूनच ओळख करून देण्याच्या भाषणाइतके बिघडलेले दुसरे कोणतेच भाषण असू शकत नाही.

इंट्रोडक्शन - हा शब्द म्हणजे दोन वेगळ्या शब्दांनी जोडलेले जोडाक्षर आहे. हे दोन्ही शब्द लॅटीन भाषेतले आहे? पहिला म्हणजे इंट्रो - ज्याचा अर्थ आतल्या बाजूला असा आहे आणि दुसरा म्हणजे ड्युसर - याचा अर्थ नेतृत्व करणे - या जोडाक्षराचा अर्थ असा की त्या व्यक्तीने त्या वक्त्याची अधिक माहिती देणे. त्याचा त्या विषयावरील अधिकार पटवून देणे हे आवश्यक असते. हसऱ्या शब्दात सांगायचे तर ओळख करून देणे. हे तो विषय श्रोत्यांना विकत घ्यायला लावणं

आणि वक्त्याच्याही गळी मारणे असते आणि त्याहीपेक्षा विशेष म्हणजे अगदी थोडक्या वेळात हे सगळे श्रोत्यांना समजावून सांगायचे असते.

म्हणून हे सगळे घडणे गरजेचे असते. पण खरेच असे घडते का? दहापैकी नऊ वेळा तरी? नाही - अजिबात नाही. अनेक ओळखी या अत्यंत गचाळ, दंतकथेसारख्या आणि साफ न करता येण्याइतक्या अपुऱ्या असतात, त्या तशा असायला नकोत? ज्या व्यक्तीला हे ओळख करून देण्यामागचे महत्त्व जाणवेल आणि तो ती जबाबदारी योग्यरीतीने पेलेल. थोड्याच दिवसात ती व्यक्ती कार्यक्रमाची मुख्य सूत्रधार म्हणून किंवा अध्यक्ष म्हणून हवीहवीशी वाटेल.

इथे आम्ही तुम्हाला अशा काही सूचना देत आहोत ज्याच्या मदतीनं तुम्ही सुव्यवस्थित ओळख करून देणारे भाषणे तयार करू शकाल.

पहिली / **तुम्हाला जे काय म्हणायचे आहे त्याची पूर्वतयारी करा**

जरी 'ओळख करून देणारे भाषण' हे छोटेसे असले अगदी १ मिनिटापेक्षा अधिक वेळचे नसले तरीही त्यासाठी काळजीपूर्वक तयारी करणे गरजेचे असते. प्रथम काय करायचे तर खरी माहिती गोळा करायची, त्यासाठी तीन बाबतीतले तपशील महत्त्वाचे. एक म्हणजे वक्त्याचा विषय, दुसरे असे की वक्त्याची त्या विषयावर बोलण्याची पात्रता आणि तिसरे म्हणजे त्याचे नाव आणि अनेकदा चौथी बाब तर उघडच असते की वक्त्याने श्रोत्यांच्या रुचीचा तो विशिष्ट विषय का निवडला?

आधी हे निश्चित करा की तुम्हाला पण विषयाचे शीर्षक नक्की माहिती आहे का? त्या विषयावरील त्या वक्त्याचा अधिकार कितपत आहे? जर ओळख करून देणाऱ्याने वक्त्याचा त्या विषयावरील अधिकार डावलला तर त्या वक्त्यासाठी त्याच्याइतके लाजीरवाणे काय असू शकते? वक्त्याचा विषय कोणता आहे हे जाणून घेऊन तुम्ही हा लाजिरवाणा प्रसंग टाळू शकता आणि वक्ता काय बोलणार आहे याचे भाकीत तुम्ही करू नका. तुमचे कर्तव्य एवढेच आहे की वक्त्याच्या भाषणाचे शीर्षक तुम्ही अचूकपणे श्रोत्यांपर्यंत पोहोचवणे आणि श्रोत्यांच्या रुचीशी ते कसे मिळतेजुळते आहे हे शोधून काढणे शक्य झाले तर ती माहिती तुम्ही प्रत्यक्ष श्रोत्यांकडूनसुद्धा मिळवू शकता. जर तुम्ही या माहितीसाठी तिसऱ्या व्यक्तीवर अवलंबून राहिलात, उदाहरणार्थ अध्यक्षांवर तर ती माहिती लिहून घेऊन वक्त्याला दाखवून ती बरोबर आहे का, याची भाषणापूर्वी खात्री करून घ्या.

पण तुमची बरीचशी तयारी ही वक्त्याच्या पात्रतेबद्दलची माहिती गोळा करण्यासाठीची असेल. जर तुमचा वक्ता राष्ट्रीय पातळीवर किंवा राज्यपातळीवर प्रसिद्ध असेल तर तुम्हाला त्याच्या कार्याचा आढावा घेता येईल आणि इतर लोकांकडे चौकशी करून माहिती मिळवता येईल. जर तो स्थानिक पातळीवर

प्रसिद्ध असेल तर त्याचे इतर लोकांबरोबर नातेसंबंध आणि तो जेथे काम करतो त्या कार्यालयात चौकशी करून किंवा तुमची माहिती त्याच्या एखाद्या मित्राशी चर्चा करून किंवा कुटुंबातील एखाद्या व्यक्तीबरोबर बोलून तिची शहानिशा करता येईल. मुख्य गोष्ट ही की तुम्ही मिळवलेली चरित्रात्मक माहिती ही अचूक असली पाहिजे.

अर्थातच वक्त्याबद्दल खूप जास्त माहितीसुद्धा लोकांना कंटाळवाणी होईल. प्रामुख्याने जेव्हा तो एखाद्या वरच्या पातळीवर असताना त्या खालच्या पातळीबद्दलची माहिती देणे हे अप्रस्तुत आहे. म्हणजे उदाहरणच द्यायचे झाले तर अमुक अमुक वक्ता हा बी. ए. आहे, एम. ए. आहे आणि पीएच. डी. सुद्धा आहे असं सांगणे वेडगळपणाचे ठरेल. म्हणजे त्यासाठी काय करावे लागेल तर त्याच्या उच्चतम पदवीचा उल्लेख पुरेसा आहे किंवा तो एखाद्या कॉलेजमधून पास झाल्यावर कुठेतरी ऑफिसर म्हणून नोकरी केली, हळूहळू बढत्या मिळाल्या हे सांगण्यापेक्षा तो आज अमुकअमुक कंपनीचा सीईओ आहे, हे सांगणे जास्त स्पृहणीय ठरेल. थोडक्यात किंवा महत्त्वाची माहिती श्रोत्यांपर्यंत पोहोचवण्यापेक्षा त्याचे ठळक यश लोकांना सांगा.

आणखी एक उदाहरण देतो. मी एका सुप्रसिद्ध वक्त्याचे भाषण ऐकले आहे - खरे तर या वक्त्याची म्हणजे आयरीश कवी डब्लू. बी. येट्सची ओळख यापेक्षा खूप चांगल्याप्रकारे करून देण्याची गरज होती. डब्लू. बी. येट्सला त्याच्या स्वत:च्या कविता वाचण्यासाठी पाचारण करण्यात आले होते. या प्रसंगाला तीन वर्षांपूर्वी त्याला साहित्यातील नोबेल प्राईझने सन्मानित करण्यात आले होते. साहित्याच्या क्षेत्रातील तो सर्वोच्च मानाचा पुरस्कार होता. मला खात्री आहे की त्या श्रोत्यांमधील १० टक्के लोकांनासुद्धा त्या पुरस्काराचे महत्त्व माहिती नव्हते. वास्तविक या दोन्ही गोष्टी समजावून सांगण्याची गरज होती. पण नोबेल प्राईझ आणि डब्लू. बी. येट्स यांना मिळालेला तो पुरस्कार एवढेच बोलायची गरज होती. पण अध्यक्ष महाशयांनी काय केले तर या वास्तवाकडे संपूर्णपणे डोळेझाक केली आणि श्रोत्यांना ग्रीक मायथॉलॉजी आणि ग्रीक काव्याकडे घेऊन गेले.

आणखी महत्त्वाची एक गोष्ट म्हणजे वक्त्याचे नाव उच्चारताना ते अचूकपणे उच्चारा आणि त्या नावाशी आधीच परिचय करून घ्या. जॉन मेसन ब्राऊन याने एकदा असे सांगितले की, त्याची ओळख एकदा जॉन ब्राऊन मेसन अशी करून दिली गेली, तर एकदा जॉन स्मिथ मेसन अशीही करून दिली गेली. प्रसिद्ध कॅनेडियन विनोदी लेखक स्टिफन लिकॉक याने त्याच्या 'वुई हॅव वुईथ अस टोनाईट' या आनंददायी निबंधात त्याची ओळख करून देताना ओळखकर्त्याने कोणत्या शब्दात केली ते सांगितले आहे.

'आपल्यापैकी बरेच जण मि. लिअरॉयडच्या आगमनाची उत्कंठेने वाट पाहत आहेत आणि त्यांच्या मनात हे आता काय बोलणार याबद्दलचे औत्सुक्य आहे.

आपण त्यांची पुस्तके वाचल्यामुळे त्यांना जणू एखाद्या जुन्या मित्राप्रमाणे ओळखतो. अर्थातच मला असे वाटत नाही की मी काही अतिशयोक्ती करतोय. जेव्हा मी सांगतो की आमच्या शहरात मि लिअरॉयडचे नाव घरातील एखाद्या परिचित वस्तूप्रमाणे घेतले जाते. खरोखर मला मि. लिअरॉयडचा तुमच्याशी परिचय करून देताना खूप खूप आनंद होतो आहे.' मि. लिकॉक अचंबित झाले.

तुम्ही जी जबाबदारी अंगिकारली आहे तिचा मुख्य हेतू तर नेमकेपण हे आहे, कारण नेमकेपणाने सांगितले तरच वक्त्याची ओळख करून देण्यामागचा उद्देश सफल होईल की श्रोत्यांचे लक्ष खिळवून ठेवायचे व श्रोत्यांना वक्त्याचे बोलणे सुबोध करून द्यायचे. एखादा अध्यक्ष आपल्याला वक्त्याची ओळख करून देण्याची जबाबदारी आहे हे माहिती असूनसुद्धा तयारी न करता येतो आणि मग काहीतरी संदिग्ध, अस्पष्ट बोलतो - जसे,

'आजचे आपले वक्ते... (नाव नाही) सर्वत्र... या विषयावर (विषय माहिती नाही) अधिकार असल्याबद्दल प्रसिद्ध आहेत. त्यांना त्यांच्या विषयाबद्दल काय सांगायचे आहे ते ऐकण्यास आपण उत्सुक आहोत. कारण ते... फार लांबून आले आहेत (कोठून आले ते माहीत नाही). त्यांना तुमच्यासमोर सादर करताना मला खूप आनंद होतो, आता तुमच्यासमोर येत आहेत मि. ... (टिंबटिंब).'

आपल्या रोजच्या कामाच्या रगाड्यातूनसुद्धा आपण थोडासा वेळ तयारी करण्यासाठी न काढल्यानं आपण श्रोत्यावर व वक्त्यावर दुःखाचा प्रसंग आणू शकतो.

* * *

दुसरी / **T I S चे सूत्र वापरा**

अनेक ओळख करून देण्याच्या भाषणांमध्ये हा T I S फॉर्म्युला कामी येतो; आणि तुमच्या माहिती गोळा करण्याच्या शोधकार्यात ती एक उपयुक्त मार्गदर्शिका म्हणून उपयोगी पडते.

१. T हे आद्याक्षर टॉपिक म्हणजे विषय यासाठी वापरले आहे. तुमच्या वक्त्याची ओळख करून देण्याच्या भाषणाची सुरुवात वक्त्याच्या भाषणाच्या शीर्षकापासून करा.

२. I हे आद्याक्षर इम्पॉर्टन्स म्हणजे महत्त्व यासाठी वापरले गेले आहे. या पायरीवर तुम्हाला काय करायचे आहे तर श्रोत्यांची रुची आणि वक्त्याच्या भाषणाचा नियम यांच्यामध्ये पूल बांधायचा आहे.

३. S हे आद्याक्षर स्पिकर म्हणजे वक्ता यासाठी वापरले गेले आहे. इथे तुम्ही वक्त्याच्या अंगी असलेल्या गुणांची आणि त्याने सिद्ध केलेल्या कार्याची

यशोगाथा वाचू शकता. पण विशेषकरून ही गुणगाथा भाषणाच्या विषयाशी संबंधित असावी. शेवटी तुम्ही त्याचे नाव इतरांपेक्षा कसे उच्च पातळीवर आहे हे स्पष्ट करून सांगू शकता.

हे सूत्र वापरत असताना तुम्ही स्वत:च्या कल्पकतेचा जास्तीत जास्त उपयोग करून घेऊ शकता. हा ओळखीचा कार्यक्रम कधीही तुटक आणि कोरड्या शब्दांमध्ये करू नका. इथे मी तुम्हाला असे एक उदाहरण देतो की ज्या भाषणामध्ये हे सूत्र वापरले गेले तरीसुद्धा ते भाषण सूत्रामध्ये बद्ध केले आहे असे वाटत नाही. हे भाषण 'न्यू यॉर्क सिटी' या वृत्तपत्राच्या संपादकाने, होमर थोर्ने याने जेव्हा टेलिफोन कंपनीचा उच्च अधिकारी जॉर्ज वेलबॉमची वृत्तपत्रक्षेत्रातील स्त्री-पुरुषांना ओळख करून देण्यासाठी केले होते. ते असे,

आपल्या वक्त्याचा विषय आहे, 'दूरध्वनी तुमच्या सेवेस.'

जेव्हा तुम्ही टेलिफोन कॉल करता तेव्हा मला ते नेहमीच जगातील अनेक गूढांपैकी एक गूढ वाटते.

तुम्हाला रॉंग नंबर का मिळतो? कधीकधी तुम्ही तुमच्या घरातून घरासमोरील टेकडीवर केलेल्या फोनपेक्षाही न्यू यॉर्कहून शिकागोला केलेला फोन लवकर का लागतो? आजच्या आपल्या वक्त्याला या प्रश्नांची उत्तरे माहिती आहेत. याचे कारण असे की सुमारे वीस वर्षांपासून ते या व्यवसायाची धुरा आपल्या खांद्यावर बाळगत आहेत आणि सर्वसामान्य लोकांना या क्षेत्राविषयी अधिक पारदर्शक माहिती मिळावी म्हणून प्रयत्नशील आहेत. आज टेलिफोन कंपनीमध्ये ते ज्या उच्चपदावर अनेक बिरुदे मिरवित आहेत ते त्यांच्या कष्टाचे फळ आहे.

ते आता आपल्याशी टेलिफोन कंपनी आपल्याला कोणकोणत्या विविध सेवा पुरवते याबद्दल माहिती सांगणार आहेत. जर त्यांनी सांगितलेल्या गोष्टी तुम्हाला मान्य असतील व तुमचा मैत्रीपूर्ण दृष्टिकोन असेल तर आजचे वक्ते तुम्हाला एक संरक्षक देवतेच्या रूपात भासतील. पण कदाचित तुम्हाला योग्य टेलिफोन सेवासुविधा मिळाल्या नसतील तरी त्यांना त्यांची बाजू मांडण्याची संधी द्या.

सभ्य स्त्री-पुरुषांनो आता आपल्याशी थेट संवाद साधत आहेत न्यू यॉर्क टेलिफोन कंपनीचे व्हाईस प्रेसिडेंट मि. जॉर्ज वेलबॉम.'

लक्षात घ्या, होमर थॉर्नें यांनी किती हुशारीने श्रोत्यांना टेलिफोनविषयी विचार करण्यास भाग पाडले. श्रोत्यांना प्रश्न विचारून त्यांचे कुतूहल त्याने जागवले आणि हेसुद्धा दर्शवले की वक्ता त्यांच्या प्रश्नांची, शंका-कुशंकांची समाधानकारक उत्तरे देणार आहे.

मला अजूनही शंका आहे की ही अशा प्रकारची ओळख लिहून काढली होती का? की पाठांतर केले होते? कागदावरसुद्धा हे भाषण किती नैसर्गिक आणि

संभाषणात्मक वाटते. कॉर्नेलिया ओटीस स्किनरची एकदा ज्या मुलीने ओळख करून दिली ती तिचे पाठ केलेले शब्द विसरली त्यामुळे सुरुवात कशी करावी तिला सुचेना. तिने एक खोलवर श्वास घेतला आणि म्हणाली, 'ॲडमिरल बायर्ड यांनी फार जास्त पैसे मागितल्यामुळे आज संध्याकाळी आपल्याबरोबर मिस् कॉर्नेलिया ओटीस स्किनर आहेत.'

वक्त्याची ओळख करून देणारे भाषण हे ओघवते असले पाहिजे आणि त्या प्रसंगाला अधिक उठावदार बनवणारे असले पाहिजे, ते खूप काटेकोर कडक शब्दात नसावे.

वरती मि. वेलबॉमची ओळख ज्या शब्दात करून दिलेली आहे तेथे कोठेही असे शब्द नाहीत की, 'हे सांगण्यात मला खूप आनंद होतो' आणि 'ओळख करून देण्याची मला ही सोन्याची संधी मिळाली' असे खोटे-खोटे त्यात काही नव्हते. ओळखकर्त्याने वक्त्याला सादर करण्याची सर्वांत उत्तम पद्धत म्हणजे, 'मी तुमच्यासमोर सादर करतो श्री. .... (नाव)'

काही अध्यक्ष इतके लांबलचक बोलतात की श्रोत्यांना अस्वस्थ केल्याचा दोष त्यांच्या माथी लागतो. तर काही जण इतके जास्त अलंकारिक आणि आपल्या वक्तृत्वशैलीचे उथळ प्रदर्शन करतात. केवळ श्रोत्यांवर प्रभाव पडावा व आपल्याला अधिक महत्त्व प्राप्त व्हावे म्हणून! तर काही जण उगाचच शिळे, फालतू विनोद करतात किंवा असे काही विनोदी बोलतात, ज्यामुळे वक्त्याच्या व्यवसायाची एक तर टर उडवलेली असते किंवा कौतुक केलेले असते.

आता मी तुम्हाला T I S हे सूत्र जरा वेगळ्या पद्धतीने वापरलेल्या भाषणाचा नमुना सादर करणे यामध्ये T I S हे सूत्र वापरूनही वक्त्याने आपले वैयक्तिक वेगळेपण जपलेले आहे. एडगर एल. स्क्नॉडिग याने या तीन बाबींची सरमिसळ, प्रसिद्ध सायन्स शिक्षणतज्ज्ञ आणि संपादक जेराल्ड वेन्डट याची ओळख करून देताना कशी केली ते बघा.

'आजच्या आपल्या वक्त्यांचा भाषणाचा विषय आहे 'सायन्स टुडे'; काहीसा गंभीर विषय आहे. याच्याबद्दल मला एका गोष्टीची आठवण झाली. एक मनोरुग्ण ज्याला भास व्हायचे की त्याच्या पोटात एक मांजर आहे. तो डॉक्टरकडे जातो. डॉक्टर त्याला त्याचे म्हणणे कसे खोटे आहे हे पटवून देण्यात असमर्थ ठरतात. मग ते खोटेखोटे ऑपरेशन करतात. पण त्याला इथर मात्र देतात. इथरचा अंमल कमी झाल्यावर त्याला एक काळी मांजर दाखवण्यात येते व सांगितले जाते की, 'हे बघ! आता ही मांजर पोटातून बाहेर काढली आहे. तुझा त्रास आता संपला आहे.' त्यावर तो उत्तरतो, 'डॉक्टर मला वाईट वाटते; कारण मला त्रास देणारी मांजर करड्या रंगाची आहे.'

असेच काहीसे आजच्या सायन्सबद्दल म्हणावेसे वाटते. तुम्ही आता ळ-२३५ या मांजरीपर्यंत जाऊन पोहोचलात पण तुम्ही नेप्टुनियम, प्लुटोनियम, युरेनियम २३३ किंवा आणखी काही, अशा मांजरींचा कळप घेऊनच फिरत आहात. शिकागोमध्ये ग्रीष्म ऋतुत नैसर्गिक घटक फार शक्तिमान असतात. फार जुना न्यू क्लिअर सायंटिस्ट ज्याच्याकडे परिसस्पर्श करण्याची कला होती तो जेव्हा मृत्यूशय्येवर होता तेव्हा त्याने फक्त एक दिवस या सृष्टीतील कोडे उलगडण्यासाठी वाढवून मिळावा म्हणून याचना केली होती. पण आता तर शास्त्रज्ञ या विश्वाने कधीही स्वप्नातसुद्धा न पाहिलेली कोडी निर्माण करत आहेत.

आपले आजचे वक्ते शास्त्र विषयात पारंगत आहेत. त्यांना शास्त्र जसे आहे तसे माहिती आहे. शिकागो विद्यापीठात ते शास्त्र विषयाचे प्राध्यापक होते. ते पेनिसिल्व्हानिया स्टेट कॉलेजचे डीन होते, कोलंबस ओहिओ येथील बॅटले इन्स्टिट्यूट ऑफ इंडस्ट्रियल रिसर्च या संस्थेचे ते डायरेक्टर होते. शास्त्रज्ञ म्हणून ते सरकारच्या सेवेतही होते. तसेच ते संपादक व लेखक पण होते. ते आयोवा येथील डेवनपोर्टमध्ये जन्मले आणि त्यांनी त्यांची व्यावसायिक पदवी हॉर्वर्ड येथे घेतली. त्यांनी त्यांचे प्रशिक्षण वॉर प्लांटमध्ये पूर्ण केले आणि ते संपूर्ण युरोपभर फिरले.

आजचे आपले वक्ते हे शास्त्राच्या असंख्य क्रमिक पुस्तकांचे लेखक व संपादक आहेत. त्यांचे सुप्रसिद्ध पुस्तक *'सायन्स फॉर दि वर्ल्ड टुमारो'* हे ते जेव्हा वर्ल्डस फेअर, न्यू यॉर्क येथे डायरेक्टर होते तेव्हा प्रसिद्ध झाले. ते टाईम, लाइफ, फॉर्च्युन, मार्च ऑफ टाइम या मासिकांचे प्रमुख सल्लागार संपादक आहेत. शास्त्रीय बातमीपत्राचे विश्लेषक म्हणून ते श्रोत्यांमध्ये लाडके आहेत. *'दि ॲटोमिक एज'* हे त्यांचे पुस्तक १९४५ मध्ये म्हणजे हिरोशिमावर बॉम्ब पडल्यानंतर १० दिवसांनी बाजारात आले. त्यांचे आवडते वाक्य म्हणजे, 'अजून अधिक चांगले यायचे आहे.' आणि ते खरे ठरले. अशा महान व्यक्तीला सादर करण्यास मला आनंद होत आहे आणि तेवढाच आनंद तुम्हाला त्यांना ऐकण्यात मिळेल अशी मला खात्री वाटते. अशा महान व्यक्तीचे नाव आहे 'सायन्स इलस्ट्रेटेड'चे संपादक डॉ. जेराल्ड वेन्डट.'

या गोष्टीला फार काळ लोटला नाही. जेव्हा वक्त्यांची ओळख करून देण्याच्या भाषणात त्याची जरा जास्तीच तारीफ करण्याची फॅशन होती. अध्यक्षांकडून वक्त्याला फुलांच्या गुच्छांचे ढिगच्या ढीग दिले जायचे. तो गरीब बिच्चारा वक्ता या स्तुतिसुमनांनी बावरून जायचा.

मिसुरीतील कनसास शहरातील एक लोकप्रिय विनोदवीर टॉम कॉलिन्सने एकदा *'दि टोस्टमास्टर्स हॅन्डबुक'* या पुस्तकाच्या लेखकाला असे सांगितले की, 'एखादा वक्ता थोडासा विनोदी ढंगात बोलणारा असेल तर त्याच्यावतीने ओळखकर्त्याने

श्रोत्यांना असे वचन देणे की लवकरच ते हासून-हासून गडबडा लोळतील आणि अत्यानंदाच्या बेटावर राहतील.’ हे फार घातक आहे. जेव्हा टोस्टमास्टर वील रॉजर्सबद्दल तोंडातल्या तोंडात काही पुटपुटेल तर काय होईल. तुम्हाला माहीतच आहे. तुमचीसुद्धा मनगटाची शीर तुटेल कारण तुमचाही विनाश ओढवलेला असेल.

त्याचबरोबर वक्त्याच्या गुणांची कदर न करता त्यांना जाहीरपणे न सांगणेसुद्धा अयोग्य आहे. स्टीफन लिकॉक याला अशाच एका प्रसंगाला तोंड द्यावे लागले होते, ज्या भाषणात ओळखकर्त्याने शेवट असा केला होता.

‘या ग्रीष्म ऋतुतील व्याख्यानांच्या मालिकेतील हे पहिलेच पर्व आहे. तुम्हाला माहितीच आहे की मागच्या वर्षी आपल्याला अपयश आले. खरे सांगायचे तर या वर्षीचा आमचा ताळेबंद घाट्याचा झाला म्हणून यावर्षी आम्ही जरा वेगळा विचार केला आहे आणि जरा सुमार दर्जाच्या बुद्धिवंतांना पाचारण केले आहे. मी तुमच्यासमोर मि. लिकॉक यांना सादर करीत आहे.’

मि. लिकॉक यांनी अत्यंत कोरडेपणाने यावर शेरा मारला आहे की, ‘तुम्हीच सांगा ज्याच्या माथ्यावर सुमार दर्जाचा बुद्धिवंत असा शिक्का मारला आहे त्याने श्रोत्यांसमोर कसे अवतीर्ण व्हायचे?’

तिसरी / **उत्साही बना!**

वक्त्याची ओळख करून देताना तुम्ही काय बोलता हे जितके महत्त्वाचे आहे तितकेच तुम्ही कसे बोलता तेही महत्त्वाचे आहे. तुम्ही जास्तीत जास्त मित्रत्वाच्या नात्याने बोलले पाहिजे आणि ‘मला किती आनंद होतोय’ असे शब्दात सांगण्यापेक्षा तुमच्या बोलण्यातून ते चैतन्य दिसले पाहिजे. तुम्ही श्रोत्यांची उत्सुकता शिगेला पोहोचण्याच्या हेतूने जर वक्त्याचे नाव शेवटी जाहीर करायचे ठरवले तर श्रोते मनातल्या मनात त्या नावाबद्दल अंदाज लावतील आणि मग नाव जाहीर होताच टाळ्या वाजवून त्या वक्त्याचे उत्साहाने स्वागत करतील आणि श्रोत्यांच्या अशी उबदार स्वागतामुळे व सदिच्छेमुळे त्या वक्त्याच्या अंगावर मूठभर मांसच चढेल आणि तो त्याचे विचार जास्तीत जास्त चांगल्या पद्धतीने सादर करू शकेल.

तुम्ही वक्त्याची ओळख करून देताना त्याचे नाव जेव्हा सगळ्यात शेवटी उच्चारता तेव्हा हे ३ शब्द लक्षात ठेवले पाहिजेत. पॉज, पार्ट आणि पंच. ‘पॉज’ या शब्दाचा अर्थ क्षणिक विश्रांती. वक्त्याचे नाव उच्चारण्यापूर्वी क्षणभर थांबल्याने श्रोत्यांना अंदाज करण्यासाठी वेळ मिळतो. ‘पार्ट’ या शब्दातून असे अभिप्रेत आहे की नाव आणि आडनाव एकमेकांपासून अलग केले पाहिजे, म्हणजे श्रोत्यांना वक्त्याचे नाव नीट समजेल. ‘पंच’ या शब्दाचा अर्थ ताकद लावून - वक्त्याचे नाव शक्तिनिशी जोरात घेतले गेले पाहिजे म्हणजे श्रोत्यांवर त्याची छाप पडेल.

आणखी एक सावधानता बाळगायची आहे. खरोखर ही माझी कळकळीची विनंती आहे. जेव्हा तुम्ही वक्त्याच्या नावाचा उच्चार करता तेव्हा त्याच्याकडे वळून बघू नका. उलट त्याचे संपूर्ण नाव उच्चारून होईपर्यंत श्रोत्यांकडेच बघा. नंतर वक्त्याकडे बघा. मी असे असंख्य वक्ते पाहिले आहेत की ज्यांनी वक्त्यांकडे बघून त्यांचे नाव उच्चारल्याने सर्वनाश ओढवून घेतला आहे. कारण त्यांच्या या कृतीचा अर्थ एवढाच होतो की ते वक्त्याचे नाव सांगत आहेत, जणू काही त्याला ते माहितीच नाही आणि त्याचवेळी श्रोत्यांना मात्र वक्त्याच्या नावाविषयीच्या अज्ञानाच्या अंधारात सोडून चालले आहेत.

* * *

चौथी / **मनापासून प्रामाणिक असा**

शेवटी मला तुम्हाला हे सांगायचे आहे की तुम्ही नक्की स्वत:शी प्रमाणिक आहात का याची खात्री करून घ्या. विनाकारण अवमूल्यन करणारी शेरेबाजी किंवा हलक्या प्रतीचा विनोद करणे टाळा. मिश्किलपणे करून दिलेली ओळखसुद्धा अनेकदा गैरसमज पसरवण्यास कारणीभूत ठरते व श्रोत्यांमध्ये खसखस पिकते म्हणून तुमच्यावर सोपवलेले काम चोखपणे बजवा. कारण तुम्ही हे असे एक सामाजिक कार्य करत आहात ज्यासाठी जास्तीत जास्त चातुर्याची आणि कौशल्याची गरज आहे. कदाचित तुमची वक्त्याबरोबर फार पूर्वीपासूनची ओळख असेल पण श्रोत्यांना मात्र तो वक्ता अनभिज्ञ असतो आणि अशावेळी तुमचे असे उद्‌गार जरी ते कितीही अजाणतेपणाने केल असले तरी वातावरण गढूळ करायला पुरेसे असतात.

पाचवी / **सादरीकरणाच्या भाषणाची संपूर्ण तयारी करा**

‘हे सिद्ध झाले आहे की माणसाला कौतुकाची प्रचंड भूक असते. त्याचे हृदय मानसन्मानासाठी, जाणिवांसाठी हापापलेले असते.’

जेव्हा मार्गेरी विल्सन या लेखिकेने वरील वाक्य लिहिले तेव्हा तिने त्यामध्ये त्रिकालबाधीत सत्य उद्‌धृत केले. आपल्याला लोकांकडून कौतुक हवे असते. कोणीतरी अगदी एखाद्या शब्दाने जरी आपले कौतुक केले तर आपण भरून पावतो. अगदी एखादी छोटीशी भेटवस्तू जरी औपचारिक पद्धतीने मिळाली तरी जादू घडते व चैतन्य स्फुरते.

अल्दिया गिबसन ही प्रसिद्ध टेनिसपटू! हिने आपल्या हृदयाची तीव्र इच्छा अगदी सोप्या प्रकारे आपल्या आत्मचरित्राचे शीर्षक *‘आय वॉन्टेड टू बी समबडी’*

असे देऊन केली आहे.

जेव्हा आपण एखाद्याबद्दल स्पष्टीकरणाचे भाषण करतो तेव्हा ज्याला सादर करणार आहोत त्याला अशी खात्री पटवून देतो की खरेचच तो कोणीतरी आहे. त्याने मिळवलेले हे यश कष्टसाध्य आहे. तो या मानसन्मानास पात्र आहे आणि आम्ही सगळे त्याचाच यथोचित गौरव करण्यासाठी एकत्र जमलो आहोत. आपल्याला त्याच्याबद्दल जे काही म्हणायचे आहे ते थोडक्यात पण पूर्ण विचार करून बोलले पाहिजे. ज्यांना नेहमी मानसन्मान मिळतो त्यांच्यासाठी असे शब्द फारसे मोलाचे नसले तरी असे काही कमी सुदैवी लोक असतात ज्यांच्यासाठी ती आयुष्यभर लक्षात ठेवण्यासारखी गोष्ट असते.

म्हणून आपण गांभीर्याने विचारपूर्वक, चोखंदळपणे मानसन्मान करताना शब्दांची निवड केली पाहिजे. इथे काळाच्या कसोटीवर उतरलेले एक सूत्र तुम्हाला सांगतो.

१. हा पुरस्कार का दिला जातो ते सांगा. कदाचित तो अधिक काळ सेवा केल्याबद्दलचा असेल किंवा एखादी स्पर्धा जिंकल्याबद्दलचा असेल किंवा एखादा लक्षणीय पराक्रम केल्याबद्दलचा असेल! जे काय आहे ते थोडक्यात सांगा.
२. जी संस्था किंवा संघटना हा उपक्रम चालवते ती ज्याला हा पुरस्कार मिळाला त्याच्या पराक्रमात कशाप्रकारे रुची दाखवते ते सांगा.
३. या पुरस्काराची पात्रता किती मोठी आहे आणि त्या विजेत्याबद्दल संस्थेला किती आदर आहे ते सांगा.
४. विजेत्याचे अभिनंदन करा आणि त्याच्या भविष्यासाठी प्रत्येकाकडून त्याचे अभीष्टचिंतन करा.

या वरील सर्व गोष्टींचा भाषणात समतोल करण्यासाठी फक्त प्रामाणिकपणाची आवश्यकता आहे. प्रामाणिकपणा हे शब्द उच्चारायची आवश्यकता नसते, ती कृतीतून दिसते. म्हणून जर तुम्ही सादरीकरणाचे भाषण करायचे एकदा निश्चित केले की तोच त्या व्यक्तीचा आणि तुमचाही गौरव आहे असे समजण्यास हरकत नाही. ज्या कामासाठी मेंदू आणि हृदय या दोन्हींचीही आवश्यकता असते अशा कामाची जबाबदारी तुमचे सहकारी मोठ्या विश्वासाने तुमच्यावर टाकतात. पण यामुळे हुरळून जाऊन इतर काही वक्ते ज्या चुका करतात त्या तुम्ही करू नका. ते अतिशयोक्तीची चूक करतात. अशा वेळी कोणालाही अतिशयोक्ती करण्याचा मोह होतो. वक्त्याच्या अंगी प्रत्यक्षात असलेल्या गुणांचे अतिजास्त उदात्तीकरण करणे सोपे असते. जर दिलेला पुरस्कार खरोखर योग्य असेल तर आपण ते म्हणायलाच हवे; पण आपण जरुरीपेक्षा जास्त कौतुक करणे बरोबर नाही. अती स्तुतिसुमने उधळल्यास त्या व्यक्तीला गुदमरल्यासारखे वाटते आणि श्रोते ज्यांना

बरेच काही समजते त्यांचासुद्धा त्या गोष्टीवर विश्वास बसत नाही.

आपण भेटवस्तूच्या महत्त्वाबद्दल अतिशयोक्तीपूर्ण वर्णन करणेसुद्धा टाळले पाहिजे. आपण त्या गोष्टीच्या मालकीहक्काबद्दल बोलण्यापेक्षा ज्या लोकांनी त्या दिल्या आहेत त्यांच्या त्यामागच्या मैत्रीपूर्ण भावनांवर जोर दिला पाहिजे.

सहावी / **आभारप्रदर्शनाच्या भाषणात तुमच्या प्रामाणिक भावना व्यक्त करा**

हे भाषण तर सादरीकरणाच्या भाषणापेक्षाही लहान असायला हवे. हे भाषण तर नक्कीच पाठ केलेले नसावे. पण तरीही मनातल्या मनात जुळवाजुळव करून ठेवणे अधिक फायद्याचे ठरेल. जर आपल्याला काहीतरी भेट मिळणार याची पूर्वसूचना असेल तर सादरीकरणाच्या भाषणापासूनच आपल्याला शब्दांची कमतरता पडण्याचे काही कारण नाही आणि आपल्यासाठी ती जमेचीच बाजू असेल.

नुसतेच 'थँक यू' आणि 'माझ्या आयुष्यातील सर्वांत महान दिवस' आणि 'माझ्या आयुष्यात घडलेली सर्वांत अविस्मरणीय घटना' हे असे पुटपुटणे काही फारसे चांगले नाही. इथे सादरीकरणाच्या भाषणातसुद्धा अतिशयोक्तीचा धोका संभावतो. कारण 'सर्वांत महान दिवस' किंवा 'सर्वांत आश्चर्यजनक गोष्ट' असे शब्द फार मोठ्या काळाचे प्रतिनिधित्व करतात. त्यापेक्षा अधिक नम्र शब्दात तुम्ही तुमच्या अंत:करणातील प्रेम कृतज्ञता व्यक्त करू शकता. खाली दिलेल्या सूचना बघा.

१) ज्या संस्थेने कार्यक्रमाचे आयोजन केले त्यांना अंत:करणापासून 'आभारी आहे' असे म्हणा.

२) ज्यांनी तुम्हाला मदत केली त्या सर्व सहकाऱ्यांना, मित्रमैत्रिणांना व कुटुंबाला त्याचे श्रेय द्या.

३) तुम्हाला मिळालेल्या पुरस्काराचे/बक्षिसाचे तुम्हाला किती मोल आहे त्याबद्दल भरभरून बोला, जर ते कागदात गुंडाळलेले असेल तर ते उघडून दाखवा. श्रोत्यांना सांगा की ते किती उपयुक्त किंवा आकर्षक आहे आणि तुम्ही त्याचा वापर कसा करणार आहात.

४) कृतज्ञता व्यक्त करून भाषणाचा शेवट करा.

या प्रकरणामध्ये आपण तीन खास प्रकारच्या भाषणांची चर्चा केली. यापैकी कोणत्या ना कोणत्या प्रकारचे भाषण तुमच्या कामाच्या ठिकाणी किंवा तुम्ही संलग्न असलेल्या संस्थेत करण्याची वेळ तुमच्यावर नक्कीच येऊ शकते.

माझा तुम्हाला आग्रह आहे की या प्रकरणात दिलेल्या सूचनांचा, जेव्हा तुमच्यावर भाषण करण्याची वेळ येईल तेव्हा काळजीपूर्वक वापर करा. त्यामुळे तुम्हाला योग्य ठिकाणी योग्य गोष्टी बोलण्याचे समाधान मिळेल.

प्रकरण १३

मोठ्या भाषणाची जुळवाजुळव

कोणताही शहाणा माणूस घराचा प्लॅन बनवल्याशिवाय घर बांधायला घेणार नाही, मग त्याला जे कार्य सिद्धीस न्यायचे आहे त्याबद्दल भाषण देताना त्याची संपूर्ण तयारी केल्याशिवाय तो व्यासपीठावर कसा उभा राहील?

भाषण करणे म्हणजे विशिष्ट हेतूने केलेली एक सफर असते आणि म्हणून तिचे नियोजन करणे आवश्यक आहे. ज्या माणसाला कोठून सुरुवात करायची ते समजत नाही तो तेथेच राहतो.

माझी अशी इच्छा आहे की या पृथ्वीवर जेथे जेथे माझ्या 'प्रभावशाली बोलणे' क्लासमधील विद्यार्थी येतात तेथील दारांवर लालभडक अक्षरांमध्ये खूप उंचावर नेपोलियनची ही म्हण रंगवून ठेवावी, 'युद्धकौशल्य हे असे एक शास्त्र आहे ज्यामध्ये विचारांशिवाय आणि आकडेमोडीशिवाय यशस्वी होणे अशक्य आहे.'

जी गोष्ट युद्धाच्या बाबतीत खरी आहे तीच गोष्ट वक्तृत्वकलेच्या बाबतीत खरी आहे. पण वक्त्यांना याची जाणीव आहे का? किंवा जर जाणीव असेलच तर ते त्याप्रमाणे वागतात का? ते तसे वागत नाहीत. अनेक भाषणे अशी असतात की नाही ऐकली की असे वाटते की यापेक्षा पोहे बनवण्यासाठी अधिक तयारी लागत असेल.

मग तुम्हाला दिलेल्या कल्पनांचा संच लोकांपुढे प्रभावीपणे मांडण्यासाठी सर्वांत उत्तम मार्ग कोणता? अर्थात अभ्यास केल्याशिवाय हे कोणीच सांगू शकणार नाही. प्रत्येक वेळची समस्या वेगळी असते, काही शाश्वत प्रश्न असतात जे वक्ता स्वत:ला पुन: पुन्हा विचारत असतो व स्वत:च त्याची उत्तरे देत असतो. चूक घडणारच नाही असे नियम सांगता येत नाहीत, पण मोठे भाषण कशा पद्धतीने तयार करणे याची आखणी आपण तीन प्रमुख भागांत करू शकतो. श्रोत्यांचे लक्ष वेधून घेणे ही त्याची पहिली पायरी असते; तर प्रत्यक्ष भाषण हा मुख्य भाग असतो व समर्पक शेवट ही तिसरी पायरी असते आणि या प्रत्येक पायरीसाठी काही

काळाच्या कसोटीवर उतरलेल्या पद्धती आहेत, ज्यामुळे आपण वक्तृत्वशैलीचा विकास करू शकतो.

पहिली / **ताबडतोब लक्ष वेधून घ्या**

मी एकदा नॉर्थवेस्टर्न विद्यापीठाच्या माजी अध्यक्ष डॉ. लिन हेरॉल्ड होग यांना असे विचारले होते की वक्ता म्हणून त्यांच्या एवढ्या मोठ्या कारकिर्दीत त्यांच्या अनुभवांनी त्यांना कोणता सगळ्यात मोठा धडा शिकवला? क्षणभर विचार करून ते म्हणाले, 'दिलखेचक सुरुवात! असे काहीतरी की ताबडतोब श्रोते सर्व सोडून तुमच्याकडे लक्ष देतील.' श्रोत्यांची मने वळवणारी अनेक भाषणे डॉ. होग यांनी केली होती; त्यामुळे श्रोत्यांना वक्त्याने अगदी पहिल्या शब्दापासून आपल्याकडे कसे खेचून घ्यायचे हे माहिती होते. इथे अशा काही पद्धती सांगितल्या आहे, ज्या वापरण्याने तुमच्या पहिल्या वाक्यापासूनच तुम्ही श्रोत्यांचे लक्ष वेधून घ्याल.

तुमच्या भाषणाची सुरुवात एखाद्या प्रसंगाने किंवा उदाहरणाने करा

लॉवेल थॉमस जो एक जागतिक कीर्तीचा बातम्यांचा विश्लेषक होता, एक व्याख्याता होता आणि हालत्या चित्रांचा निर्माता होता. त्याने एकदा 'लॉरेन्स ऑफ अॅरेबिया' या विषयावरील आपल्या भाषणाची सुरुवात पुढील वाक्यांनी केली.

'एके दिवशी जेरुसलेम मधील ख्रिश्चन स्ट्रीटवरून जात असताना मला एक पौर्वात्य सामर्थ्यशाली माणूस भेटला. त्याने अत्यंत उंची कपडे घातले होते. त्याच्या कमरेला वक्राकार सोन्याची तलवार लटकत होती. जी मोहम्मद पैगंबराच्या प्रेषिताचा वारसा सांगत होती......'

आणि तो थांबला - त्याच्या अनुभव कथनाची - गोष्ट होती. सगळे श्रोते कान देऊन ऐकत होते. अशा प्रकारची भाषणाची सुरुवात नक्कीच यशाची हमी देऊन जाते. त्यात सहसा अपयश येत नाही. अशी सुरुवात ओघवती असते. ती भाषण पुढे नेणारी असते. आपण हे मन लावून ऐकतो कारण आपण स्वत:ला कल्पनेत त्या प्रसंगात हजर ठेवतो आणि त्यामुळे आपली उत्सुकता शिगेला पोहोचते की आता पुढे काय होणार आहे? मला तरी निदान गोष्टीने भाषणास सुरुवात करण्यापेक्षा अधिक लक्षवेधी पद्धत माहिती नाही.

मी जे भाषण अनेकदा दिले आहे, जे माझे स्वत:चे आहे त्याचे सुरुवातीचे शब्द असे होते.

'एके रात्री साऊथ डाकोटामधील ह्युरॉन येथे एका रस्त्याने माझे रात्रीचे कॉलेज संपल्यावर मी पायीपायी चाललो होतो आणि तेवढ्यात मी एका माणसाला एका मोठ्या पेटीवर उभे राहून लोकांच्या जमावासमोर काहीतरी मोठमोठ्याने बोलताना

पाहिले. माझे कुतूहल चाळवले गेले म्हणून मी त्या गर्दीत स्वत:ला मिसळून टाकले व त्या माणसाचे बोलणे ऐकत राहिलो. तो म्हणत होता, 'तुम्हाला माहिती आहे का की, टक्कल पडलेला भारतीय तुम्हाला कधीच दिसणार नाही किंवा टक्कल पडलेली स्त्री तुम्हाला कधीच दिसणार नाही. दिसेल का? आता मी तुम्हाला त्याचे कारण सांगतो...'

इकडे तिकडे भटकणे नाही, नमनाला घडाभर तेल नाही! थेट मुद्द्याला हात घालून घडलेल्या प्रसंगापासून सुरुवात करून तुम्ही श्रोत्यांचे लक्ष तुमच्याकडे वेधून घेऊ शकता.

जो वक्ता आपल्या भाषणाची सुरुवात गोष्टीपासून करतो तो सुरक्षित स्थळी असतो. कारण अशा वेळी शब्दांची शोधाशोध नसते, कल्पनाशक्तीचा ऱ्हास नसतो. पुढची वाक्ये विसरण्याची भीती नसते. तो जो अनुभव सांगत असतो तो त्याचा स्वत:चा असतो; तो त्याच्या आयुष्याचा भाग असतो. त्यामुळे ते चित्र तो त्याला हवे तसे रंगवू शकतो. ते त्याचे स्वत:चे चारित्र्य असते. परिणाम काय होतो असे विचारता? स्वत:वर प्रचंड विश्वास असलेला वक्ता हलक्या-फुलक्या पद्धतीने आपल्या श्रोत्यांबरोबर मित्रत्वाचे नाते जोडतो.

उत्कंठा जागवा

फिलाडेल्फिया येथील पेज ॲथलेटिक क्लबमध्ये मि. पॉवेल हिले याने भाषणाला कशी सुरुवात केली ते बघा.

'८२ वर्षांपूर्वी लंडनमध्ये एक छोटेखानी ग्रंथच प्रकाशित झाला. जी एक दीर्घकथा होती आणि जी पुढे जाऊन अमर ठरली. अनेक लोकांनी त्याला 'जगातील सर्वात महान लहान पुस्तक' अशी उपाधी दिली. जेव्हा हे पुस्तक प्रथम बाजारात आले तेव्हा चौकाचौकातून लोक जेथे एकमेकांना भेटत तेव्हा एकच प्रश्न विचारत, 'तुम्ही ते वाचले का?' आणि उत्तर नेहमीच असे येई, 'हो, मी वाचले. देव त्याचे भले करो.'

ज्या दिवशी ते पुस्तक प्रकाशित झाले त्याच दिवशी त्याच्या हजार प्रती खपल्या. पंधरा दिवसांतच त्या पुस्तकाची मागणी पंधरा हजारांवर जाऊन पोहोचली आणि तेव्हापासूनच आजपर्यंत त्याच्या अगणित हजारो आवृत्त्या झाल्या आणि या जगात असलेल्या जवळपास प्रत्येक भाषेत त्याचे भाषांतर झाले. काही वर्षांपूर्वी जे. पी. मॉर्गनने त्याची मूळ प्रत प्रचंड मोठ्या किमतीस विकत घेतली आणि आता ती मूळ प्रत त्याच्या अलौकिक आर्ट गॅलरीमध्ये मोठ्या दिमाखात विराजमान झाली आहे. या जगप्रसिद्ध पुस्तकाचे नाव काय आहे? ते आहे...'

तुमची पण उत्सुकता ताणली गेली ना? तुम्हालासुद्धा त्या पुस्तकाबद्दल

अधिक जाणून घेण्याची इच्छा झाली ना? वक्त्याने आपल्याला हवे तसे तुमचे लक्ष त्याच्या बोलण्याकडे वेधून घेतले की नाही? तुम्हाला असे वाटते का की हे भाषण अशाच पद्धतीने पुढे चालू राहिले तर तुम्ही ते जिवाचा कान करून ऐकाल? का? कारण या भाषणाने तुमचे कुतूहल चाळवले गेले आहे आणि त्याच्यात औत्सुक्य ताणून धरलेले आहे.

असे कोणीतरी असेल का की जो अशा सुरुवातीमुळे हेलावून जाणार नाही?

कदाचित आत्ता तुमचेही कुतूहल चाळवले गेले आहे. तुम्हीसुद्धा मनाला प्रश्न विचारत आहात, कोण आहे बरे हा लेखक? कोणते आहे बरे हे पुस्तक? आता तुमची उत्सुकता अधिक ताणून न धरता उत्तर देतो. लेखक आहे चार्ल्स डिकन्स आणि पुस्तक आहे *'ए ख्रिसमस कॅरोल'*. तुमच्या भाषणात उत्सुकता निर्माण करण्याची हमखास यशस्वी पद्धत वापरली तर श्रोते तुमच्याचकडे लक्ष देणार! दुसरा पर्यायच नाही. मी माझ्या 'हाऊ टू स्टॉप वरिंग ॲन्ड स्टार्ट लिव्हिंग' या मालिकेमध्ये मी भाषणाची सुरुवात श्रोत्यांची उत्सुकता ताणून धरण्यासाठी म्हणून मुद्दाम अशी केली होती. '१८७१ च्या वसंतऋतूमध्ये एक तरुण माणूस जो पुढे जगप्रसिद्ध डॉक्टर झाला त्याने आपल्या समोरील एक पुस्तक उचलले आणि त्यातील एकवीस शब्द उद्धृत केले की ज्या शब्दांनी त्याच्या भविष्यावर फार खोलवर परिणाम केला होता.

कोणते होते ते एकवीस शब्द? आणि त्या एकवीस शब्दांचा त्याच्या भविष्यावर कसा काय परिणाम झाला? हे असे प्रश्न असतील की ज्यांची उत्तरे तुमचे श्रोते मन लावून ऐकतील.

एखादे जबरदस्त सत्य विशद करा

पेनिसिल्व्हानिया स्टेट कॉलेजमध्ये विवाह समुपदेशन सेवा या विभागाचे डायरेक्टर क्लिफोर्ड आर. ॲडम्स यांनी 'रिडर्स डायजेस्ट' मध्ये एक स्तंभ लिहिण्यास सुरुवात केली होती. ज्याचे शीर्षक त्यांनी 'जोडीदार कसा निवडाल' अशा धक्कादायक शब्दात निवडले होते आणि त्याच्यात अशी काही वास्तवे दिली होती की तुम्ही आ वासून वाचत राहाल आणि अशी वास्तवे की जी तुमचे लक्ष वेधून घेतील. एका स्तंभाची सुरुवात अशी होती,

'आजच्या तरुणांना विवाहातून सुख मिळेल अशी शक्यता असण्याची परिस्थिती दुर्मिळ होत चालली आहे. सध्या आपल्याकडील घटस्फोटाची संख्या विदारक आहे. ५/६ लग्नांपैकी एक लग्न अयशस्वी ठरते आणि घटस्फोट होतो. ही परिस्थिती १९४० मध्ये होती. पण १९४९ पर्यंत तर हा आकडा चार लग्नांपैकी एक घटस्फोट असा होणार असल्याची शक्यता दिसते आहे आणि जर हे असेच

चालू राहिले तर ५० वर्षांनी असे चित्र दिसले की दोन लग्नांपैकी एका लग्नाचा शेवट घटस्फोटात होईल.'

इथे दिलखेचक प्रारंभाची आणखी दोन उदाहरणे मी तुम्हाला देतो. ती अशी,

'युद्ध खात्याची अशी अटकळ होती की अणूयुद्धाच्या पहिल्या रात्रीच वीस लाख अमेरिकन मारले जातील.'

'काही वर्षांपूर्वी स्क्रिप्स हॉवर्ड या वृत्तपत्राने ग्राहकांना किरकोळ विक्रेत्यांच्या कोणत्या गोष्टी आवडत नाही हे शोधण्यासाठी एक अहवाल तयार करण्यावर १,७६,००० डॉलर्स खर्च केले. हा सर्व्हे आत्तापर्यंत केलेल्या सर्व्हेपेक्षा अधिक महाग, अधिक शास्त्रशुद्ध आणि अधिक तपशीलवार होता. १६ निरनिराळ्या शहरांमध्ये ५४,०४७ घरांमध्ये प्रश्नावली पाठवण्यात आल्या. त्या प्रश्नावलीतील एक प्रश्न होता, 'या शहरात असलेल्या दुकानांबद्दलची तुमची नावडती गोष्ट कोणती?' जवळपास २/५ लोकांनी हेच उत्तर दिले की, 'उद्धट कारकून.'

ही जी धक्कादायक विधानांनी भाषणाला सुरुवात करण्याची जी प्रभावी पद्धत आहे त्यामुळे श्रोते आणि वक्ता यांच्यात संबंध प्रस्थापित होतात. हे एक प्रकारचे धक्का देणारे तंत्र आहे की जे वापरून अनपेक्षितरीत्या भाषणाच्या विषयावर श्रोत्यांचे लक्ष केंद्रित करता येते.

वॉशिंग्टन डी. सी. मधील आमच्या वर्गातील एका सभासदाने हीच पद्धत श्रोत्यांचे कुतूहल जागृत करण्यासाठी वापरली. ती तिने इतक्या प्रभावीपणे वापरली की आत्तापर्यंत मी अशी भाषणाची सुरुवात ऐकली नव्हती. त्या सभासदाचे नाव होते मेग शेल. तिने अशी सुरुवात केली.

'मी दहा वर्षे तुरुंगात कैद होते. तो तुरुंग सर्वसाधारण नव्हता तर तो असा तुरुंग होता की ज्याच्या भिंतींना तेथील हलकेपणाची लाज वाटत होती आणि ज्यांच्या गजांना टीकेची भीती वाटत होती.'

तुमची ही सत्यकथा अधिक जाणून घेण्याची तीव्र इच्छा आहे ना? असणारच!

काही वेळेस अशी धक्कादायक सुरुवात करण्यामध्येही काही धोके असू शकतात, ते टाळायला हवे, त्यातला एक प्रमुख धोका म्हणजे जरा जास्तीच नाटकीपणा किंवा जरा जास्तच खळबळजनक! मला असा एक वक्ता आठवतो की ज्याने त्याच्या भाषणाची सुरुवात हवेत बंदुकीची गोळी मारून केली. खरे आहे की सगळ्यांचे लक्ष त्याने वेधून घेतले, पण त्याच्या श्रोत्यांच्या कानाच्या पडद्यावर पण त्याने आघात केला.

तुमच्या भाषणाची सुरुवात संभाषणानी करा. तुमच्या भाषणाची सुरुवात संभाषणाने होते की नाही व परिणामकारक होते की नाही याची तालीम तुम्ही तुमच्या जेवणाच्या टेबलवर करू शकता. कदाचित एखाद्या मोठ्या जमावासमोर

बोलण्यासाठी ते पुरेसे होणार नाही.

बहुतेक वेळा असे घडते की श्रोत्यांना रुची वाटावी यासाठी भाषणाची सुरुवात ज्या प्रकारे केली जाते ती प्रत्यक्षात अत्यंत कंटाळवाणी असते. उदाहरण द्यायचे झाले तर नुकतेच मी एक भाषण ऐकले; त्यातील वक्त्याने अशी सुरुवात केली, 'देवावर विश्वास ठेवा आणि तुमच्या क्षमतांवर श्रद्धा असू द्या...' अगदीच ठरावीक साच्यातले, उपदेशात्मक उच्चारलेली वाक्ये. पण त्याच वक्त्याचे दुसरे वाक्य ऐका, ते अतिशय उत्कंठावर्धक आहे आणि ते काळजाला भिडणारे आहे. 'इ. स. १९१८ मध्ये माझ्या आईवर तीन मुलांची जबाबदारी पडून निर्धन अवस्थेत विधवेचे आयुष्य जगण्याची वेळ आली...' का? का नाही त्या वक्त्याने त्याच्या प्रारंभीच्या वाक्याने आपल्या विधवा आईने निर्धन अवस्थेत ती लहान मुलांना घेऊन केलेला जीवनाचा संघर्ष सांगितला.

जर श्रोत्यांनी तुमच्या भाषणात रुची घ्यावी असे तुम्हाला वाटत असेल तर ओळख करून देणारी वाक्य सुरुवातीला उच्चारू नका. एखाद्या कथानकामध्ये थेट उडी मारा.

जसे फ्रँक बेटगरने केले. फ्रँक बेटगर हा *'हाऊ आय रेज्ड मायसेल्फ फ्रॉम फेल्युअर टू सक्सेस इन सेलींग'* या पुस्तकाचा लेखक आहे. तो त्याच्या भाषणाची सुरुवात इतकी उत्कंठावर्धक करत असे की तो त्या बाबतीत अगदी माहीर होता. मला हे सगळे माहिती आहे कारण मी त्याच्याबरोबर संपूर्ण अमेरिकाभर प्रवास केला आहे आणि आम्ही युनायटेड स्टेट्सच्या ज्युनिअर चेंबर ऑफ कॉमर्सच्या वतीने अमेरिकाभर भाषणे देत फिरलो आहोत. बेटगर ज्या पद्धतीने भाषणाची उत्साहाने सुरुवात करायचा त्याची मी नेहमीच प्रशंसा करत आलो. त्यामध्ये कधीही उपदेशाचे डोस पाजणे नसे, कोणतीही भाषणबाजी नसे, धार्मिक प्रचार नसे, सामान्य विधाने नसत. बेटगर त्याच्या अगदी पहिल्या वाक्यापासून थेट विषयालाच हात घालत असे. एकदा त्याच्या 'उत्साह' या विषयाच्या भाषणाची सुरुवात त्याने अशी केली.

'जेव्हा मी व्यावसायिक पातळीवर बेसबॉलचा खेळाडू म्हणून खेळायला सुरुवात केली, त्याचवेळी मला माझ्या आयुष्यातील सगळ्यात मोठा धक्का बसला.'

प्रारंभीच्या या वाक्याचा त्याच्या श्रोत्यांच्या मनावर काय परिणाम झाला असेल? मला माहिती आहे कारण मी तेथे हजर होतो. मी श्रोत्यांची प्रतिक्रिया पाहिली. त्याच्याकडे सगळे कान देऊन ऐकत होते. प्रत्येक जण हे ऐकायला उत्सुक होते की या वक्त्याला का व कसा धक्का बसला आणि त्या परिस्थितीत तो कसा वागला.

हात वर करण्यास सांगा

एखाद्या प्रश्नाला उत्तर देण्यासाठी हात वरती करा, असे श्रोत्यांना सांगणे हा श्रोत्यांचे लक्ष आपल्याकडे वेधून त्यांना त्याच्यात रुची वाटायला लावण्याचा एक उत्तम मार्ग आहे. उदाहरणार्थ मी माझ्या भाषणाची सुरुवात अशी केली. 'थकवा कसा टाळाल?' असा प्रश्न विचारला.

'तुमचे हात बघू बरे? तुमच्यापैकी किती जणांना असे वाटते की आपण प्रमाणापेक्षा अधिक लवकर दमतो?'

हा मुद्दा लक्षात घ्या. जेव्हा तुम्ही लोकांना हात वर करायला सांगता तेव्हा शक्यतो त्यांना असा काहीतरी इशारा द्या की तुम्ही त्यांना हात वर करायला सांगणार आहात. तुमच्या भाषणाची सुरुवात अशी कधीही करू नका की, 'तुमच्यापैकी इथे असलेल्या किती जणांना असे वाटते की इन्कम टॅक्स कमी केला पाहिजे? ज्याला असे वाटते त्याने हात वर करा.' तुमच्या श्रोत्यांना अशी संधी द्या की ते त्यांचे मत देण्यास मानसिकदृष्ट्या तयार होतील. उदाहरणार्थ, 'तुम्हाला या गोष्टीचे किती महत्त्व वाटते हे जाणून घेण्यासाठी मी तुम्हाला हात वर करायला सांगणार आहे. प्रश्न असा आहे, तुमच्यापैकी किती जणांचा असा विश्वास आहे की ट्रेडिंग स्टॅम्प्सचा ग्राहकांना फायदा होतो?'

हात वर करून दाखवण्याचे हे जे काही तंत्र आहे, त्यामुळे अमूल्य प्रतिसाद मिळतो. ज्याला आपण 'श्रोत्यांचा सहभाग' असे म्हणू शकतो. जेव्हा तुम्ही ही पद्धत वापराल तेव्हा तुमचे भाषण हा तुमचा एकपात्री प्रयोग राहणार नाही. आता श्रोतेसुद्धा यामध्ये भाग घेतील. जेव्हा तुम्ही विचाराल, 'तुमच्यापैकी किती जणांना तुम्ही प्रमाणापेक्षा अधिक लवकर थकता असे वाटते?' त्याबरोबर प्रत्येक जण स्वत:विषयी विचार करायला लागेल आणि अर्थातच प्रत्येकाचे स्वत:वर इतके प्रेम असेल की तो विषय प्रत्येकाच्या आवडीचाच बनेल. मग तो स्वत: त्याची दुखणी, त्याचा थकवा याबद्दल तो विचार करेल. मग तो हात वर करेल आणि त्याच वेळेस बहुधा तो त्याच्या आजूबाजूला बघेल की त्याच्यासारखे आणखी कोणाचे हात वर आहेत? तो हेसुद्धा विसरून जाईल की तो भाषण ऐकतोय, तो हासेल. तो त्याच्या शेजारच्या मित्राशी मान डोलावून काहीतरी इशारे करेल. बर्फ वितळायला सुरुवात होईल. तुम्ही वक्ते म्हणून मोकळे व्हाल आणि त्याच वेळी श्रोतेसुद्धा!

श्रोत्यांना ते हवे ते कसे मिळवू शकतील याचे वचन द्या

तुमच्या श्रोत्यांनी तुमचे बोलणे मन लावून ऐकावे म्हणून करण्याचा हमखास यशस्वी उपाय म्हणजे त्यांना हे वचन द्यायचे की तुम्ही ज्या गोष्टी त्यांना करण्यास

सुचवताय, हे केल्याने त्यांना हवे ते मिळू शकेल. खाली मी काही उदाहरणे देत आहे.

'मी तुम्हाला थकवा कसा दूर करायचा ते सांगणार आहे. मी तुम्हाला हे सांगणार आहे की तुमच्या जागृतअवस्थेत एक तास कसा मिळवायचा.'

'मी तुम्हाला तुम्ही अधिक श्रीमंत कसे बनू शकाल याचे मार्गदर्शन करणार आहे.'

'मी तुम्हाला असे वचन देतो की, तुम्ही फक्त १० मिनिटे माझ्याकडे लक्ष दिले तर अधिक लोकप्रिय कसे बनावे याचा खात्रीचा मार्ग मी तुम्हाला सांगू शकतो.'

अशी वचने तुम्ही जर तुमच्या श्रोत्यांना दिलीत तर श्रोते नक्कीच तुमच्याकडे लक्ष देतील. कारण तुमचे हे बोलणे श्रोत्यांच्या फायद्याचे असते. अनेक वक्ते ही फार मोठी चूक करतात की श्रोत्यांना ज्यामुळे फायदा होईल असे आपण बोलले पाहिजे, याकडे ते साफ दुर्लक्ष करतात. यामुळे श्रोत्यांच्या मनाचे दरवाजे उघडे करण्याऐवजी अशा उदासवाण्या, रटाळ सुरुवातीमुळे आणि विषयाच्या किचकट इतिहासामुळे आपल्या मनाची कवाडे घट्ट लावून घेतात किंवा मोठ्या कष्टाने तो विषय समजण्यासाठी जरुरी असलेली पार्श्वभूमी समजावून घेतात.

मी काही वर्षांपूर्वी असे एक भाषण ऐकले होते ज्याचा विषय लोकांच्या जिव्हाळ्याचा होता. ठरावीक काळानंतर आरोग्यतपासणी करणे किती गरजेचे आहे, याचे महत्त्व पटवून देणारा तो विषय होता. वक्त्याने त्याच्या भाषणाची सुरुवात कशी केली? मुळातच नैसर्गिक आकर्षकता लाभलेल्या या विषयाच्या भाषणात त्याने स्वत: प्रभावशाली सुरुवात करून भाषणात काही भर घातली का? छे! मुळीच नाही. त्याने त्याच्या भाषणाची सुरुवात त्याच्या विषयाच्या नीरस इतिहासाने केली आणि त्यामुळे श्रोत्यांना त्याच्यात आणि त्याच्या विषयात रस उरला नाही. 'वचन' या तंत्राच्याभोवती विणलेल्या भाषणाला वाहवा मिळते. उदाहरणार्थ :

तुम्हाला माहिती आहे का तुम्ही आणखी किती वर्षे जगणे अपेक्षित आहे? लाइफ इन्श्युरन्स कंपन्या मात्र हे भाकीत करू शकतात. कारण त्यांच्याकडे आयुर्मर्यादेचे तक्ते आहेत, जे त्यांनी लाखो लोकांच्या आयुष्याचा अभ्यास करून केले आहेत. त्यांच्या सांगण्याप्रमाणे तुम्ही तुमचे सध्याचे वय आणि ८० याच्या फरकातील वयाला २/३ ने गुणल्यानंतर जो आकडा येईल तेवढे तुमचे अपेक्षित आयुर्मान असणार आहे. मग आता फक्त एवढ्यावरच तुमचे समाधान होणार आहे का? छे! काहीतरीच काय? आपल्याला यापेक्षा अधिक आयुर्मानाची मजा चाखायची आहे आणि आपल्याला हे भाकीत चुकीचे आहे असे सिद्ध करायचे आहे. पण कसे? मग आता या आकडेमोड शास्त्रज्ञांनी धक्का देणारे सांगितलेले हे माझे

उर्वरित छोटेसे आयुष्य मी कसे बरे वाढवू शकतो? हं, काळजी करू नका. यावर उत्तर आहे. आपण नक्कीच काहीतरी करू शकतो आणि ते कसे करायचे हेच मी आता तुम्हाला सांगणार आहे.

आता हे मी तुमच्यावर सोडतो की अशा पद्धतीची भाषणाची सुरुवात तुमची उत्कंठा शिगेला पोहोचवते व तुम्हाला वक्त्याचे बोलणे ऐकायला भाग पाडते किंवा नाही, ते तुम्ही ठरवायचे. तुम्हाला त्याचे बोलणे लक्षपूर्वक ऐकावेच लागेल, कारण तो फक्त तुम्ही आणि तुमचे आयुष्य याबद्दल बोलत नाही तर तो तुम्हाला तुमच्यासाठी अत्यंत प्रिय असलेली गोष्ट मिळवून देण्याचे वचन देत आहे. वक्ता स्वत:विषयी कोणतीही रटाळ वैयक्तिक माहिती देण्यासाठी इथे आलेला नाही. अशी जर रुचीपूर्ण सुरुवात एखाद्या भाषणाची असेल तर ते भाषण ऐकण्याशिवाय दुसरा पर्याय आपल्याकडे असतो का?

* * *

एखादी वस्तू प्रदर्शित करा

कदाचित या जगात लोकांचे लक्ष वेधून घेण्याची सर्वात मोठी पद्धत म्हणजे लोकांनी पाहत राहवे यासाठी एखादी वस्तू हातात घेऊन तिचे प्रदर्शन करा. जवळपास प्रत्येक प्राणी कितीही लहान, मोठा असू दे, अशा गोष्टीकडे पाहणारच! तुमचे श्रोते जर खूप उच्चवर्गीय असतील तर तुम्ही ही पद्धत अधिक प्रभावीपणाने वापरा. उदाहरणार्थ, मि. एस. एस. एलिस हे फिलाडेल्फियाचे रहिवासी होते. त्यांनी त्यांच्या एका भाषणाच्या सुरुवातीला त्यांच्या वर्गात अंगठा व दर्शक बोट यांच्यामध्ये १ नाणं ठेवून ते थेट खांद्यावरून फिरवून दाखवले. साहजिकच प्रत्येक जण त्यांच्या या कृतीकडे पाहत होते. मग त्यांनी श्रोत्यांना विचारले, 'येथे जमलेल्या लोकांपैकी कोणी असे दुसरे नाणे रस्त्यात पाहिले का? मी असे येथे जाहीर करतो की ज्या कोणा सुदैवी व्यक्तीला असे नाणे सापडले असेल त्याला त्याच्या जोरावर एक प्लॉट फुकट मिळेल. ज्याला असे नाणे सापडेल त्याने या या नंबरवर फोन करायचा आहे व प्रत्यक्ष येऊन नाणे सादर करायचे आहे...' आणि त्यानंतर मि. एलिसने या धंद्यातील लबाडी व फसवणूक या गोष्टींचा निषेध करायला सुरुवात केली.

आत्तापर्यंत सांगितलेल्या या सगळ्या पद्धती प्रशंसनीय आहेत. त्या वेगळ्या वेगळ्या एक-एक करून वापरता येतील किंवा एकत्रही वापरता येतील. तुम्ही कोणत्या प्रकाराने भाषणाची सुरुवात केल्यास तुमचे श्रोते तुम्हाला आणि तुमच्या संदेशांना स्वीकारतील, स्वागत करतील ते तुम्ही ओळखा.

दुसरी / **प्रतिकूल पद्धतीने लक्ष वेधणे टाळा**

माझी तुम्हाला ही कळकळीची विनंती आहे की तुम्ही तुमच्या श्रोत्यांचे फक्त लक्ष वेधून घ्यायचे नाही तर त्यांचे तुमच्याबद्दल अनुकूल मत होईल, अशा पद्धतीने त्यांचे लक्ष वेधून घ्यायचे आहे. कृपा करून पुन्हा लक्षात घ्या की, 'अनुकूल' हा शब्द मुद्दामच वापरला आहे. कोणताच विचारी माणूस आपल्या भाषणाची सुरुवात श्रोत्यांचा अपमान करून करणार नाही किंवा एखादे तिरस्कारणीय किंवा नापसंत विधान करून करणार नाही की ज्यामुळे श्रोते त्याच्या किंवा त्याच्या संदेशाच्या विरोधात जातील. तरीसुद्धा काही असे वक्ते आहेत जे लोकांचे लक्ष वेधून घेण्यासाठी खालील चुका करतात.

क्षमा मागून सुरुवात करू नका!

तुमच्या भाषणाची सुरुवात श्रोत्यांची क्षमा मागून करणे हे फारसे चांगले नाही. कित्येकदा आपण अशी भाषणं ऐकलेली आहेत जेव्हा वक्त्यांनी त्यांची भाषणाची तयारी झाली नाही म्हणून किंवा त्यांना भाषण करण्याची सवय नाही म्हणून श्रोत्यांची क्षमा मागितली आहे. जर खरोखरच तुम्ही भाषणाची तयारी केलेली नसेल तर श्रोत्यांच्या ते ताबडतोब लक्षात येते; तुम्ही त्यांना हे सांगण्याची काही गरजच नाही. मग विनाकारण तुमच्या श्रोत्यांचा असा अपमान का करता की त्यांना वक्त्यातील दोष न कळण्याइतके ते अडाणी आहेत; किंवा जुनेच काहीतरी थातूर-मातूर श्रोत्यांच्या गळी तुम्ही उतरवण्याचा प्रयत्न केला तर ते त्यांच्या लक्षात येण्याइतके चतुर नक्कीच आहेत. नकोच! आम्हाला क्षमायाचना ऐकायच्याच नाहीत. आम्हाला अधिक माहिती हवी आहे, ज्ञान हवे आहे आणि सगळ्यात महत्त्वाचे म्हणजे आम्हाला भाषण रुचीपूर्ण हवे आहे; हे लक्षात असू द्या. तुमच्या भाषणाचे प्रारंभीचे वाक्यच श्रोत्यांसाठी रुचीपूर्ण असू दे. दुसरे किंवा तिसरे वाक्य नको. फक्त पहिलेच!

गमतीदार गोष्टींनी सुरुवात करू नका!

तुमच्या आत्तापर्यंत एक लक्षात आले असेल की आणखीही एका पद्धतीने अनेक वक्त्यांना भाषणाची सुरुवात करणे आवडते. पण मी काही त्याचा इथे पुरस्कार करत नाहीये. ती म्हणजे 'गमतीदार गोष्टी' सांगून भाषणाची सुरुवात करण्याचे ते काहीशा शोचनीय कारणांसाठीच! नवशिक्या उमेदवारांना असे वाटते की त्याने श्रोत्यांमध्ये काहीतरी विनोद सांगून जान आणली पाहिजे. त्याचा असा समज होता की मार्क ट्वेनचा मँटेल (दंतकथेतील नायक) जणू काही त्याच्या खांद्यावर बसला आहे. पण त्या सापळ्यात अडकू नका. तुमच्या जेव्हा असे लक्षात

येईल की या गमतीशीर गोष्टी श्रोत्यांना आधीपासूनच माहिती होत्या तेव्हा त्यांना हासू येणार नाही आणि मग तुमच्या गमतीशीर गोष्टी फारच केविलवाण्या वाटतील आणि त्यामुळे तुम्हाला ओशाळल्यासारखे वाटेल.

अर्थात विनोदबुद्धी असणे ही सर्वांत मोठी देणगी आहे. विशेषकरून वक्त्यासाठी तर फारच! भाषणाची सुरुवात विनोदाने किंवा खूप जड अवजड शब्दांनी किंवा फार गंभीर प्रकारची असू नये. नको, यापैकी काहीच नको! जर तुमच्यामध्ये एखाद्या स्थानिक परिस्थितीविषयी गमतीदार संदर्भ देऊन गुदगुल्या करून प्रेक्षकांना हासवण्याची क्षमता असेल किंवा प्रसंगानुरूप उद्‌भवणारा विनोद किंवा आधीच्या वक्त्याविषयी विनोदी शेरे तुम्ही देऊ शकलात तर जरूर तसे करा; तेथे असणाऱ्या अप्रस्तुत गोष्टींचे निरीक्षण करा आणि अतिशयोक्तीपूर्ण त्याबद्दल बोला. अशा प्रकारचा विनोद पॅट आणि माईकच्या विनोदापेक्षा किंवा सासवा-सुनांच्या शिळ्या विनोदापेक्षा किंवा कुत्र्याबद्दलच्या विनोदापेक्षा नक्कीच जास्त भावून जातो, कारण तो प्रसंगानुरूप असतो आणि तो ताजा असतो.

खरे सांगायचे तर आनंदाची निर्मिती करण्याचा सर्वांत सोपा उपाय हा की तुम्ही तुमच्या स्वत:चीच कथा ऐकवायची. तुम्ही एखाद्या गमतीशीर प्रसंगात फसला आहात आणि फारच अवघड परिस्थिती तुमच्यावर ओढवली आहे. अशा प्रसंगाचे खरेखुरे वर्णन न लाजता न काही लपवता तुम्ही केलेत तर तो विनोदाचा परिपाक ठरेल. जॅक बेनी हीच पद्धत वर्षानुवर्षे वापरत होता. तो रेडिओवरचा अगदी सुरुवातीचा विनोदी कलाकार होता आणि तो नेहमी स्वत:चीच खिल्ली उडवत असे. व्हायोलिन वाजवण्यावरून तो स्वत:वर अनेक विनोद करत असे; जॉन बेनीने मनुष्यस्वभावाची अशी नस पकडली होती की ज्यामुळे त्याच्या विनोदाची खुमारी वर्षानुवर्षे वाढतच गेली व तो विनोदी कलाकार म्हणून अत्यंत लोकप्रिय झाला.

श्रोते अशा वक्त्यांसाठी आपल्या हृदयाची आणि आपल्या मनाची कवाडे सताड उघडी ठेवतात. जे मुद्दामच स्वत:कडे कमीपणा घेऊन स्वत:च्या अपयशाकडे आणि दोषांकडे श्रोत्यांचे लक्ष वेधू इच्छितात. अर्थात हे सगळे निवेदन करण्याची शैली विनोदी मात्र हवी! याच्या उलट अत्यंत पांडित्यपूर्ण, स्वत:चीच फुशारकी मारणारा आणि स्वत:कडे सगळ्या प्रश्नांची उत्तरे असलेला तज्ज्ञ श्रोत्यांना मात्र बुचकळ्यात टाकून निघून जातो.

तिसरी / **तुमच्या मध्यवर्ती कल्पनेला आधार द्या**

मोठ्या भाषणामध्ये श्रोत्यांना कृतिशील करण्यासाठी तुमच्याकडे अनेक मुद्दे असतील. पण खरे तर मुद्दे जितके कमी तितके अधिक बरे. पण त्या मुद्द्यांना आधार देणारा मालमसाला तुमच्या भाषणात हवा. सातव्या प्रकरणामध्ये आपण

भाषणातील एका मुद्द्याला आधार कसा द्यायचा ते पाहिले की श्रोत्यांनी काय करावे असे तुम्हाला वाटते. त्यासाठी आपण आपल्या वास्तव आयुष्यातील खराखुरा दाखला दिला. याप्रकारचे उदाहरण लोकप्रिय होते, कारण ते लोकांमधल्या नैसर्गिक प्रवृत्तींना आव्हान देते आणि त्या गोष्टीचा शेवट एखादे त्रिकालबाधीत सत्य की, 'लोकांना गोष्टी आवडतात.' असे करून करता येतो. एखादा प्रसंग किंवा घटना सांगून सर्वसामान्य वक्ते वेळ मारून नेतात, पण तुमचा मुद्दा पटवून देण्याचा फक्त एवढाच एक मार्ग नव्हे, त्याबरोबरीने तुम्हाला आकडेमोडीचे ही ज्ञान हवे जे शास्त्रशुद्धपणे तुमच्या विधानांना दुजोरा देतात आणि दाखले, तज्ज्ञांची मते, पुरावे, प्रात्यक्षिके यापेक्षा अधिक प्रभावी असतात.

संख्याशास्त्राचा वापर करा

काही विशिष्ट प्रकारची उदाहरणे देताना ती प्रमाणशीर कशी आहेत ते दाखवण्यासाठी संख्याशास्त्राचा वापर केला जातो. ते श्रोत्यांची खात्री पटवून देण्यास उपयोगी ठरतात व त्याच्यामुळे वक्त्याच्या ज्ञानाचा श्रोत्यांवर प्रभाव पडतो. विशेषत: अशा वेळी जेव्हा एखादे अपरिचित उदाहरण दिले जाते तेव्हा पुराव्यादाखल या आकड्यांचा आधार उपयोगी पडतो. सॉल पोलिओ प्रतिबंधक लसीकरणाचा कार्यक्रम संपूर्ण देशभर कशा पद्धतीने राबवला गेला याचा तपशीलवार हिशेब आकडेवारीत करण्यात आला. काही अल्प प्रमाणात केसेस ज्या अपयशी ठरल्या त्या अपवादात्मक होत्या आणि म्हणूनच नियम सिद्ध करण्यास कारणीभूत ठरल्या. अशा अपवादात्मक केसेसचा दाखला देऊन जर कोणी असे म्हणाले की, पोलिओ प्रतिबंधक लसीकरण अपयशी ठरले आणि पालकांना पटवून द्यायला लागले की पोलिओ प्रतिबंधक लसीकरणाने मुलांचे संरक्षण होत नाही तर आपण या आकडेवारीच्या जोरावर लोकांना सत्य काय ते सांगू शकतो.

संख्याशास्त्र तसे पाहिले तर कंटाळवाणे असू शकते. ते शहाणपणानेच वापरावे लागते आणि जेव्हा ते वापरले जाते तेव्हा ते भाषेमध्ये लपेटावे लागते तरच सगळ्या गोष्टी सुस्पष्ट आणि आकलनीय होतात.

इथे मी तुम्हाला असे एक उदाहरण देतो की आपल्याला सुपरिचित असलेल्या गोष्टींशी संख्याशास्त्राच्या आधारे तुलना केल्यास त्याची कशी छाप पडते. न्यू यॉर्क शहरवासीयांनी टेलिफोनला त्वरित उत्तर न दिल्यामुळे किती मोठा वेळ वाया गेला हे पटवून सांगण्यासाठी कंपनीचा अधिकारी म्हणाला.

'जेव्हा १०० फोन फिरवले जातात त्यापैकी ७ फोनधारक १ मिनिटापेक्षा अधिक वेळ फोन उचलण्यास लावतात. अशाप्रकारे दिवसाकाठी २,८०,००० मिनिटे वाया जातात. न्यू यॉर्कमधील असा एक मिनिटाचा उशीर सहा महिन्याच्या

काळात केवढा होत असेल याची तुम्हाला काही कल्पना आहे का? कोलंबसाने अमेरिकेचा शोध लावला तेव्हापासून सर्व कामाच्या दिवसांचे तास मोजले तर तेवढा वेळ आत्तापर्यंत वाया गेला असे म्हणावे लागेल.

फक्त आकडे आणि रक्कम यांचा उच्चार केला तर तेवढ्याने काहीच उलगडा होत नाही, तर त्याच्याबरोबर दाखले उदाहरणे द्यावी लागतात. शक्य असल्यास आपले वास्तव जीवनातील खरेखुरे अनुभव सांगा. मला एक प्रसंग आठवतो की एकदा आम्ही ग्रँड काऊली डॅम बघायला गेली असताना तिथला गाईड आम्हाला तेथील पॉवररूम किती भव्य आहे हे सांगण्याचा प्रयत्न करत होता. खरे तर त्या पॉवररूमच्या आकारमानाचा हिशेब स्क्वेअर फीटमध्ये त्याच्या जिभेवर होता, पण तरी त्यामुळे आम्हाला नेमका अंदाज आला नसता म्हणून त्याने आम्हाला सांगितले की ती खोली एवढी भव्य होती की तेथे फुटबॉलच्या नेहमीच्या मैदानावरील मॅच पाहण्यासाठी १०,००० लोकांचा जमाव बसू शकेल आणि शिवाय तेथे कित्येक टेनिस कोर्टसाठी जागा उरेल एवढी ती भव्य होती.

खूप वर्षांपूर्वी ब्रुकलिन सेन्ट्रल वाय. एम. सी. ए. येथील माझ्या एका कोर्समधील विद्यार्थ्याने आपल्या भाषणात गेल्या काही वर्षांत खूप मोठ्या प्रमाणात घरांची हानी झाली हे वर्णन करताना तो पुढे म्हणाला, जर ही जळालेली घरे एकमेकांशेजारी उभी करता आली असती तर ती लाइन न्यू यॉर्कहून शिकागो इतक्या लांबीची झाली असती आणि अर्ध्या मैलावर जेवढी माणसे मारली गेली त्यांना एकमेकांशेजारी ठेवता आले असते तर ती महाभयंकर लाइन पुन्हा शिकागोहून न्यू यॉर्कपर्यंत इतक्या लांबीइतकी झाली असती.

त्याने घरांची व माणसांची संख्या सांगणारे जे आकडे दिले ते जवळपास लगेचच मी विसरलो; पण त्या गोष्टीला कित्येक वर्षं लोटल्यानंतर आजही कोणताही प्रयास न करता मी ती जळालेल्या इमारतींची मॅनहॅटनपासून ते कुक काऊंटी, इलिओनॉसपर्यंतची लाइन पाहू शकतो.

तज्ज्ञांची मते पुराव्यादाखल वापरा

अनेकदा तुम्ही तुमच्या मुद्द्यांना त्यामध्ये काही थोर लोकांची वक्त्यांची पुस्ती जोडून बळकटी आणू शकता. पण ही थोरामोठ्यांची वक्तव्ये जोडण्यापूर्वी पुढील प्रश्नांची उत्तरे देऊन त्याची शहानिशा झाली पाहिजे.

१) मी आत्ता जे वक्तव्य वापरणार आहे ते बरोबर आहे का?

२) हे ज्या व्यक्तीने ज्या विषयात काढलेले उद्गार आहेत त्या विषयातील ती व्यक्ती तज्ज्ञ आहे का?

३) ज्या व्यक्तीची ही वक्तव्ये आहेत ती व्यक्ती श्रोत्यांना माहिती आहे का?

व आदरणीय आहे का?

४) तुमची स्वत:ची खात्री आहे का की जे विधान तुम्ही निवेदन करणार आहात ते तुम्हाला नक्की माहिती आहे? आणि ते तुम्ही स्वत:च्या फायद्यासाठी किंवा पूर्वग्रहदूषित विचारांनी जर उद्धृत करत नाही आहात ना?

ब्रुकलिन चेंबर्स ऑफ कॉमर्स येथील माझ्या वर्गातील विद्यार्थ्याने फार वर्षांपूर्वी आपल्या भाषणाची सुरुवात विशेष व्यासंगाची काय गरज असते या विषयासाठी कार्नेगीच्या वक्तव्याने केली. त्याची ही निवड बरोबर होती का? हो नक्कीच! कारण त्याने अशा माणसाची निवड केली होती की जो श्रोत्यांसाठी आदरणीय होता; या कारणासाठी की व्यावसायिक यश या विषयावर त्याचाच शब्द शेवटचा होता; तो अत्यंत यशस्वी व्यावसायिक होता. आजसुद्धा ती वक्तव्ये पुन: पुन्हा आठवणे संयुक्तिक ठरेल.

माझा हा ठाम विश्वास आहे की उच्चप्रतीचे यश मिळविण्याचा खरा मार्ग हा की कोणत्याही क्षेत्रात तुम्ही जेथे असाल तिथे स्वत:ला सिद्ध करा. माझा या प्रणालीवर विश्वास नाही की आपले भांडवल अनेक ठिकाणी गुंतवावे आणि माझा हा अनुभव आहे की मला फार क्वचितच अशी माणसे भेटली की जी कोणत्याही एका उत्पादनक्षेत्रात पाय रोवून उभी नाहीत तरीही त्यांनी भरपूर यश संपादन केले आहे. जे पुरुष कोणतेतरी एकच क्षेत्र निवडतात आणि तेथेच पाय रोवून उभे राहतात ते यशस्वी होतात.

ॲनॉलॉजींचा वापर करा

वेबस्टर यांच्या सांगण्यानुसार ॲनॉलॉजी याचा अर्थ दोन गोष्टींचे सारखेपणावर आधारलेले नाते... म्हणजे त्या दोन गोष्टी दिसण्यात सारख्या नसणार, परंतु त्यांच्यातील दोन किंवा अधिक गुणविशेष सारखे असणार अथवा त्यांची परिस्थिती किंवा त्यांच्यामुळे होणारे परिणाम हे सारखे असणार.

आपल्या मध्यवर्ती कल्पनेला आधार देण्यासाठी ॲनॉलॉजी वापरणे हे सर्वात उत्तम तंत्र आहे सी. जिरार्ड डेव्हिडसन हे जेव्हा इंटेरिअरचे असिस्टंट सेक्रेटरी होते तेव्हा त्यांनी 'अधिक विद्युत शक्तीची गरज' या विषयावर जे भाषण दिले होते त्यातील एक उतारा आम्ही पुढे देत आहोत. लक्षात घ्या आपला मुद्दा पटवून देण्यासाठी त्यांनी तुलनात्मक पद्धती ॲनॉलॉजी वापरली आहे.

आर्थिक भरभराट होण्यासाठी संपत्ती फिरती ठेवायला हवी. नाहीतर आर्थिक परिस्थिती रसातळाला जायला वेळ लागत नाही. काही विमानांच्या बाबतीतसुद्धा असेच असते. ही अशी विमाने की जी जमिनीवरच राहतात आणि तो केवळ सांगाड्यांचाच संग्रह असतो. विमानं जेव्हा हवेत पुढे-पुढे जातात तेव्हाच ते

काहीतरी उपयुक्त कार्य करू शकतात, म्हणजेच आकाशातील उंच जागा टिकवण्यासाठी त्यांना पुढे-पुढे जात राहणे आवश्यक असते. जर त्यांची गती थांबली तर ते कोसळतील; आणि मागेही परतू शकणार नाहीत.

इथे मी ॲनॉलॉजीचे वक्तृत्वकलेच्या इतिहासातील सर्वांत उत्कृष्ट उदाहरण देत आहे. लिंकनने सिव्हिल वॉर सुरू असताना उद्‌भवलेल्या अतिशय कठीण परिस्थितीत टीकाकारांना उत्तरे देताना पुढीलप्रमाणे म्हटले आहे.

'सभ्य गृहस्थहो, एक क्षणभरासाठी असा विचार करा की तुमच्याजवळ जी काही संपत्ती आहे, ती फक्त सोन्यामध्ये आहे आणि असे सर्व सोने तुम्ही ब्लॉन्डीनच्या हाती दिले जो दोरावर चालणारा म्हणून प्रसिद्ध आहे आणि ब्लॉन्डीनला सांगितले की हे सोने तू आम्हाला त्या घट्ट दोरावरून चालत जाऊन तेवढा नायगारा धबधबा ओलांडून दे. अशा वेळी तुम्ही हा दोर ब्लॉन्डीन त्यावरून चालत असताना हालवाल का? किंवा तो चालत असताना असे ओरडाल, 'ब्लॉन्डीन, जरा नीट बघून चाल. जरा चलद चाल.' छे! मला खात्री आहे की तुम्ही असे कधीच करणार नाही. तुम्ही तुमचा श्वास आणि जीभसुद्धा रोखून धराल आणि हाताची घट्ट घडी घालाल. जोपर्यंत ब्लॉन्डीन सुरक्षितपणे इच्छित स्थळी पोहोचत नाही. आत्ता सरकारसुद्धा अशाच अत्यंत बिकट परिस्थितीतून वाटचाल करत आहे. वादळी समुद्रातून हेसुद्धा खांद्यावर जड ओझे घेऊन मार्ग काढत आहे. त्याच्या हातात फार मोठा अवर्णनीय खजिना आहे आणि जनतेला जास्तीत जास्त देण्याचा ते प्रयत्न करीत आहे. म्हणून छळू नका! फक्त जरा शांत राहा! कळ सोसा आणि सरकार तुम्हाला सुरक्षितपणे ही अवघड परिस्थिती पार करून देईल.

प्रात्यक्षिकाचा वापर वस्तूसह किंवा वस्तूशिवाय!

आयर्न फायरमन कंपनीचे अधिकारी ज्या वेळी विक्रेत्यांशी बोलत होते त्या वेळी भट्टीमध्ये इंधन वरून सोडण्याऐवजी खालून सोडावे हे पटवण्यासाठी त्यांना एखादा मार्ग हवा होता म्हणून त्यांनी खाली दिलेले सोपे परंतु प्रभावी प्रात्यक्षिक करून दाखवले.

यामध्ये वक्ताने एक मेणबत्ती पेटवतो आणि म्हणतो, 'पाहा ही ज्योत कशी प्रखर आहे, किती उंच आहे, जवळजवळ सगळेच इंधन हे उष्णतेमध्ये परिवर्तित झाल्या कारणामुळे यातून धूर येत नाही. ज्याप्रमाणे मेणबत्तीला इंधनाचा पुरवठा खालून होतो त्याप्रमाणे आयर्न फायरमनही भट्टीला इंधनाचा पुरवठा खालून करते.'

हस्तचलित भट्टीप्रमाणे जर या मेणबत्तीला इंधनाचा पुरवठा वरून केला (या ठिकाणी वक्ता मेणबत्ती उलटी करतो) पाहा ज्योत कशी मालवते आहे, धूर दिसतोय, चरचर ऐकू येते आहे. अपुऱ्या ज्वलनामुळे पाहा कशी 'लाल' ज्योत

दिसते आहे आणि शेवटी वरतून केलेल्या अपुऱ्या इंधन पुरवठ्यामुळे ज्योत विझली आहे.

काही वर्षांपूर्वी 'युवर लाइफ' या मासिकासाठी हेन्री मॉर्टन रॉबिनसन याने एक मनोरंजक लेख लिहिला होता. विषयाचे शीर्षक होते 'हाऊ लॉयर्स विन केसेस'. या लेखामध्ये त्याने एका नुकसानभरपाइच्या दाव्यामध्ये ॲबी हमर या वकिलाने एखाद्या अभिनेत्याचे कौशल्य दाखवून नाट्यपूर्ण अविर्भावात इन्शुअरन्स कंपनीच्या बाजूने केस कशी लढवली याबद्दलची सत्यकथा सांगितली आहे.

मि. पोस्टलेथवेट हे वादी होते, त्यांचे असे म्हणणे होते की, लिफ्टचा कडा त्यांच्या खांद्यावर कोसळल्यामुळे ते गंभीररीत्या जखमी झाले आणि त्यामुळे आता त्यांचा उजवा हात त्यांना वर उचलता येत नाही.

हमर यांनी अत्यंत गंभीरपणे, सहानुभूतीने वादीची बाजू ऐकून घेतली. ते प्रतिवादी इन्शुअरन्स कंपनीचे वकील होते. मग अत्यंत आत्मविश्वासपूर्वक म्हणाले, 'मि. पोस्टलेथवेट तुम्ही कृपा करून ज्युरीला हे दाखवा की तुम्ही तुमचा हात किती वर नेऊ शकता.' अत्यंत सावधपणे पोस्टलेथवेट यांनी आपला हात जेमतेम वरपर्यंत नेला. त्यावर हमर यांनी आग्रहीपणे त्यांना सांगितले, 'आता अपघातापूर्वी तुम्ही तुमचा हात किती वरपर्यंत नेऊ शकत होता ते दाखवा.' आपला हात पूर्णपणे उंचावून डोक्यावर नेत पोस्टबेथवेट म्हणाले, 'इतक्या वरपर्यंत.'

या सगळ्या प्रात्यक्षिकानंतर ज्युरींची काय प्रतिक्रिया झाली असेल ते तुम्ही तुमच्या शब्दात रंगवू शकता.

मोठ्या भाषणामध्ये एखादी कृती घडवून आणण्यासाठी तुम्हाला तीन किंवा फार तर चार मुद्दे मांडण्याची गरज असते. ज्यांचा उच्चार एका मिनिटापेक्षाही कमी वेळात होऊ शकतो. प्रेक्षकांसमोर पुन: पुन्हा तेच ते बोलणे हे फार कंटाळवाणे आणि उदासवाणे वाटते. पण हे मुद्दे आकर्षक वाटावे म्हणून काय करावे? त्यासाठीच तर त्या मुद्द्यांना आधार देणारी सामग्री तुमच्याकडे उपलब्ध पाहिजे. तुम्ही खरेखुरे घडलेले प्रसंग किंवा दोन गोष्टींमधील तुलनात्मक बाबींचे विवेचन किंवा प्रात्यक्षिके करून त्यामध्ये रंग भरू शकता आणि त्यामुळे तुमच्या कल्पना सुस्पष्ट आणि विस्तारीत होणार आहेत; त्याच्याचबरोबर आकडेवारी आणि पुराव्यादाखल तज्ज्ञांची मते मांडल्यास तुमच्या विधानांची सत्यता श्रोत्यांना पडताळून पाहण्याची संधी देणार आहेत आणि तुमच्या भाषणातील प्रमुख मुद्द्यांना बळकटी आणणार आहेत.

चौथी / **कृती करण्यास उद्युक्त करा**

एके दिवशी मी जॉर्ज एफ. जॉन्सन या उद्योगपतीशी, जो मानवतावादीसुद्धा

होता, गप्पा मारण्यासाठी गेलो. त्या वेळी तो एंडिकॉट जॉनसन कॉर्पोरेशन या मोठ्या कंपनीचा अध्यक्ष होता. माझ्यासाठी ही पर्वणीची गोष्ट होती की मला माहिती होते तो असा वक्ता होता जो त्याच्या श्रोत्यांना हासवत असे, कधी रडवतही असे आणि अनेकदा त्याचे भाषण त्याचे श्रोते बराच काळपर्यंत लक्षात ठेवत असत.

त्याला त्याची स्वत:ची केबीन नव्हती. एवढ्या मोठ्या प्रचंड फॅक्टरीत एका कोपऱ्यात तो बसत असे आणि त्याचे वागणे-बोलणेसुद्धा त्याच्या जुन्या लाकडी डेस्कप्रमाणे होते. ढोंगीपणाचा किंवा मतलबीपणाचा लवलेशही त्यात नव्हता!

मला पाहिल्यावर तो उठून उभा राहिला व म्हणाला, 'तुम्ही अगदी योग्य वेळेत आलात, मला आज माझ्या नेहमीच्या कामापेक्षा जरा वेगळे काम करायचे आहे. आज रात्री माझ्या कंपनीच्या कामगारांसमोर मला जे भाषण द्यायचे आहे त्याचे कच्चे काम मी करीत होतो.'

त्यावर मी त्यांना म्हटले, 'आपल्या भाषणाचा कच्चा मसुदा अगदी सुरुवातीपासून ते शेवटपर्यंत कागदावर उतरवून ठेवल्याने खूप निवांत वाटते.'

तो म्हणाला, 'छे! छे! अजून माझ्या मनावर नीटसे साकार झालेले नाही, फक्त एक सर्वसामान्य रूपरेखा मी तयार केली आहे आणि शेवट मात्र नेमका कसा करायचा ते ठरवले आहे.'

जॉनसन काही व्यावसायिक वक्ता नव्हता. तो कधी मोठमोठे वाक्प्रचार किंवा कानात दुमदुमणारे शब्द शोधण्याच्या भानगडीत पडला नाही. पण अनुभवावरून तो हे मात्र शिकला की, यशस्वी संभाषणाचे गुपित कशात आहे. त्याला हे माहिती होते की भाषणाचा जर चांगला प्रभाव पडायला हवा असेल तर त्याचा शेवट चांगला करता यायला हवा. त्याला हे जाणवले की जर श्रोत्यांवर प्रभाव पाडायचा असेल तर भाषणाचा शेवट हा एक असा भाग आहे जो श्रोत्यांना हेलावणारा असला पाहिजे.

खरोखर भाषणाचा शेवट मोठ्या कौशल्याने केला पाहिजे, असे म्हटले आहे की वक्त्याचे शेवटचे शब्द भाषण संपले तरी कानात प्रतिध्वनिसारखे घुमत राहतात आणि दीर्घ काळापर्यंत आदळत राहतात. जे नवशिकाऊ वक्ते असतात त्यांना मि. जॉनसनसारखे भाषणाचा शेवट कसा करावा, याचे महत्त्व समजत नाही आणि त्यामुळे त्यांनी भाषण संपवले तरी अजून बरेच काही श्रोत्यांना अपेक्षित असते.

सर्वसामान्यपणे त्यांच्याकडून कोणत्या चुका होतात? आपण त्यातील काहींची चर्चा करू आणि त्यावरील उपाय शोधू.

पहिली चूक म्हणजे एकदा एका वक्त्याने त्याच्या भाषणाचा शेवट असा केला होता, 'या विषयावर मला जे काही बोलायचे होते ते बोलून झाले आहे, म्हणून मला असे वाटते की मी आता थांबावे.' हा वक्ता स्वत:च्या भाषण

संपवण्याच्या असमर्थतेवर पांघरूण घालण्यासाठी नेहमीच निर्जीवपणे 'थँक्यू' असे म्हणून शेवट करत असे. पण हा काही शेवट नव्हे! ही मोठी घोडचूक आहे. याला नवशिक्या वक्त्याचा वास येतो. हे क्षमा करण्याच्या लायकीचे नाही. तुम्हाला हे जर असेच बोलायचे असेल तर तुमचे भाषण तुम्ही केव्हाही हवे तसे गुंडाळून ठेवू शकता आणि ताबडतोब तुमच्या जागेवर जाऊन बसू शकता आणि मी आता भाषण संपवतोय असे काही बोलण्याचीही गरज नाही. तसेच करा आणि तुम्हाला जे काही सांगायचे होते ते तुम्ही सांगितले त्याचा मतितार्थ काय घ्यायचा हे तुम्ही तुमच्या श्रोत्यांवरच सोपवा. हे अधिक सुरक्षित आणि अभिरूचीपूर्ण होईल.

आता मी तुम्हाला अशा एका वक्त्याबद्दल सांगतो ज्याला जे काही सांगायचे ते सांगितल्यानंतर कसे थांबायचे हेच कळत नाही. माझा असा विश्वास आहे की जोश बिलिंग्जने लोकांना असा सल्ला दिला होता की जर तुम्हाला बैल घ्यायचा असेल तर त्याच्या शिंगाऐवजी त्याच्या शेपटीची तपासणी करा. पळून जाण्यासाठी सोपे पडेल. या वक्त्याकडे आडदांड बैल होता आणि त्याला त्याची संगत सोडायची होती; पण जेवढा अधिक तो प्रयत्न करत होता तितके तो अपयशी होत होता, म्हणून शेवटी तो रिंगणात पळायला लागला. तेथेच जोरजोरात पाय आपटायला लागला. तेचतेच बोलायला लागला आणि त्याच्याबद्दल अतिशय वाईट मत तयार झाले.

उपाय? थोडा वेळ काढून शेवट कसा करायचा याचे नियोजन पाहिजे खरे ना? जेव्हा तुम्ही श्रोत्यांसमोर उभे राहणार असता तेव्हा हे नक्कीच शहाणपणाचे असते, कारण त्या आधी तुम्ही तणावाखाली असता की मी जे बोलणार आहे ते मी बोलू शकेन का, श्रोत्यांवर त्याचा काय परिणाम होईल? आणि तुमचा कॉमनसेन्सच तुम्हाला हे सुचवित असते की शांतपणे, नियोजनपूर्वक शेवट कसा करण्याची तयारी करायला हवी.

'मग तुम्ही तुमच्या भाषणाचा शेवट परमोच्च बिंदूपर्यंत नेण्यासाठी कशी तयारी कराल?' इथे काही सूचना आहेत.

सरतेशेवटी

मोठ्या भाषणामध्ये वक्ता जास्तीत जास्त मुद्द्यांचे विश्लेषण आपल्या भाषणात करण्याचा प्रयत्न करतो, त्यामुळे भाषणाच्या शेवटी श्रोत्यांचा मुख्य मुद्द्यांविषयी गोंधळ उडण्याची शक्यता असते. तरीसुद्धा फारच थोड्या वक्त्यांना याची जाणीव असते. त्यांचा असा गैरसमज असतो की त्यांच्या मनात हे मुद्दे स्फटिकाप्रमाणे स्पष्ट आहेत. तसेच ते श्रोत्यांच्या मनातसुद्धा असणार! वास्तवात असे नसते. वक्ता त्या विषयाचे चिंतन करत आलेला असतो; त्यात त्याने बराच वेळ घालवलेला असतो,

पण हे मुद्दे श्रोत्यांसाठी संपूर्णत: अनोळखी असतात. ते मुद्दे श्रोत्यांवर बळजबरीने लादलेले असतात. जणू काही मूठभर छरे मारले तर काही बसतात काही निरुपयोगी ठरतात. शेक्सपिअरच्या शब्दात, श्रोत्यांच्या बाबतीत हे लक्षात ठेवावे की तो एक असा लोकसमुदाय आहे की ज्याच्याबद्दल निश्चित काहीच सांगता येत नाही.

कोण्या एका आयरीश राजकारण्याने भाषण करताना श्रोत्यांबद्दल असेच काहीसे सांगितले होते. 'आधी त्यांना हे सांगा की तुम्ही त्यांना काय सांगणार आहात, नंतर त्यांना ते सांगा आणि नंतर तुम्ही त्यांना काय सांगितले हे सांगा आणि खरोखरच हेच स्तुत्य आहे की, तुम्ही त्यांना काय सांगितले आहे ते त्यांना सांगा.'

इथे एक उत्तम उदाहरण आहे. हा वक्ता शिकागो रेल्वेमधील ट्राफिक मॅनेजर आहे. त्याने त्याच्या भाषणाचा शेवट असा गोषवारा देऊन केला की,

'सभ्य गृहस्थांनो, थोडक्यात आपल्या मागील अंगणातील या ब्लॉक योजनेचा अनुभव - या योजनेचा पूर्वेकडील, पश्चिमेकडील व उत्तरेकडील उपयुक्ततेचा अनुभव ती योजना कार्यान्वित करण्यामागची तत्त्वे, प्रत्यक्ष मोडतोड टाळण्यासाठी केलेली प्रात्यक्षिके व त्यायोगे टळणारा पैशाचा अपव्यय मला हेच सुचवते की मी ताबडतोब त्या योजनेचा दक्षिणेकडील शाखांसाठी लाभ घेतला पाहिजे आणि हे माझे ठाम मत आहे.'

तुमच्या लक्षात आले का की या वक्त्याने काय केले आहे? तुम्ही हे संपूर्ण भाषण न ऐकताही समजून घेऊ शकता. त्याने त्याच्या भाषणाच्या शेवटी, फारच थोड्या वाक्यांमध्ये किंबहुना फक्त ६२ शब्दांमध्ये अत्यंत कौशल्याने संपूर्ण भाषणाचा गोषवारा सांगितला आहे.

तुम्हाला नाही का असे वाटत की अशा प्रकारचा गोषवारा नक्कीच उपयुक्त ठरतो? जर असे आहे तर तुम्हीसुद्धा हे तत्त्व का नाही अवलंबत?

कृती करण्यास प्रवृत्त करा

भाषणाचा शेवट फक्त एखादी कृती करण्यास सांगून केला तरी तो एक उत्तम दाखला होऊ शकतो. वरील उदाहरणात वक्त्याला काहीतरी करून हवे आहे. त्याच्या दक्षिणेकडील शाखेच्या मार्गावर ब्लॉक्सची योजना राबवून हवी आहे. ज्यामुळे पैसे वाचणार आहेत आणि मोडतोडीमुळे होणारे नुकसान टळणार आहे. वक्त्याला कृती हवी आहे आणि ती त्याला मिळाली. हे भाषण केवळ सरावाचे नव्हते तर ते रेल्वेच्या बोर्ड ऑफ डायरेक्टर्सच्या मीटिंगमध्ये केले गेले होते. ज्यामुळे ब्लॉक्सची योजना राबवण्याचा निर्णय निश्चित झाला होता. ज्यासाठी ती मीटिंग बोलावली गेली होती.

तुमच्या भाषणाच्या शेवटच्या काही शब्दांमध्ये कोणती कृती करायची ते निश्चित झाले आहे. त्यामुळे आता आदेश देण्याची वेळ आली आहे. मग द्या की आदेश! तुमच्या श्रोत्यांना सामील होण्यास सांगा. वर्गणी देण्यास सांगा, मत देण्यास सांगा, लिहिण्यास सांगा, टेलिफोन करण्यास सांगा, बहिष्कार घालण्यास सांगा, यादी बनवायला सांगा, शोध घेण्यास सांगा, आरोग्यमुक्त करण्यास सांगा किंवा जे काय तुम्हाला त्यांच्याकडून करून हवे आहे ते करण्यास सांगा. तुमचा आदेश पाळताना ते पुढील काळजी घेतील असे बघा.

त्यांना जे काही करायला सांगाल ते विशिष्ट पद्धतीने करायला सांगा. असे काहीही म्हणू नका. रेडक्रॉसला मदत करा, हे फार सर्वसाधारण होईल. त्याऐवजी असे म्हणा, 'तुमची १ डॉलरची नाव नोंदणी फी आज रात्री अमेरिकन रेडक्रॉस, १२५ स्मिथ स्ट्रिट, तुमच्या शहराचे नाव येथे पाठवा.'

श्रोत्यांकडून त्यांच्या ताकदीची जाणीव करून देण्यासाठी त्यांच्या मतदानाचा हक्क बजावण्यासाठी जरूर सांगा. पण असे म्हणू नका, 'आपण आपले मत डेमन रमच्या विरुद्ध देऊ.' त्याचा उपयोग होणार नाही. याक्षणी आपण काही डेमन रम वर मतदान करत नाही आहोत. त्यापेक्षा तुम्ही श्रोत्यांना असे करण्याला सांगू शकता की तुम्ही 'मद्यपान त्याग सोसायटी'चे सभासद व्हा किंवा मद्यपानाचा निषेध करणारी अशी एखादी संस्था स्थापन करण्यास मदत करा.

तुमच्या आव्हानांना तुमचे श्रोते प्रतिसाद देऊ शकतील. इतपतच सोप्या गोष्टी त्यांना करायला सांगा. असे म्हणू नका, 'तुमच्या ओळखीच्या लोकांना बिलाविरुद्ध मत द्यायला सांगा.' ९९ टक्के लोक तुमचे ऐकणार नाहीत कारण त्यांना यामध्ये तेवढी रुची नाही, किंवा त्यांना त्यांच्याच समस्या खूप आहेत किंवा ते विसरून जातील. म्हणून त्यांना ती गोष्ट करण्यात आनंद वाटेल व सोपेही होईल असे काहीतरी करा, असे 'आम्ही खाली सही करणार, तुम्हाला विनंती करतो की बिल नं. ७४३२१ च्या विरुद्ध मतदान करा.' आणि हे लिहिलेला कागद फाउंटनपेनसहीत सर्वत्र फिरवा. कदाचित तुम्हाला भरपूर सह्या मिळतील आणि तुमचा फाउंटनपेनही हरवण्याची शक्यता आहे.

प्रकरण १४

तुम्ही जे शिकलात त्याचे आचरण

माझ्या अभ्यासक्रमातील या १४ व्या बैठकीला जेव्हा माझे विद्यार्थी या पुस्तकात शिकवलेल्या तंत्रांचा अवलंब त्यांच्या दररोजच्या आयुष्यात कसा करतात हे सांगतात तेव्हा मला खूप आनंद होतो. विक्रेत्यांनी जास्तीत जास्त विक्री कशी केली, व्यवस्थापकांना बढती कशी मिळाली, अधिकाऱ्यांना त्यांच्या अधिकाराच्या विस्तारीत कक्षा कशा मिळाल्या आणि हे सगळे त्यांनी या पुस्तकातील सूचना पाळून आपले कौशल्य वाढवून आणि प्रभावशाली बोलण्याची साधने वापरून प्राप्त केले.

एन. रिचर्ड डिलर याने *'टुड्ेज स्पिच'*मध्ये असे लिहिले आहे. 'भाषणे, भाषणांचा प्रकार, भाषणाच्या वेळचे वातावरण, भाषणाची लांबी हे सगळे म्हणजे औद्योगिक क्षेत्रातील संभाषण संस्थेच्या रक्तवाहिन्याच आहेत. जनरल मोटर्स डेल कार्नेगी कोर्स इन इफेक्टिव्ह लिडरशीपचे संवाहक आर. फ्रेड कॅनडे यांनी त्याच मासिकात असे लिहिले आहे की, 'जनरल मोटर्सना अशा प्रकारचे भाषण कौशल्याचे प्रशिक्षण आपल्या कंपनीत देण्यामध्ये दिलचस्पी होती. याची जी काही अनेक कारणे आहेत त्यापैकी एक महत्त्वाचे कारण असे की, आम्हाला हे जाणवले की प्रत्येक सुपरवायझर हा थोड्याफार प्रमाणात शिक्षक असतो. अगदी नवीन कामगारांची मुलाखत घेण्यापासून ते त्याला कंपनीच्या सर्व विभागाची माहिती करून देण्यापर्यंत आणि नियमितपणे त्याच्याकडून काम करून घेऊन त्याला शक्य तेवढी बढती देण्यापर्यंतची सर्व कामे त्याच्या अखत्यारीतील असतात. म्हणजेच सुपरवायझरला सतत समजावून सांगणे, वर्णन करणे, वचक बसवणे, माहिती देणे, सूचना देणे, अहवाल मागवणे आणि अगणित विषयांवर त्याच्या विभागातील प्रत्येकाशी चर्चा करणे. या सर्व कामांसाठी त्याला संभाषणकौशल्याची गरज असते.'

जसजसे आपण संभाषणकौशल्याच्या शिड्या चढत जाऊ, तसतसे आपण जाहीर संभाषणकलेच्या आणखी जवळ पोहोचू - प्रभावीपणे चर्चा करू शकू, योग्य

निर्णय घेऊ शकू, समस्या सोडवण्यात यश मिळवू, धोरणे आखू, परिसंवाद घडवू म्हणजे तुम्हीच बघा; या सगळ्या गोष्टींसाठी या पुस्तकात शिकवलेल्या गोष्टींचा आपण दररोजच्या जीवनात प्रत्येक शब्द उच्चारताना यशस्वीपणे करू शकतो की नाही? जमावापुढे बोलण्याचे संभाषणकौशल्य थेट आपल्याला एखाद्या परिसंवादाचे यशस्वी नेतृत्व करण्यासाठी उद्युक्त करते.

तुम्हाला एखादी कल्पना संघटितरीत्या मांडायची असेल तर त्यासाठी योग्य शब्दांची निवड, ती मांडताना तुमच्या शब्दातून दिसणारे चैतन्य आणि उत्साह या अशा बाबी आहेत की समस्या सोडवण्यासाठी तुमच्या कल्पना मूर्त रूप घेऊ शकतात. या सगळ्या बाबींचा या पुस्तकामध्ये सांगोपांग विचार केला आहे. आपण ज्या परिषदेत भाग घेतो तेथे ही सगळी तत्त्वे आणि तंत्रे कशी वापरायची हे वाचकानेच ठरवायचे आहे.

कदाचित तुम्हाला असा प्रश्न पडला असेल की ही तुम्ही या पुस्तकातील तेरा प्रकरणांमध्ये शिकलेली तंत्रे वापरायला कधी सुरुवात करायची? मी जर तुमच्या या प्रश्नावर जर फक्त एका शब्दात उत्तर दिले तर चक्रावू नका, 'ताबडतोब'.

जरी तुमच्यावर नजीकच्या भविष्यकाळात जाहीर भाषण देण्याची वेळ येणार नसली तरी मला निश्चित खात्री आहे की, ही तत्त्वे आणि तंत्रे तुम्ही दररोजच्या आयुष्यातील संभाषणातसुद्धा उपयोगात आणू शकता. जेव्हा मी तुम्हाला सांगतो की लगेच किंवा ताबडतोब ही तंत्रे आचरणात आणा तेव्हा माझ्या सांगण्याचा अर्थ असा असतो की या क्षणानंतर जेव्हा कधी तुम्ही संभाषणासाठी तोंड उघडाल तेव्हापासून या तंत्रांचा अवलंब करा.

जर तुम्ही रोजच्या रोज जे बोलता त्याचे विश्लेषण करून पाहिले तर तुम्हीसुद्धा हे पाहून चकित व्हाल की आपण जे रोज बोलतो त्या बोलण्यामागचा हेतू आणि या पुस्तकातील औपचारिक संभाषणांमागचा हेतू सारखाच आहे.

सातव्या प्रकरणामध्ये आम्ही तुम्हाला असा आग्रह केला तुम्ही जेव्हा जमावासमोर भाषण कराल तेव्हा त्यामागे चार सर्वसामान्य हेतूंपैकी एका हेतूवर लक्ष केंद्रित करा. तुम्हाला श्रोत्यांना माहिती द्यायची आहे की त्यांचे मनोरंजन करायचे आहे किंवा त्यांना तुमची बाजू कशी बरोबर आहे ते पटवून द्यायचे आहे किंवा एखादी कृती करण्यासाठी त्यांचे मन वळवायचे आहे यापैकी काहीही. जाहीर भाषण करताना आपण या हेतूंचा विचार करतो आणि त्याप्रमाणे आपल्या भाषणाचा मसुदा बनवतो आणि त्या पद्धतीने भाषण करतो - सौम्य, जहाल, मृदु वगैरे वगैरे.

आपले रोजचे बोलणे हे विविध स्तरांवर असते आणि एकमेकांमध्ये सहज मिसळून जाणारे असते आणि दिवसभरातून वेगवेगळ्या छटांमध्ये असते. एका क्षणाला आपण मित्रमैत्रिणींशी गप्पा मारत असतो तर लगेच थोड्या वेळात आपण

आपला माल कुणाला विकत असतो किंवा आपल्या मुलाला पैसे खर्च करण्यापेक्षा बँकेत बचत खात्यात टाकण्यासाठी त्याचे मन वळवत असतो. या पुस्तकातील तंत्रे आपण आपल्या रोजच्या संभाषणात वापरली तर तेच संभाषण आपण अधिक प्रभावीपणे करू शकतो; आपले विचार इतरांपर्यंत पोहोचवू शकतो आणि कौशल्याने त्यांना एखादी कृती करण्यास प्रवृत्त करू शकतो.

पहिली / **रोजच्या संभाषणात नेमका तपशील वापरा**

या तंत्रांपैकी आपण एखाद्या तंत्राचा विचार करू. उदाहरणादाखल प्रकरण ४ थे आठवा. त्यामध्ये मी तुम्हाला आव्हान केले होते की तुमच्या बोलण्यात तपशील येऊ द्या. त्यामुळे तुमचे विचार अधिक जिवंत वाटतात, सुस्पष्ट होतात आणि डोळ्यांसमोर त्याची प्रतिमा उभी राहते. अर्थात मी त्या वेळी जमावापुढे बोलायचे बोलणे हेच गृहीत धरले होते; पण तीच गोष्ट आपल्या रोजच्या संभाषणाच्या बाबतीतसुद्धा उपयुक्त ठरते ना! आता अगदी एका क्षणासाठी तुम्हाला ज्यांच्याशी संभाषण करणे आवडते अशी व्यक्ती डोळ्यांपुढे आणा, ती व्यक्ती अशीच आहे ना की जिचे बोलणे उत्साहाने सळसळते, बहुरंगी, बहुढंगी आणि तुम्हाला आवडणारे असेच आहे ना; की जे बोलणे तुमच्यासमोर साक्षात चित्र उभे करते.

तुम्हाला तुमच्या अंगी संभाषणकौशल्ये बाणवून घ्यायची असतील तर त्याआधी तुमच्यात आत्मविश्वास पाहिजे. म्हणून पहिल्या तीन प्रकरणांमध्ये मी तुम्हाला जे सांगितले ते तुम्ही ऐकले तर तुम्ही इतर लोकांमध्ये आत्मविश्वासाने मिसळू शकाल आणि स्वत:ची मते ठामपणे मांडू शकाल. एकदा का तुम्हाला तुमचे विचार इतरांपर्यंत पोहोचवण्याची तीव्र इच्छा होऊ लागली की ते सुयोग्य शब्दात मांडण्याची तुमची शोधाशोध सुरू होईल, जरी हे खूप मर्यादित असले तरी त्यायोगे सुसंवाद घडेल आणि मग इथेच आश्चर्यजनक घटना घडतात. तुमची क्षितिजे विस्तारली जातात आणि मग तुमच्या आयुष्याला एक नवीन अर्थ प्राप्त होतो.

गृहिणी ज्यांची क्षेत्रे मर्यादित झाली होती, त्यांना या अभ्यासक्रमात प्रवेश घेतल्यानंतर आणि त्यांनी ती तंत्रे वापरल्यानंतर काय काय बदल घडले हे सांगण्यात विशेष रुची होती. सिनसिनाटीमधील मिसेस आर. डी. हार्ट हिने सांगितले की, 'मला हे जाणवले की माझ्यात नव्याने जो आत्मविश्वास निर्माण झाला होता त्याने मला एका खासगी समारंभात लोकांपुढे बोलण्याचे बळ दिले आणि मी आता चालू घडामोडीत विशेष रुची घेऊ लागले. आत्तापर्यंत ज्या मंडळांमध्ये नावापुरती सभासद होते, तेथे आता मी अनेक जबाबदाऱ्या पार पाडू लागले. फक्त एवढेच नाही तर या संभाषणातून मला अनेक फायदे पण होऊ लागले आणि प्रत्येक नवीन कार्यक्रमांचे यजमानपद स्वीकारण्यात मला रुची वाटू

लागली.'

एखाद्या शिक्षण तज्ज्ञाला मिसेस हार्टच्या या कृतज्ञतापूर्ण अहवालाचं विशेष कौतुक वाटणार नाही. एकदा का शिकण्याची ऊर्मी जागृत झाली आणि मिळालेले ज्ञान वापरण्याची संधी उपलब्ध झाली तर त्या व्यक्तिमत्त्वाच्या फुलण्याला काही मर्यादाच राहात नाहीत, यशाचे चक्र जोरदार फिरू लागते आणि मग मिसेस् टार्टसारखी परिपूर्णतेची जाणीव होते. हे केवळ पुस्तकातील एखादे तत्त्व आचरणात आणण्याने शक्य होते!

जरी आपल्यापैकी काही हे व्यावसायिकदृष्ट्या शिक्षक असले तरीही आपण दिवसभरात अनेक वेगवेगळ्या प्रसंगात वेगवेगळे बोलतो. पालक म्हणून आपण आपल्या मुलांना सूचना करतो, शेजारी म्हणून आपण गुलाबांची जोपासना कशी करायची हे समजावून सांगतो, प्रवासी म्हणून आपण सगळ्यात चांगला मार्ग कोणता याबद्दलच्या विचारांची देवाण-घेवाण करतो. आपण सतत कोणत्या ना कोणत्या संभाषणात मग्न असतो. ज्यासाठी विचारांची सुस्पष्टता व औचित्य यांची गरज असते; भावना प्रभावीपणे व्यक्त करण्याची गरज असते. आठव्या प्रकरणामध्ये माहितीपर भाषणात जे आवश्यक आहे असे सांगितले ते सगळे अशा परिस्थितीत गरजेचे असते.

दुसरी / **तुमच्या कामाच्या ठिकाणी प्रभावशाली बोलण्याची तंत्रे वापरा**

आपल्या नोकरी, व्यवसायाच्या ठिकाणी संवादकौशल्याने विशेष बदल घडून येतात म्हणून आपण आता अशा ठिकाणी सुसंवाद कसे साधता येतील याचा विचार करणार आहोत. विक्रेता म्हणून किंवा व्यवस्थापक, क्लार्क, विभागप्रमुख, अकाउंटंट, ग्रुपलिडर आणि इंजिनिअर या सगळ्या भूमिका निभावताना आपल्यावर आपल्या विभागातील विशेष बाबींचे ज्ञान इतरांना करून देणे आणि व्यावसायिक सूचना देणे या जबाबदाऱ्या पार पाडाव्या लागतात. या सूचना स्पष्ट, मुद्देसूद शब्दात देण्याची आपली क्षमता पाहूनच आपले वरिष्ठ आपल्या क्षमतांचे मोजमाप करत असतात. क्षणार्धात विचार सुचून चातुर्याने ते शब्दात मांडण्याचे कौशल्य आपल्या माहितीपर भाषणात दाखवल्याने प्रगतीची दारे मोकळी होतात. अर्थात हे कौशल्य काही फक्त औपचारिक बोलण्यापुरतेच मर्यादित नाही; ते रोजच्या रोज आपल्यापैकी सगळ्यांनीच वापरणे इष्ट ठरेल. व्यवसायामध्ये सुस्पष्टतेची असणारी गरज आणि व्यावसायिक भाषणे यांना आज जे महत्त्वपूर्ण स्थान आहे त्यामुळे उद्योग, व्यावसासिक संघटना सरकारी क्षेत्रात सगळीकडेच संभाषणकौशल्याच्या कोर्सेसना महापूर आला आहे.

तिसरी / **जाहीर भाषणे देण्याची संधी शोधा**

या पुस्तकामध्ये दिलेली तत्त्वे पाळून तुम्हाला त्याची चांगली फळे चाखायला मिळतीलच, पण त्याशिवाय तुम्ही लोकांसमोर भाषण देण्याची संधी शोधली पाहिजे. हे तुम्ही कसे कराल? एखाद्या क्लबचे सभासदत्व घ्या, तेथे जाहीर भाषणाच्या संधी मिळतील; तेथे केवळ नामधारी सदस्य राहू नका, तर उत्साहाने तेथील कामकाजात भाग घ्या; केवळ बघ्याची भूमिका घेऊ नका. कमिटीचे सभासद व्हा. सार्वजनिक कामे करा. त्यांची कामे म्हणजे कोठे ना कोठे मदत मागणे हेच असते; अशा एखाद्या योजनेचे अध्यक्ष बना. त्यामुळे तुम्हाला चांगल्या वक्त्यांची व्यासपीठावर ओळख करून देण्याची संधी मिळेल आणि त्यामुळे तुमच्यात सभाधीटपणा येईल.

जेवढ्या जास्तीत जास्त लवकर शक्य होईल तेवढे २० ते ३० मिनिटांपर्यंत भाषण देण्याचा सराव करा. या पुस्तकात दिलेल्या सूचनांचा मार्गदर्शनासाठी उपयोग करा. तुमच्या क्लबला किंवा संस्थेला याची माहिती करून द्या की तुम्ही भाषण करण्यासाठी तयार आहात. तुमच्या शहरात जर वक्त्यांचे एखादे मंडळ असेल तर त्यांनाही तुमच्याबद्दल सांगा, देणगी गोळा करणाऱ्या मोहिमेसाठी अनेक संस्थांना स्वयंसेवकांची गरज असते की जे अशा मोहिमांचा प्रचार करतील. अशा संस्था तुम्हाला त्यांच्या वतीने काय बोलायचे याचा कच्चा मसुदा देतात. त्याचा तुम्हाला भाषण तयार करण्यासाठी खूप उपयोग होईल. अनेक मोठ्या वक्त्यांनी त्यांच्या करिअरची सुरुवात अशाच मार्गांनी केली आहे. त्यांच्यापैकी काही तर फारच यशस्वी आहेत. सॅम लेवेनसनचेच उदाहरण घ्या ना! तो एक रेडिओ व टीव्ही स्टार आणि असा वक्ता होता की संपूर्ण देशभर त्याला मागणी होती. खरे तर सुरुवातीला तो न्यू यॉर्कमधील फक्त एक हायस्कूल टिचर होता. फावल्या वेळात तो त्याला माहिती असलेल्या गोष्टींबद्दल भाषणे करत असे - म्हणजे अगदी त्याचे कुटुंब, नातेवाईक, त्याचे विद्यार्थी आणि नोकरीत येणारे विचित्र अनुभव याबद्दल बोलत असे. पण त्याच्या भाषणात अशी जादू होती की थोड्याच दिवसांत अनेक संस्थांकडून बोलावणी येऊ लागली आणि त्याच्या शिक्षकी पेशात अडथळे येऊ लागले. पण आत्तापर्यंत तो समाजात लोकप्रिय झाला होता आणि अशा प्रकारे सॅम लेव्हिनसन याने आपली बुद्धिमत्ता, आपले कौशल्य पूर्णपणे मनोरंजनाच्या दुनियेला बहाल केले.

चौथी / **चिकाटी धरा**

आपण जेव्हा एखादी नवीन गोष्ट शिकतो, जसे फ्रेंच शिकतो किंवा गोल्फ

खेळायला शिकतो किंवा जाहीर भाषण द्यायला शिकतो, तेव्हा त्याचा वेग जास्त असतो. म्हणजे आपण त्यात हळूहळू प्रगती करत नाही. त्याच्या लाटा असतात; म्हणजे अचानक सुरुवात होते व अचानक सगळे थांबते. काही काळासाठी एक प्रकारचे मळभ दाटते; क्वचित आपण पूर्वी जेथे यश मिळवले होते ते सगळे आपल्या हातून निसटून जाते. या मंदीच्या, पडझडीच्या काळाला मानसशास्त्रज्ञ 'प्लॅटूज् इन दि कर्व्ह ऑफ लिनिंग' असे म्हणतात. आमच्या भाषणकलेच्या अभ्यासक्रमातील काही विद्यार्थीसुद्धा काही आठवड्यांसाठी अशा अवस्थेतून गेले आहेत. जेव्हा ते अशा अवस्थेत होते तेव्हा कितीही प्रयत्न केला तरी त्यांना हवे ते यश मिळत नव्हते. त्यामधले जे कमकुवत मनाचे होते त्यांनी तर निराशेने प्रयत्नच सोडून दिले, पण ज्यांनी मोठ्या नेटाने पाठपुरावा केला त्यांना अचानक एका रात्रीतून ते यश प्राप्त झाले का व कसे हे घडले ते मात्र सांगता येणार नाही. जणू काही निराशेच्या त्या पठारावरून त्यांना विमानाने उचलून नेले. अचानक त्यांच्या बोलण्यात नैसर्गिक सहजता, जोश आणि आत्मविश्वास आला.

तुम्हीसुद्धा ही जी मानसिक अवस्था सांगितली आहे, यात कोठे तरी असण्याची शक्यता आहे. जेव्हा तुम्ही व्यासपीठावर चढता तेव्हा सुरुवातीचे काही मिनिट तुम्हालाही कधीतरी अशी धडधड वाढवणारी भीती, एखादा मानसिक धक्का किंवा औदासिन्य येऊ शकते. ज्यांनी व्यासपीठावर अनेक प्रयोग केले, अशा गायक कलाकारांनासुद्धा अशी भीती अनेकदा वाटते. पेडरवस्की जेव्हा पियानो समोर बसायचा, तेव्हा त्याच्या गळ्यात आवंढा दाटून येत असे, पण एकदा का पियानो वाजवायला सुरुवात केली की श्रोत्यांबद्दलची भीती एखाद्या धुक्याप्रमाणे विरून जाई आणि आल्हाददायक सूर्यप्रकाश दिसे.

त्याचा हा जो अनुभव आहे तो तुमचाही असू शकतो. तुम्ही जर चिकाटी धरलीत तर तुमचीसुद्धा ही प्राथमिक भीती तुम्ही मुळापासून उपटून टाकू शकता; आणि ती प्राथमिक भीतीच असेल, त्यापेक्षा अधिक काही नाही. सुरुवातीची तुमची काही वाक्ये बोलून झाली की, आपोआपच तुमचे स्वत:वर नियंत्रण येईल आणि मग तुम्ही सकारात्मक ऊर्जेने भारून जाल व भाषण देण्यातला आनंद मिळवाल.

एकदा असे घडले की एका माणसाला कायद्याचा अभ्यास करण्याची तीव्र इच्छा होती म्हणून त्याने लिंकनचा सल्ला घेण्यासाठी लिंकनला पत्र लिहिले. त्यावर लिंकनने उत्तर लिहिले, 'जर तू वकील होण्याचा ठाम निश्चय केला असशील तर त्यातील अर्ध्यापेक्षा अधिक गोष्ट तर आधीच घडली आहे.' ...नेहमी मनात ही गोष्ट जागती ठेवा की यशस्वी होण्याचा तुमचा स्वत:चा निश्चय हा इतर कोणत्याही गोष्टीपेक्षा अधिक महत्त्वाचा असतो.

लिंकनला हे माहिती होते. तो या सगळ्यामधून गेला होता. त्याच्या संपूर्ण

आयुष्यात त्याने सलग संपूर्णपणे एक वर्षसुद्धा शालेय जीवन अनुभवले नव्हते. आणि पुस्तके? लिंकनने हे स्वत:च एकदा सांगितले की तो त्याच्या घराजवळील ५० मैलापर्यंतच्या परिसरातून पुस्तके मागून आणत असते. खोलीतील एका कोपऱ्यात संपूर्ण रात्रभर शेकोटी पेटवलेली असे. कधीकधी तो त्या शेकोटीच्या उजेडात वाचत असे. त्याच्या खोलीला ज्या लाकडी फळ्या होत्या. त्याच्यामध्ये फटी होत्या; लिंकन त्या फटींना चिकटवून पुस्तके ठेवत असे. दिवस उजाडला की त्या फटींमधून वाचता येईल. एवढा पुरेसा उजेड आला, की तो आपल्या पाचोळ्याच्या बिछान्यावर उठून बसे; डोळे चोळून पुस्तके पुढ्यात घेऊन अधाशीपणे वाचत बसे.

एखाद्या वक्त्याचे भाषण ऐकण्यासाठी तो २० ते ३० मैल पायी चालत जात असे आणि घरी परत येताना तो कोठेही भाषणांचा सराव करत असे - जंगलात, शेतांमध्ये, जेंट्रीव्हिलच्या वाणसामानाच्या दुकानाबाहेर जमलेल्या लोकांसमोर - असे कुठेही! त्याने न्यू सेलम आणि स्प्रिंगफिल्डमध्ये साहित्यिक आणि वादविवाद मंडळांचे सभासदत्व घेतले होते; तेथे तो त्या-त्या दिवशी दिलेल्या विषयांचा सराव करत असे. बायकांच्या उपस्थितीत मात्र तो लाजाळू होता. जेव्हा त्याचे मेरी टोडबरोबर प्रेमप्रकरण चालू होते, तेव्हा तो पार्लरमध्ये शांतपणे मान खाली घालून बसत असे; बोलण्याचे काम तीच करत असे आणि ऐकण्याचे तो! आणि तरीही याच माणसाने खूप प्रामाणिकपणे मेहेनत करून, स्वत:ला असा वक्ता बनवले की ज्याने एकदा देशातल्या सर्वांत कुशल वक्त्याबरोबर, सिनेटर डग्लसबरोबर वादविवादात भाग घेतला आणि याच माणसाने गेटिसबर्ग मध्येही व इतरही अनेक ठिकाणी वक्तृत्वाबद्दलचे रेकॉर्ड तोडले.

त्याने स्वत:च जीवनाशी जो भयंकर संघर्ष केला आहे ते पाहून लिंकन जेव्हा लिहितो, 'जर तुझा वकील होण्याचा ठाम निश्चय झाला असेल तर अर्ध्यापेक्षाही अधिक काम तर आधीच घडले आहे.' तेव्हा आश्चर्य वाटत नाही.

व्हाईट हाऊसमधील अमेरिकेच्या अध्यक्षांच्या ऑफिसमध्ये अब्राहम लिंकनचे एक सुंदर चित्र भिंतीला लावलेले आहे. थिओडर रुझवेल्ट असे म्हणतात की, 'जेव्हा जेव्हा मला एखाद्या प्रकरणात काही निर्णय घ्यायचा असेल, असे काही तरी की माझ्या मनात ज्याबद्दल चलबिचल चालू असेल किंवा जे निर्णय घेण्यास अवघड असेल, परस्परविरोधी हक्क आणि भावना गुंतलेल्या असतील अशा वेळी मी लिंकनच्या चित्राकडे पाहतो आणि लिंकन माझ्या जागी असते तर त्यांनी काय केले असते असा विचार करून तो कूटप्रश्न सोडवतो. कदाचित तुम्हाला हे विचित्र वाटेल, पण स्पष्टच सांगायचे तर माझ्या समस्यांवर हेच उत्तर होते.'

तुम्हीही का नाही रुझवेल्टसारखे करत? का नाही? जर तुम्ही नाउमेद झाला

असाल आणि आता वक्तृत्वकला ही 'अपने बस की बात नही' असे जर तुम्हाला वाटत असेल तर स्वतःला प्रश्न विचारा; अशा परिस्थितीत लिंकनने काय केले असते? तुम्हाला उत्तर मिळेल. कारण लिंकनने काय केले हे तुम्हाला माहिती आहे. जेव्हा स्टिफन डगलसने यू. एस. सिनेटच्या निवडणुकीत लिंकनला हरवले तेव्हा लिंकनने त्याच्या अनुयायांना सक्त ताकीद दिली, 'असा एखादाच काय पण असे १०० पराभव झाले तरी हिंमत सोडू नका.'

पाचवी / **तुमचा गौरव होणार याची खात्री बाळगा**

माझी मनापासून ही इच्छा आहे की तुमच्या नाश्त्याच्या टेबलवर दररोज मी हे पुस्तक उघडे करून ठेवावे, जोपर्यंत तुम्ही प्रोफेसर विल्यम जेम्ससारखे पुढील शब्द पाठ करत नाही, मी तुम्हाला त्यासाठी कशी मदत करू?

कोणत्याही तरुणाला त्याच्या शिक्षणाचे फलित काय अशी काळजी पडायला नको; मग ते शिक्षण कोणतेही असो. रोजच्या कामाच्या दिवसातला फक्त १ तास जर त्याने श्रद्धेने बाजूला काढून ठेवला तर त्याला निकालाची चिंता वाटण्याचे काही कारण नाही. तो हे निश्चितपणे करू शकतो आणि मग एखाद्या सकाळी तो उठून पाहील तेव्हा तो त्याच्या पिढीच्या यशस्वी लोकांपैकी एक असेल, मग ते कोणतेही क्षेत्र असो, पण त्याला त्याच्या अलौकिक कर्तृत्वामुळे अनेकांमधून निवडले जाईल.

* * *

आणि आता सुप्रसिद्ध प्रोफेसर जेम्स प्रमाणेच मला असे वाटते की मीसुद्धा तुम्हाला हेच सांगीन की जर तुम्ही स्वतःच्या सर्व क्षमता वापरून सराव केला तर विश्वास ठेवा की तुम्हीसुद्धा एखाद्या सुंदर सकाळी झोपेतून जागे व्हाल तेव्हा तुमच्या लक्षात येईल की तुम्ही तुमच्या शहरातील किंवा समाजातील नामवंत वक्त्यांपैकी एक आहात.

तुम्हाला हे ऐकायला कसे वाटते ते तुमचे तुम्हाला माहीत, पण हे एक सामान्य तत्त्व आहे म्हणूनच खरे आहे. अर्थात इथेसुद्धा अपवाद आहेत. एखादी अतिसामान्य बुद्धिमत्ता आणि व्यक्तिमत्त्व असणारी व्यक्ती, की जिच्याकडे बोलण्यासारखे काहीच नाही ती डॅनियल वेबस्टरमध्ये जाऊन नैपुण्य दाखवेल असा माझा अजिबात दावा नाही; पण तरीही मी जे विधान केले आहे ते अगदी बरोबर आहे.

मी तुम्हाला हे उदाहरणासहीत समजावून सांगू शकतो. न्यू जर्सी येथील पूर्वीचा राज्यपाल स्ट्रोक्स हे आमच्या ट्रेन्टॉन येथील अभ्यासक्रमाच्या समाप्तीच्या कार्यक्रमाच्या जेवणाला हजर होते. त्यांनी असे मत प्रदर्शित केले की त्या

संध्याकाळी त्यांनी जी भाषणे ऐकली ती त्यांनी वॉशिंग्टन येथील सिनेटमध्ये ऐकलेल्या किंवा हाऊस ऑफ रिप्रेझेंटेटिव्हसमध्ये ऐकलेल्या भाषणांच्याच तोडीची होती. ट्रेंटॉनमधील ही भाषणे अशा व्यावसायिकांनी केली होती ज्यांनी काहीच महिने आधी, श्रोत्यांच्या भीतीमुळे आपली तोंडे शिवून घेतली होती. ते नवशिके उमेदवार नव्हते की ज्यांना वक्तृत्व ही करिअर करायची आहे. ते अमेरिकेतील सामान्यपणे भेटणारे इतर व्यावसायिकांप्रमाणेच होते. तरीही एके दिवशी सकाळी उठल्यानंतर त्यांना असे जाणवले की ते त्यांच्या शहरातील किंबहुना देशातील नामवंत वक्त्यांपैकी एक होते.

मला माहिती आहे आणि अक्षरश: मी अशा हजारो लोकांचे निरीक्षण केले आहे की ज्यांनी आत्मविश्वास आणि जाहीर भाषणकला आत्मसात करण्यासाठी संघर्ष केला आहे. त्यापैकी फारच थोडे लोक जे असामान्य बुद्धिमत्ता लाभलेले होते तेच यशस्वी झाले. पण बहुसंख्य लोक आपल्या व्यवसायाच्या व्यापात गुंतून पडलेलेच तुम्हाला तुमच्या शहरात पाहायला मिळतील. पण तरीही त्यांनी चिकाटी ठेवली. त्यातूनही काही अपवादात्मक व्यावसायिक निराश झाले किंवा पैसे मिळवण्याच्या मागे लागले आणि ते फारसे प्रगती करू शकले नाहीत. पण तरीही जी सामान्य माणसे ज्यांच्यामध्ये अधिक सहनशक्ती होती आणि जे केवळ तेवढ्याच हेतूने प्रेरित झाले होते ते या मार्गावर अत्युच्च शिखरावर पोहोचले.

हे सगळे नैसर्गिक आणि मानवीच आहे. तुम्ही व्यापारात आणि व्यवसायामध्ये त्याच त्याच गोष्टी नेहमी घडताना पाहात असाल ना? जॉन. डी. रॉकफेलर, ज्येष्ठ, असे म्हणत की व्यावसायिक यशासाठी चिकाटी आणि हा विश्वास की एक ना एक दिवस फळ मिळणार हे गरजेचे असते. अगदी हीच गोष्ट प्रभावशाली वक्तृत्वकौशल्य संपादन करण्यासाठीच्या बाबतीतसुद्धा खरी आहे.

काही वर्षांपूर्वी, एका उन्हाळ्यात मी ऑस्ट्रेलियन आल्प्स ज्याचे नाव होते वाईल्डर कैसर हे शिखर चढण्याचा निश्चय केला. बेडाकर मला म्हणाले की, हे शिखर चढणे फार अवघड आहे आणि नवशिक्या गिर्यारोहकांना मार्गदर्शकाची गरज असते. मी आणि माझा मित्र दोघेही त्या अर्थाने नवशिकेच होतो; म्हणून एका गृहस्थानी आम्हाला विचारले की, 'आम्हाला असे वाटते का की हे शिखर चढण्यात आम्ही यशस्वी होऊ शकू?'

आम्ही उत्तरलो, 'अर्थात!'

त्यावर त्याने विचारले, 'कशावरून तुम्ही असे म्हणता?' त्यावर मी म्हणालो, 'इतरांनीसुद्धा हे शिखर मार्गदर्शकाशिवाय चढून दाखवले आहे. म्हणून मला असे वाटते की हे शक्य आहे आणि मी कधीच हार मानत नसतो.'

आणि तुमच्यावर जर कधी कोणी तुम्हाला नाउमेद करण्यासाठी असे हल्ले केले तर त्याला अशीच प्रतिउत्तरे द्यावी हेच योग्य असे मानसशास्त्र सांगते.

तुम्ही कितपत यशस्वी होऊ शकाल हे तुम्ही जे शब्द उच्चारता त्यापूर्वी तुमच्या मनात कोणते विचार येतात यावर अवलंबून असते. तुम्ही तुमच्या डोळ्यांसमोर स्वत:ची अशी प्रतिमा आणा की तुम्ही इतरांशी बोलताना आत्मविश्वासाने भारलेले आहात.

ही सगळी तुमच्या अखत्यारीतील बाब आहे. विश्वास ठेवा की तुम्ही यशस्वी होणार आहात. तुमचा स्वत:वर जर पक्का विश्वास असेल तर यशस्वी होण्यासाठी जे जे करणे गरजेचे आहे ते सगळे तुम्ही कराल.

सिव्हिल वॉर चालू असताना ॲडमिरल ड्युपॉन्ट यांनी त्याने गनबोट चार्ल्सटन बंदरात का आणली नाही, याची सुमारे अर्धा डझन तर्कशुद्ध कारणे दिली. ॲडमिरल फॅरेगटने ती सगळी कारणे अगदी काळजीपूर्वक ऐकली व म्हणाला, 'पण त्यामागे आणखी एक कारण आहे ज्याचा तू उल्लेख केला नाहीस.'

त्यावर ॲडमिरल ड्युपॉन्ट म्हणाला, 'ते कोणते?'

त्यावर उत्तर आले, 'तुझा स्वत:वरच असा विश्वास नव्हता की तू हे करू शकशील.'

आमच्या अभ्यासक्रमातील सगळ्यात मौल्यवान गोष्ट हीच आहे की, आमच्या सभासदांचा स्वत:बद्दलचा वाढलेला आत्मविश्वास आणि स्वत:च्या क्षमतांवरचा यशस्वी होण्यासाठीचा वाढीव विश्वास. एखाद्याला यश मिळवण्यासाठी यापेक्षा अधिक महत्त्वाची गोष्ट कोणती असू शकते?

इमर्सनने असे लिहिले आहे, 'चैतन्याशिवाय आत्तापर्यंत कधीच कोणी काही भव्यदिव्य मिळवू शकले नाही.' इमर्सनचे हे वाक्य एखाद्या प्रचलित म्हणीप्रमाणे प्रमाण मानायला हरकत नाही. हा यशाचा मार्ग दाखवणारा नकाशा आहे.

येल विद्यापीठात शिकवणारा विल्यम-लॉईन फेल्प्स हा आत्तापर्यंत होऊन गेलेला सगळ्यात लाडका आणि लोकप्रिय प्रोफेसर होता. *'दि एक्साईटमेंट ऑफ टिचिंग'* या पुस्तकात तो म्हणतो, 'माझ्यासाठी शिकवणे हे एखाद्या कलेपेक्षाही अधिक काहीतरी आहे; किंवा एखाद्या व्यवसायापेक्षाही अधिक काहीतरी आहे. हे एक झपाटलेपण आहे. एखाद्या चित्रकाराला जसे चित्र काढायला आवडते किंवा गाणाऱ्याला जसे गाणे गायला आवडते, कवीला जसे लिहायला आवडते, तसेच मला शिकवायला आवडते. मी रोज सकाळी बिछान्यातून बाहेर पडतो तेव्हा माझ्या विद्यार्थ्यांना मी अधिक आनंद कसा देऊ शकेन याचाच विचार करतो.

असा जो शिक्षक आपलं काम एवढ्या उत्साहाने करत असे, आपल्यासमोर असलेले काम जीवापाड प्रेमाने करत असेल तो यशस्वी होणार नाही, असे कधी

होऊ शकेल का? बिली फेल्पसचा त्याच्या विद्यार्थ्यांवर प्रचंड प्रभाव होता, हे कशामुळे शक्य झाले तर त्याचे त्याच्या विद्यार्थ्यांवर असलेले प्रेम, कामाच्या प्रती उत्साह आणि त्याची शिकवण्यातील निष्ठा यामुळे!

जर तुम्ही तुमचे सर्वस्व ओतून प्रभावी वक्तृत्व कला शिकण्याचा प्रयत्न केलात तर तुमच्या मार्गातील अडथळे आपोआपच दूर होतील. तुम्ही तुमच्या सगळ्या क्षमता आणि ताकद फक्त तुमच्या संबंधात येणाऱ्या व्यक्तींशी प्रभावी संभाषण साधण्याच्या कलेवर केंद्रित करणे हे एक आव्हान आहे. आत्मनिर्भरता, विश्वास, समतोलपणा हे सगळे तुम्ही आत्मसात करायचे आहे आणि तुम्ही इतरांचे लक्ष वेधून घेण्यास समर्थ झालात की आपोआपच स्वामित्वाची भावना रुजते. श्रोत्यांच्या भावनांना हात घाला आणि एखादी कृती सामुदायिकरीत्या करण्यास भाग पाडा. अशा प्रकारे स्वत:ला व्यक्त करण्यामध्ये तुम्ही तरबेज झालात की यश तुमच्या पायाशी येईल, कारण कोणत्याही क्षेत्रात काम करण्यासाठी किंवा समृद्ध जीवन जगण्यासाठी प्रभावी बोलणे हाच आत्मविश्वास मिळवण्याचा राजमार्ग आहे.

डेल कार्नेगी कोर्समधील प्रशिक्षकांसाठी जी मार्गदर्शक पुस्तिका आहे ती अशा शब्दात.

'जेव्हा क्लासमधील सभासदांच्या हे लक्षात येईल की ते श्रोत्यांचे लक्ष स्वत:कडे वेधून घेऊ शकतात आणि आपल्या प्रशिक्षकाकडून चार कौतुकाचे बोल वदवून घेऊ शकतात. वर्गमित्रांकडून वाहवा मिळवू शकतात, तेव्हाच त्यांच्या आतील शक्ती, साहस जागृत झाले असे म्हणता येईल; जो अनुभव त्यांना यापूर्वी कधीच आला नव्हता. परिणाम? त्यांनी स्वप्नातही जेवढे यश पाहिले नव्हते तेवढे त्यांना प्रत्यक्षात मिळेल. त्यांना जमावापुढे बोलण्यात मौज वाटेल. ते व्यावसायिक धंदेवाईक किंवा सार्वजनिक क्षेत्रातील कामकाजात हिरीरीने भाग घेतील व नेता बनतील.'

मागील प्रकरणात 'नेतृत्व' हा शब्द बरेचदा आला आहे. आपल्या समाजात सुस्पष्टता, ताकद आणि स्वत:ला प्रभावीपणे व्यक्त करणे हे नेतृत्वासाठी आवश्यक गुण मानले जातात. स्वत:ला व्यक्त करण्याचे माध्यम तर स्वतंत्र मुलाखतीपासून ते जाहीर भाषणापर्यंत तुम्ही जे भाष्य करता तेच असणार! या पुस्तकातील युक्त्या, क्लुप्त्या, तंत्र, मंत्र यांचा वापर करून कुटुंबात, चर्चमध्ये, सामाजिक संस्था, सरकारी ऑफिसेस, कार्पोरेट ऑफिसेस तुमचे नेतृत्व गुण दाखवू शकता.

प्रभावी बोलण्यासमोरील आव्हाने

प्रकरण १२ - वक्त्याची ओळख, सादरीकरण आणि बक्षिसांचा स्वीकार

१) तुम्हाला जे काय म्हणायचे आहे त्याची पूर्ण तयारी करा.

२) TIS चे सूत्र वापरा.

३) उत्साही बना.

४) मनापासून प्रामाणिक असा!

५) सादरीकरणाच्या भाषणाची संपूर्ण तयारी करा.

६) आभारप्रदर्शनाच्या भाषणात तुमच्या प्रामाणिक भावना व्यक्त करा.

प्रकरण १३ - मोठ्या भाषणाची जुळवाजुळव

१) ताबडतोब लक्ष वेधून घ्या.

तुमच्या भाषणाची सुरुवात एखाद्या प्रसंगाने किंवा उदाहरणाने करा.

उत्कंठा जागवा.

एखादे जबरदस्त सत्य विशद करा.

हात वर करण्यास सांगा.

श्रोत्यांना ते हवे ते कसे मिळवू शकतील याचे वचन द्या.

एखादी वस्तू प्रदर्शित करा.

२) प्रतिकूल पद्धतीने लक्ष वेधणे टाळा.

क्षमा मागून सुरुवात करू नका!

गमतीदार गोष्टींनी सुरुवात करू नका!

३) तुमच्या मध्यवर्ती कल्पनेला आधार द्या.

संख्याशास्त्राचा वापर करा.

तज्ज्ञांची मते पुराव्या दाखल वापरा.

ॲनॉलॉजींचा वापर करा.

प्रात्यक्षिकांचा वापर वस्तूसह किंवा वस्तूशिवाय!

४) कृती करण्यास उद्युक्त करा.

सरतेशेवटी.

कृती करण्यास प्रवृत्त करा.

प्रकरण १४ - तुम्ही जे शिकलात त्याचे आचरण

१) रोजच्या संभाषणात नेमका तपशील वापरा.

२) तुमच्या कामाच्या ठिकाणी प्रभावशाली बोलण्याची तंत्रे वापरा.

३) जाहीर भाषणे देण्याची संधी शोधा.

४) चिकाटी धरा.

५) तुमचा गौरव होणार याची खात्री बाळगा.